सावित्रीबाई फुले पुणे विद्यापीठ-तृतीय वर्ष कला शाखेच्या (T. Y. B. A.)
२०१५-१६च्या सुधारित अभ्यासक्रमानुसार लिहिलेले क्रमिक पुस्तक
तसेच महाराष्ट्रातील इतर सर्व विद्यापीठांना उपयुक्त.

I0631536

आंतरराष्ट्रीय अर्थशास्त्र

International Economics

डॉ. एस. व्ही. ढमढेरे

डॉ. संजय तुपे

डायमंड पब्लिकेशन्स

आंतरराष्ट्रीय अर्थशास्त्र
डॉ. एस. व्ही. ढमढेरे, डॉ. संजय तुपे

Antarrashtriya Arthashashtra
Dr. S. V. Dhamdhere, Dr. Sanjay Tupe

प्रथम आवृत्ती : जून २०१५

ISBN : 978-81-8483-626-4

मुखपृष्ठ
शाम भालेकर

प्रकाशक
डायमंड पब्लिकेशन्स
२६४/३ शनिवार पेठ, ३०२ अनुग्रह अपार्टमेंट
ओंकारेश्वर मंदिराजवळ, पुणे–४११ ०३०
☎ ०२०-२४४५२३८७, २४४६६६४२
info@diamondbookspune.com

ऑनलाईन पुस्तक खरेदीसाठी भेट द्या
www.diamondbookspune.com

प्रमुख वितरक
डायमंड बुक डेपो
६६१ नारायण पेठ, अप्पा बळवंत चौक
पुणे–४११ ०३० ☎ ०२०-२४४८०६७७

मनोगत

विद्यापीठ अनुदान आयोगाच्या (U.G.C.) मार्गदर्शक तत्त्वानुसार सावित्रीबाई फुले पुणे विद्यापीठाच्या जून २०१५ च्या नवीन अभ्यासक्रमानुसार तृतीय वर्ष कला व वाणिज्य या वर्गासाठी आंतरराष्ट्रीय अर्थशास्त्र पुस्तक लिहिले आहे.

सदर पुस्तक स्पर्धा परीक्षा, नेट/सेट परीक्षा, एम.ए., एम.कॉम., इ. साठी उपयुक्त आहे; तसेच महाराष्ट्रातील सर्व विद्यापीठांना उपयुक्त ठरावे हाच पुस्तक लिहिण्यामागचा उद्देश आहे. 'आंतरराष्ट्रीय अर्थशास्त्र' (२०१०) मधील पुस्तकास विद्यार्थी, प्राध्यापक इ.नी भरभरून प्रतिसाद दिला. त्याबद्दल त्यांना धन्यवाद!

सदर पुस्तकात पहिल्या भागात आंतरराष्ट्रीय अर्थशास्त्राचा अर्थ, स्वरूप, व्याप्ती, महत्त्व स्पष्ट करून, आंतरराष्ट्रीय व्यापाराचे सनातन आणि आधुनिक सिद्धान्त स्पष्ट केले आहेत; तसेच व्यापारापासूनचे लाभ, व्यापारशर्तीचे विवेचन केलेले आहे. समतोल व असमतोल व्यापारतोल स्पष्ट करून भारतातील व्यापारतोलावर प्रकाश टाकला आहे.

दुसऱ्या भागात व्यापार धोरण आणि विनिमय दर यामध्ये मुक्त व्यापार, संरक्षित धोरण, जकाती कोटा, विनिमय दर इ.विषयी सविस्तर विश्लेषण केले आहे; तसेच भारतातील परकीय व्यापाराची स्थिती जाणून घेण्याचा प्रयत्न केलेला आहे. निर्यात प्रोत्साहन उपायाबाबत चर्चा घडवून आणली आहे व भारतीय रुपयाच्या परिवर्तनीयतेबाबत ऊहापोह केला आहे. तसेच प्रादेशिक व आंतरराष्ट्रीय संस्थांचा अभ्यास केला आहे. आवश्यक तेथे तक्ते, आकृत्या दिलेल्या आहेत. प्रकरणाच्या शेवटी सरावासाठी प्रश्न दिलेले आहेत तसेच पारिभाषिक शब्द शेवटी दिले आहेत. सदर पुस्तक उपयुक्त होण्यासाठी अभ्यासकांनी काही सूचना केल्यास त्यांचा आवर्जून विचार केला जाईल.

प्रस्तुत पुस्तक लिहिण्याची संधी उपलब्ध करून दिल्याबद्दल डायमंड पब्लिकेशन्सचे श्री. दत्तात्रेय पाष्टे यांचे आम्ही आभार मानतो; तसेच अर्थशास्त्र अभ्यास मंडळाचे अध्यक्ष व मराठी अर्थशास्त्र परिषदेचे अध्यक्ष डॉ. सुहास आव्हाड तसेच डॉ. बी. डी. कुलकर्णी, पुणे विद्यापीठाच्या अधिसभेचे सदस्य ॲड. नंदकुमार पिंगळे तसेच आपल्या महाविद्यालयातील प्राचार्य, ग्रंथपाल, सहकारी प्राध्यापक यांनी दिलेल्या प्रोत्साहनाबद्दल त्यांचे आभार! आमच्या कुटुंबातील सर्वांनी सहकार्य केले त्यांचे मनःपूर्वक धन्यवाद. डायमंड पब्लिकेशन्समधील सर्व सहकाऱ्यांनी केलेल्या सहकार्याबद्दल सर्वांचे मनःपूर्वक आभार!

डॉ. एस. व्ही. ढमढेरे
डॉ. संजय तुपे

डॉ. एस. व्ही. ढमढेरे

लेखक–परिचय

- एम. ए., एलएल. बी., एम. फिल., पीएच. डी. (अर्थशास्त्र)
- एस. पी. जे. कला व वाणिज्य महाविद्यालय, पाबळ, जि. पुणे येथे अर्थशास्त्र विभाग प्रमुख म्हणून कार्यरत.
- विविध महाविद्यालयांत २६ वर्षे अध्यापनाचा अनुभव; इंडियन इन्स्टिट्यूट ऑफ एज्युकेशनच्या महाराष्ट्र राज्यातील साधन केंद्राचे सहसंचालक.
- 'अर्थ' या त्रैमासिकाचे 'सहसंपादक'; प्रोग्रेसिव्ह रिसर्च संस्था, पुणे येथे सामाजिक-आर्थिक संशोधन प्रकल्पात संशोधन अधिकारी म्हणून काम. ९ संशोधन प्रकल्प पूर्ण केले.
- मराठी अर्थशास्त्र परिषद आणि इंडियन इकॉनॉमिक असोसिएशन्सचे आजीव सदस्य.
- पुणे विद्यापीठाच्या अर्थशास्त्र विभागाचे संस्थापक सदस्य.
- विविध चर्चासत्रे व कार्यशाळांतून सहभाग, शोधनिबंध वाचन; पुणे विद्यापीठाच्या बहिःशाला शिक्षण मंडळाचे प्रमुख कार्यवाह; विद्यार्थी कल्याण मंडळाचे प्रमुख कार्यवाह; 'कमवा व शिका' या योजनेचे प्रमुख कार्यवाह. महाविद्यालय परिसर विकास विभागाचे प्रमुख.
- अर्थशास्त्रविषयक अनेक पुस्तकांचे लेखन. राष्ट्रीय, आंतरराष्ट्रीय, राज्य तसेच स्थानिक पातळीवर अनेक शोधनिबंध प्रसिद्ध.
- पीएच. डी. साठी मार्गदर्शक.
- पदव्युत्तर विभागाचे समन्वयक.
- महाविद्यालयीन परीक्षा विभागाचे अधिकारी.

डॉ. संजय निवृत्ती तुपे

लेखक-परिचय

- पोस्ट डॉक्टरेट फेलो, पीएच. डी. (आय.आय.टी.बी.), एम. फिल; एम.ए. (इकॉनॉमिक्स), एलएल.बी., पी.जी.डी.सी.एम.एम.
- विभाग प्रमुख, बँकिंग आणि वित्त, बी.वाय.के. वाणिज्य महाविद्यालय, नाशिक-५
- गेल्या २७ वर्षांपासून पदवी व पदव्युत्तर वर्गांना (बी.कॉम., एम.ए., एम.बी.ए., एम.पी.एम., एम.फिल., पीएच.डी. कोर्स वर्क) शिकविण्याचा अनुभव.
- एम. फिल., पीएच. डी. मार्गदर्शक व तज्ज्ञ परीक्षक.
- संशोधनपर निबंध वाचण्यासाठी जर्मनी व हॉलंड येथे दोनदा निमंत्रित.
- सिंगापूर येथून प्रसिद्ध होणारे इंटरनॅशनल जनरल इन फायनान्स, इकॉनॉमिक्स ॲन्ड इंटरनॅशनल ट्रेड व अमेरिकेतील एनर्जी इकॉनॉमिक्ससाठी तज्ज्ञ परीक्षक म्हणून काम करीत आहे.
- दैनिक लोकसत्ता, सकाळ, गावकरी, देशदूतमध्ये अर्थसंकल्प अनुमान व चिकित्सा, प्रादेशिक समस्या, नाणेअर्थशास्त्र, आंतरराष्ट्रीय अर्थशास्त्र इत्यादी विषयांवर ३० पेक्षा जास्त लेख प्रसिद्ध झाले आहेत.

अनुक्रम

१

आंतरराष्ट्रीय अर्थशास्त्राची ओळख
Introduction to International Economics

१.१ प्रास्ताविक (Introduction)

सद्य:स्थितीतील विकसित देशांच्या आर्थिक विकासात आंतरराष्ट्रीय व्यापाराची महत्त्वाची भूमिका आहे; कारण विकसित देशांनी आंतरराष्ट्रीय व्यापाराचे महत्त्व मान्य केले आहे. सध्या आर्थिक आणि राजकीय विकासाची जागा आंतरराष्ट्रीय व्यापाराने

घेतली आहे; त्यामुळे आंतरराष्ट्रीय व्यापाराचे महत्त्व वाढले आहे. १ जानेवारी १९९५ रोजी जागतिक व्यापार संघटनेची (WTO) स्थापना झाली म्हणजेच आंतरराष्ट्रीय व्यापाराचे महत्त्व बहुतेक सर्वच देशांनी मान्य केले आहे. आज जगातील सर्वच देश आंतरराष्ट्रीय व्यापारात सहभागी आहेत. आंतरराष्ट्रीय व्यापार हा आधुनिक अर्थव्यवस्थेचा एक अविभाज्य घटक झाला आहे. वाहतुकीच्या आधुनिक साधनांमुळे विविध देश एकमेकांच्या जवळ येऊन सर्व जग एक 'बाजारपेठ' झाली आहे. बचत, गुंतवणूक, उत्पादन रोजगार, किंमतपातळी इत्यादींवर आंतरराष्ट्रीय व्यापाराचा परिणाम होत आहे. आंतरराष्ट्रीय व्यापार आणि विशेषीकरणामुळे विविध प्रकाची उत्पादकता, उत्पन्न लवचिकता आणि उत्पादन पातळी यामध्ये वाढ होत आहे; त्याचा परिणाम देशाच्या विकासावर होत आहे.

जगात सध्या दोन बाबी दिसून येतात- १) एक समान समस्या सोडविण्यासाठी काही देश एकत्र येतात. परंतु या समस्या सोडविण्यासाठी आंतरराष्ट्रीय सहकार्य महत्त्वाचे ठरते. २) विकसित आणि विकसनशील देशातील दरी जलदगतीने वाढत आहे; त्यामुळे या दोन गटांतील संघर्ष निर्माण होत आहेत; त्यासाठी आंतरराष्ट्रीय समस्यांचा अभ्यास करण्याची आवश्यकता आहे; तसेच सामाजिक, आर्थिक बदलांचा विचार करून एक अर्थव्यवस्था म्हणून चांगले परिणाम जगातील इतर देशांत होणे आवश्यक आहे; त्यासाठी अर्थव्यवस्थांच्या विकासासाठी आंतरराष्ट्रीय अर्थशास्त्राचा अभ्यास विषय महत्त्वाचा आहे. सदर प्रकरणात आंतरराष्ट्रीय अर्थशास्त्राचा अर्थ, महत्त्व, व्याप्ती, आंतरप्रादेशिक व आंतरराष्ट्रीय व्यापार आणि आंतरराष्ट्रीय व्यापाराच्या महत्त्वाचा अभ्यास केला आहे.

१.२ आंतरराष्ट्रीय अर्थशास्त्राचा अर्थ आणि स्वरूप (Meaning and Nature of International Economics)

आंतरराष्ट्रीय अर्थशास्त्र ही अर्थशास्त्राची उपयोजित (Applied) शाखा आहे. याचा अर्थ संकल्पना, तत्त्वे आणि विविध सिद्धान्त हे व्यावहारिक दृष्टीने कसे उपयोजित केले जातात, याचा अभ्यास या विषयात केला जातो; आज जागतिकीकरणाच्या काळात आंतरराष्ट्रीय व्यापाराला महत्त्व प्राप्त झाले आहे. आंतरराष्ट्रीय व्यापाराचा वेगाने विस्तार होऊ लागलेला आहे. वित्तीय बाजारपेठा एकत्र येऊ लागलेल्या आहेत. वाहतूक आणि दळणवळणाच्या क्षेत्रातल्या तांत्रिक प्रगतीमुळे आर्थिक व्यवहारांचे वेगाने आंतरराष्ट्रीयीकरण झालेले दिसून येते. व्यापार आणि गुंतवणूक दोन स्वतंत्र देशांदरम्यान होत असल्याने आंतरराष्ट्रीय अर्थशास्त्रात काही

नव्या व वेगळ्या प्रश्नांचा अभ्यास विश्लेषण करताना करावा लागतो.

जगातील देशांचे एकमेकांबरोबरचे संबंध हे एकमेकांच्यासंबंधावर अवलंबून असतात. त्याचा अंतर्गत परिणाम सामाजिक, राजकीय, सांस्कृतिकतेवर होतो. वेगवेगळ्या देशांत वस्तू व सेवांच्या वाढीसाठी वित्तीय आणि भौतिक समस्या निर्माण झाल्याचे दिसून येते त्यासाठी या समस्या सोडविणे महत्त्वाचे ठरते.

एक देश दुसऱ्या देशावर अवलंबून असलेल्या आर्थिक संबंधांचा अभ्यास आंतरराष्ट्रीय अर्थशास्त्रात केला जातो. आर्थिक संबंध हे वस्तू व सेवांच्या विनिमयावर अवलंबून असतात. त्यासाठी आंतरराष्ट्रीय व्यापार आणि आंतरराष्ट्रीय आर्थिक संबंध चांगल्या हेतूने निर्माण झाले पाहिजेत.

आंतरराष्ट्रीय व्यापार म्हणजे वेगवेगळ्या स्वतंत्र आणि सार्वभौम देशांमध्ये वस्तू आणि सेवांचा विनिमय होय. पुढील व्याख्यांवरून आंतरराष्ट्रीय अर्थशास्त्राचा अर्थ अधिक चांगल्या प्रकारे समजू शकतो.

व्याख्या

१) आंतरराष्ट्रीय व्यापार म्हणजे विविध देश एकमेकांशी करत असलेला 'व्यापार' होय.

२) दोन किंवा अनेक राष्ट्रांमध्ये चालणाऱ्या व्यापारास 'आंतरराष्ट्रीय व्यापार' म्हणतात.

३) देशादेशांतील वस्तू व सेवांच्या व्यापारास 'आंतरराष्ट्रीय व्यापार' म्हणतात.

थोडक्यात, देशांच्या सीमेपलीकडील व्यापार म्हणजे 'आंतरराष्ट्रीय व्यापार'होय.

१.२.१ आंतरराष्ट्रीय अर्थशास्त्राचे स्वरूप (Nature of International Economics)

आंतरराष्ट्रीय अर्थशास्त्राचे मुख्य ध्येय हे आंतरराष्ट्रीय संबंधातून आर्थिक कल्याण साधणे हे असते. तसचे वस्तू व सेवांची देवाण-घेवाण करणे. विकसित देशांच्या आर्थिक विकासात भांडवल आणि श्रमिकांचे कौशल्य यांच्या हालचालींना महत्त्व दिले जाते. विकसनशील देशांना आर्थिक विकासासाठी नियोजनाची गरज असते; त्यासाठी विकसित देशांची मदत होत असते.

वस्तू व सेवांच्या देवाण-घेवाणीचा व्यवहार हा प्राचीन काळापासून चालू आहे. कोणत्याही अर्थव्यवस्थेत अंतर्गत व्यापाराचा व्यवहार अपरिहार्यपणे दिसून येतो; कारण प्रत्येक व्यक्ती अथवा समाज स्वयंपूर्ण नसतो. मानवी गरजा अमर्याद असतात, त्या पूर्ण करण्याचा प्रयत्न केला जातो. या गरजांच्या वाढीतून व्यापार व्यवहाराची

अधिक जाणीव निर्माण होते. पूर्वीची 'वस्तू विनिमय पद्धती' हा एक व्यापारच म्हणावा लागतो. या व्यापारात एका वस्तूच्या मोबदल्यात दुसरी वस्तू मिळवली जात असे. आज पैशांच्या आधाराने वस्तू व सेवांचा व्यवहार किंमत यंत्रणेद्वारे होत असतो.

आज श्रीमंत देशांतून तसेच वित्तीय संस्थांद्वारे उदा. आय.बी.आर.डी. जागतिक बँक, आंतरराष्ट्रीय वित्तीय संस्था (IFC), आंतरराष्ट्रीय विकास असोसिएशन (IDA) इ. द्वारे भांडवल प्राप्त होते; त्यामुळे अशा भांडवलाला महत्त्व प्राप्त झाले आहे.

आंतरराष्ट्रीय व्यापारात अल्प आणि दीर्घ काळासाठी विनिमय दर महत्त्वाचे असतात. त्यामुळे व्यवहारतोल समतोल राखण्यासाठी त्याचा उपयोग होतो; त्यासाठी देशोदेशींच्या अर्थव्यवस्थांच्या आर्थिक संबंधांच्या यंत्रणेचा वित्तीय सिद्धान्तात अभ्यास केला जातो.

आंतरराष्ट्रीय व्यापाराचे शुद्धसिद्धान्ताचे महत्त्व गृहीत धरून वास्तव बदलाबरोबरच आंतरराष्ट्रीय व्यापाराचा अभ्यास केला जातो. तसेच आंतरराष्ट्रीय अर्थव्यवस्थांचा देशादेशांतील आर्थिक संबंधांच्या यंत्रणेचा अभ्यास केला जातो.

देशांचे उत्पन्न निर्माण करण्याचे मार्ग तसेच साधनांच्या उपयोगाचा अभ्यास व खर्चाचा अभ्यास आंतरराष्ट्रीय अर्थशास्त्रात केला जातो. तसेच देशाच्या बाह्य व्यवहारतोलात असमतोलाची कारणे आणि परिणामांची माहितीसुद्धा महत्त्वाची असते.

देशातील अर्थव्यवस्थांचा समतोल साधण्यासाठी अर्थव्यवस्थांच्या व्यवहाराबरोबरच आंतरराष्ट्रीय संबंध महत्त्वाचे असतात. त्यासाठी आंतरराष्ट्रीय अर्थशास्त्राचा अभ्यास महत्त्वाचा ठरतो. विकसित देशांना आंतरराष्ट्रीय समस्यांना मोठ्या प्रमाणात तोंड द्यावे लागते; त्यामुळे विकसित देशांचा आर्थिक विकास व व्यापारासंबंधी विशेषत: आंतरराष्ट्रीय संस्थांच्या व्यवहारांचा अभ्यास केला जातो. उदा. जागतिक व्यापार संघटना (WTO) जकाती व व्यापारविषयक सहमती करार (गॅट) व्यापार आणि विकासासाठी संयुक्त राष्ट्र परिषद (UNCTAD), आंतरराष्ट्रीय विकास असोसिएशन (IDA) इत्यादी.

आंतरराष्ट्रीय अर्थशास्त्राची विशेष शाखा निर्माण झाली कारण आंतरराष्ट्रीय संबंध वेगवेगळ्या देशांचे वेगवेगळे होते. त्यांच्या पृथक्करणासाठी आणि तांत्रिक साधनांसाठी गरज निर्माण झाली.

आंतरराष्ट्रीय व्यापारामुळे जगाच्या कोणत्याही ठिकाणी निर्माण झालेल्या वस्तू व सेवांचा जगभर उपयोग करून घेता येतो; अशारीतीने वरील स्पष्टीकरणावरून आंतरराष्ट्रीय अर्थशास्त्राचे स्वरूप स्पष्ट होते.

१.३ आंतरराष्ट्रीय अर्थशास्त्राची व्याप्ती (Scope of International Economics)

आंतरराष्ट्रीय अर्थशास्त्राच्या व्याप्तीत पुढील बाबींचा समावेश केला आहे–

१) आंतरराष्ट्रीय व्यापारसिद्धान्त : यामध्ये आंतरराष्ट्रीय व्यापाराचा पाया तसेच आंतरराष्ट्रीय व्यापारापासूनचे फायदे यांचे विश्लेषण केले जाते. विशेषत: मुख्य व्यापाराच्या लाभावर भर दिला जातो.

२) आंतरराष्ट्रीय व्यापार धोरणे : यामध्ये व्यापराच्या मुक्त प्रवाहातील अडथळे आणि परिणाम यांचा अभ्यास केला जातो तसेच राष्ट्रीय व आंतरराष्ट्रीय वृद्धीवर परिणाम करणाऱ्या व्यापार व्यूहरचनेचे विश्लेषण केले जाते.

३) व्यवहारतोल : जगातील, देशातील एकूण प्राप्ती आणि एकूण खर्च यांचा अभ्यास केला जातो. तसेच निधींच्या आयात – निर्यातीची स्थिती स्पष्ट केली जाते.

४) व्यवहारतोलातील तडजोड : व्यवहारतोलात असमतोल निर्माण झाल्यास, त्यासाठी तडजोडयंत्रणा तसेच वेगवेगळ्या आंतरराष्ट्रीय वित्तीय पद्धतींचा अभ्यास केला जातो.

५) व्यापारातील फायदे : दोन देशांनी एकमेकांबरोबर व्यापार करणे हे आंतरराष्ट्रीय अर्थशास्त्रात दोघांच्याही बहुधा फायद्याचे असतेच; अशी गृहीतकृत्ये (हायपोथेसिस) आहेत. व्यापाराच्या फायद्याबद्दल जगभरात बरेच पूर्वग्रह आहेत. मात्र, काही विकसनशील देशांमध्ये अशी क्षेत्रे असतात की, ती विकसित देशांबरोबर व्यापार करणे फायदेशीर ठरते. व्यापारातून लाभ निर्माण होतो हे निश्चित आहे; तसे नसते तर आज जागतिक व्यापार संघटनेत (WTO) सदस्य संख्या वाढली नसती. व्यापार फायदेशीर ठरतो हा एक पुरावा आहे. दोन देशांपैकी व्यापार कोणाच्या फायद्याचा होईल या प्रश्नामुळे आंतरराष्ट्रीय अर्थशास्त्राची शाखा सुरू झाली, असे म्हणावे लागेल.

६) व्यापाराचे स्वरूप : एखादा देश कशाची निर्यात करेल, हे उत्पादनातील कार्यक्षमता ठरवते, हे स्मिथने सांगितले तर दोन देशांतील तौलनिक फरक किती आहे, हे एखादा देश कशाची निर्यात करेल हे ठरविते असे रिकार्डोचे म्हणणे होते तर नैसर्गिक घटकांची विपुलता आणि आर्थिक विपुलता या घटकांच्या साहाय्याने एखादा देश कशाची निर्यात करेल हे विसाव्या शतकात हेक्श्चर–ओहलिनने सांगितले आहे. सध्या सॅण्डम फॅक्टरद्वारे कोणता देश कोणती निर्यात करेल, हे ठरविले जाते असे सिद्धान्त मांडले गेले आहेत. कोणता देश कोणती निर्यात करेल हे व्यापाराच्या लाभदायकतेवरून ठरविले जाते.

७) आंतरराष्ट्रीय ताळेबंद : आंतरराष्ट्रीय ताळेबंदातून आयात-निर्यातीचे हिशेब भांडवलाच्या देण्या-घेण्याचे हिशेब असलेल्या तालिकेच्या अभ्यासावरून दिसून येते. आंतरराष्ट्रीय वित्त आणि आंतरराष्ट्रीय व्यापार या दोन्ही आंतरराष्ट्रीय अर्थशास्त्राच्या शाखा आहेत. आंतरराष्ट्रीय वित्ताचा अभ्यास आंतरराष्ट्रीय ताळेबंदापासून सुरू होते. आंतरराष्ट्रीय व्यापारात सतत तूट येत राहिली तर ती काळजी करण्याची बाब असते. भारताला १९९१च्या दरम्यान नाणेनिधीतून कर्ज घ्यावे लागले, त्या कर्जाच्या जाचक अटीमुळे भारताला आपल्या आर्थिक धोरणात बदल करावा लागला.

८) आंतरराष्ट्रीय भांडवल बाजार : भांडवलाची गतिमानता ही एका देशातून दुसऱ्या देशात जाणे-येणे यामुळे होत असते. जागतिकीकरणात भांडवल विविध स्वरूपात येत असते जसे बहुराष्ट्रीय कंपन्याची गुंतवणूक, परकीय कर्ज, रोखे बाजारात परकीयांनी केलेली गुंतवणूक इ. त्यामुळे भांडवलाची कमतरता दूर होण्याला मदत होते. आंतरराष्ट्रीय अर्थशास्त्रात मुद्राबाजार (Stock) भांडवलबाजार, आंतरराष्ट्रीय प्रतिभूती, परकीय विनिमय बाजार, बहुराष्ट्रीय कंपन्या इ.चा अभ्यास केला जातो.

९) विनिमयदराची निश्चिती : विनिमयदराची निश्चिती तसेच चलनाचे अवमूल्यन इ.चा अभ्यास आंतरराष्ट्रीय अर्थशास्त्रात केला जातो. विनिमयदर ही अतिशय संवेदनशील बाब असून, तो आंतरराष्ट्रीय वित्तीय शाखेचा एक भाग आहे. भारताने १९६६ तसेच १९९१ मध्ये रुपयाचे अवमूल्यन केले होते. अवमूल्यनात चलनाची किंमत धोरणात्मक कारणाने कमी केली जाते. चलनाची किंमत वधारणे आणि घसरणे त्याचा रोखे बाजारावरसुद्धा परिणाम होतो; ते निर्देशांकातल्या चढ-उतारावरून मोजता येते. आंतरराष्ट्रीय अर्थशास्त्रात विनिमयदराचा अभ्यास महत्त्वाचा मानला जातो.

१०) संरक्षणवाद : १९९९च्या सिएटलमधील जागतिकीकरण आणि जागतिक व्यापार संघटना WTO विरोधामुळे मुक्त व्यापाराच्या विरोधात संरक्षणवादी विचार पुन्हा स्पष्टपणे जाणवू लागले त्यामुळे संरक्षणवादाच्या परंपरागत महत्त्वाला आधुनिक काळात संबंधित जोड मिळाली; त्यामुळे प्रशुल्क, कोटा इ. व्यापार निर्बंधाचा अभ्यास महत्त्वाचा मानला जातो.

११) आंतरराष्ट्रीय आर्थिक सहकार्यासाठी जागतिक संघटनांचा अभ्यास : उदा. संयुक्त राष्ट्र संघ (UNO) जागतिक बँक, आंतरराष्ट्रीय नाणेनिधी, जागतिक व्यापार संघटना इ. याचाही अभ्यास आंतरराष्ट्रीय अर्थशास्त्रात केला जातो.

१२) देशादेशांतील वित्तीय प्रवाह आणि निधीचा प्रवाह या संदर्भात आंतरराष्ट्रीय बँकिंग पद्धतीचे साहाय्य मिळते. याचाही अभ्यास आंतरराष्ट्रीय अर्थशास्त्रात केला जातो.

१.४ आंतरराष्ट्रीय अर्थशास्त्राचे महत्त्व (Importance of International Economics)

अनेक कारणांनी आंतरराष्ट्रीय अर्थशास्त्राच्या अभ्यासाला महत्त्व आहे.

१) लोकांच्या दृष्टिकोनाची व्याप्ती वाढते : आंतरराष्ट्रीय अर्थशास्त्राच्या अभ्यासामुळे लोकांचा दृष्टिकोन अधिक व्यापक व विशाल बनतो. लोक संकुचित विचारातून बाहेर पडतात. श्रीमंत देशातील कृतींचे अनुकरण गरीब देश करतात; मात्र, ते त्या देशांवर अवलंबून असतात.

२) वृद्धी व विकास होतो : विकसित देशांत विकसनशील देशांतील श्रम व भांडवलाची भूमिका महत्त्वाची आहे. तसेच विकसनशील देशांत भांडवलाचा प्रवाह विकसित देशांकडून मोठ्या प्रमाणात सुरू झाला, त्यामुळे विकसनशील देशांचा आर्थिक विकास वेगाने होत आहे. आंतरराष्ट्रीय विकास साध्य करण्यासाठी परस्पर सामंजस्य महत्त्वाचे आहे.

३) दृष्टिकोनाचा विकास : आंतरराष्ट्रीय अर्थशास्त्राच्या अभ्यासामुळे राज्यकर्ते आणि अर्थशास्त्रज्ञांचा दृष्टिकोन आंतरराष्ट्रीय बनतो आहे; त्याचा आर्थिक समस्या सोडविण्यासाठी उपयोग होत आहे. उदा. दारिद्र्याची समस्या सोडविण्यासाठी जगाने एकत्र येऊन आर्थिक साधनांचा वापर करण्याचा प्रयत्न केला आहे.

४) राष्ट्रविरोधी धोरणांची निरुपयोगिता : आंतरराष्ट्रीय अर्थशास्त्रात विरोधी आर्थिक धोरणांच्या प्रवाहाचा अभ्यास केला जातो. कोणताही देश इतर देशांच्या विरुद्ध धोरण अवलंबून आपला विकास साधू शकत नाही; किंवा आपले अस्तित्व टिकवून ठेवू शकत नाही.

शेजारील देशाला गरीब बनविण्याचे धोरण हे चुकीचे असल्याचे अनुभवावरून तसेच आंतरराष्ट्रीय अर्थशास्त्राच्या अभ्यासावरून दिसून येते; भूतकालीन नकारात्मक विकासाची जागा आंतरराष्ट्रीय पातळीने घेतली आहे.

५) आंतरराष्ट्रीय आर्थिक सहकार्याची गरज : जगात वेगवेगळ्या देशांत अनेक समस्या असतात. त्यांची सोडवणूक तो एकटा देश करू शकत नाही. त्यासाठी आंतरराष्ट्रीय आर्थिक सहकार्याची गरज असते. आंतरराष्ट्रीय सहकार्यास अनेक देश तयार असतात. आंतरराष्ट्रीय अर्थशास्त्राच्या अभ्यासामुळे सहकार्य वाढीस

लागते आणि आर्थिक कल्याणाच्या योजना आखल्या जातात व त्या योजना एकमेकांच्या देशात राबविल्या जातात, त्यातून आर्थिक विकासाची निर्मिती होते; त्यामुळे आंतरराष्ट्रीय व्यापार महत्त्वाचा आहे.

६) आंतरराष्ट्रीय अर्थशास्त्राची यंत्रणा समजते : आंतरराष्ट्रीय अर्थशास्त्रात वित्तीय पद्धतीतील फरक समजून घेणे. तसेच जागतिक युद्धाचे बाह्यस्वरूप समजावून घेऊन मुक्त व्यापाराचे जागतिक व्यापारावर होणारे परिणाम समजावून देणे; त्यासाठी मुक्तव्यापारधोरण तसेच जागतिक शांतता यांचा अभ्यास महत्त्वाचा ठरतो, त्यामुळे आंतरराष्ट्रीय यंत्रणेचे स्वरूप समजते.

७) आर्थिक प्राधान्य साध्य करणे : जागतिकीकरण आणि अवलंबित्वावर विश्वास ठेवल्यामुळे काही दशकांत जागतिक व्यापारात मोठी वाढ होत आहे. १९५० च्या दशकात वस्तू व सेवांचा एकत्रित जागतिक व्यापार ५५.२ बिलियन अमेरिकन डॉलर एवढा होता. तो २००० मध्ये ६५५१ बिलियन डॉलर्स एवढा झाला. पन्नास वर्षांत जागतिक व्यापारात एक हजार वीस पट वाढ झाली. हे जागतिक सरासरी वार्षिक वाढ झाल्याचे निर्देशक आहे. जागतिक व्यापार हा काही सुविधांमुळे प्रोत्साहित झाला आहे; त्यामुळे जगाचा एकात्मतेकडे कल वाढला; तसेच असमान व्यापार वाढल्याचेही दिसून येते.

उदा. पाच विकसित देशांचा जागतिक व्यापारातील हिस्सा ४०.१% आहे. जागतिक व्यापारात भारताचा अल्प हिस्सा आहे. जागतिक पातळीवर विकासाबाबत भारताचा विकसित आणि विकसनशीलपणा दिसून येतो; त्यामुळे त्यांच्यात संघर्ष दिसून येतो.

८) जागतिकीकरण, खासगीकरण आणि उदारीकरणाचा विचार : जागतिक व्यापाराची रचना आणि दिशा समजते. आंतरराष्ट्रीय व्यापारातील देणी–घेणी समजतात. तसेच आर्थिक विकासात आंतरराष्ट्रीय व्यापाराचे महत्त्व समजते.

परकीय चलन तसेच स्वतःच्या देशातील चलनाचे मूल्य समजते. व्यापारवाढीसाठी मार्गदर्शन मिळते.

१.५ आंतरप्रादेशिक आणि आंतरराष्ट्रीय व्यापार (Inter - Regional and International Trade)

देशांतर्गत अथवा आंतरप्रादेशिक व आंतरराष्ट्रीय व्यापार पुढीलप्रमाणे स्पष्ट करता येतो.

अ) आंतरप्रादेशिक व्यापार

देशांतर्गत अथवा आंतरप्रादेशिक व्यापार म्हणजे त्याच देशातील वेगवेगळ्या प्रदेशांमध्ये होणारा 'व्यापार' होय. ओहलीन यांच्या मते, ''आंतरप्रादेशिक व्यापार हा अंतर्गत स्थानिक व्यापार असतो तसेच तो देशांतर्गत स्वरूपाचा आणि देशी व्यापार आहे.'' आंतरप्रादेशिक व्यापारामागील कारणे म्हणजे सर्व घटकांचा सारखेपणा नसतो; तसेच त्यांची क्षमता सारखी नसते. श्रमविभागणी आणि विशेषीकरणामुळे मोठ्या उत्पादनाचे अर्थव्यवस्थेला फायदे मिळतात; तसेच वेळेची बचत आणि कौशल्यात वाढ होते व उत्पादनात वाढ होते. देशातील वेगवेगळ्या भागातील प्रदेशांत नैसर्गिक साधनसंपत्ती वेगवेगळी असते. काही प्रदेशात वस्तू व सेवांच्या उत्पादनात विशेषता असते. उदा. पंजाबमध्ये पिकणारा गहू भारतात सर्वत्र विकला जातो; तसेच महाराष्ट्रातून साखर, कापड व तयार औद्योगिक उत्पादने भारताच्या इतर भागांमध्ये विकली जातात, तर आसामातील चहा सर्व भारतभर विकला जातो. थोडक्यात, एकाच देशाच्या भौगोलिक मर्यादेत असणाऱ्या व्यक्ती व संस्था तसेच राज्ये यांच्यातील परस्पर देवघेवीला 'अंतर्गत व्यापार' म्हणतात. राजकीय नियम, व्यापारी कायदे यामध्ये भेदाभेद आढळत नाही. आंतरप्रादेशिक व्यापाराचे स्वरूप एखाद्या देशापुरतेच मर्यादित असते.

ब) आंतरराष्ट्रीय व्यापार

आंतरप्रादेशिक व्यापारासारखाच आंतरराष्ट्रीय व्यापार आहे. मात्र, आंतरप्रादेशिक व्यापारापेक्षा आंतरराष्ट्रीय व्यापाराचे स्वरूप व्यापक असते. थोडक्यात, आंतरप्रादेशिक व्यापाराचे अधिक व्यापक स्वरूप म्हणजे आंतरराष्ट्रीय व्यापार होय.

आंतरराष्ट्रीय व्यापार म्हणजे निरनिराळी राष्ट्रे एकमेकांशी करत असलेला व्यापार होय. आंतरराष्ट्रीय व्यापारात निरनिराळ्या देशांमध्ये केल्या जाणाऱ्या वस्तू व सेवांच्या व्यापारांचा अंतर्भाव होतो, जगाच्या पाठीवर सर्व देश भौगोलिक, मानवीदृष्ट्या एकरूप नसतात तर भिन्न असतात; त्यामुळेच आयात-निर्यात व्यापाराची निर्मिती होते.

जगातील वेगवेगळ्या देशांत नैसर्गिक घटकांची देणगी वेगवेगळी असते. काही देशांत मोठ्या प्रमाणात नैसर्गिक साधनसंपत्तीची देणगी असते तर काही देशांत मानवी साधनसंपत्ती उपलब्ध असते. त्यामुळे साधनांचा असमतोल दिसून येतो. संसाधनांच्या विभागणीत असमतोल असल्यामुळे उत्पादनाची क्षमता आणि कार्यक्षमता विविध देशांत वेगवेगळी दिसून येते. परिणामी विशेषीकरण आणि श्रमविभागणीला महत्त्व

प्राप्त होते, आंतरराष्ट्रीय व्यापारातून ते मिळतात; हे असे फायदे ॲडम स्मिथ यांनी सांगितलेले आहेतच.

१.५.१ आंतरप्रादेशिक आणि आंतरराष्ट्रीय व्यापारातील साम्य आणि भेद (Similarities and differences between Inter-Regional and International Trade)

आंतर प्रादेशिक आणि आंतरराष्ट्रीय व्यापारातील साम्य

१) मूल्य निश्चिती : बर्टिल ओहलिन यांच्या मते, आंतरप्रादेशिक व्यापाराप्रमाणे आंतरराष्ट्रीय व्यापार असतो त्यामध्ये फारसा फरक नसतो, आंतरप्रादेशिक बाजारात ज्या प्रमाणे मूल्यनिश्चिती होते त्याच पद्धतीने आंतरराष्ट्रीय व्यापारात मूल्यनिश्चिती होते.

२) वस्तू उपलब्धता : आंतरप्रादेशिक व्यापाराप्रमाणेच आंतरराष्ट्रीय व्यापारातही मुबलक उपलब्धता असलेल्या उत्पादन केंद्रापासून वस्तूची कमतरता असलेल्या बाजारपेठेत 'मुक्त स्थलांतर' होते.

३) विशेषीकरण : ओहलिन यांच्या मते, प्रत्येक प्रदेशांत आणि प्रत्येक देशांत व्यक्ती आपले कौशल्य दाखवून, विशेषीकरण करून उत्पादन करते. एकच काम अथवा उत्पादन दोन्ही ठिकाणी शक्य असले तरी एके ठिकाणी दुसऱ्या ठिकाणापेक्षा ते जास्त कार्यक्षमतेने होते. याचाच अर्थ विशेषीकरणाचे फायदे स्पष्ट होतात. विशेषीकरण तत्त्वामध्ये हेच स्पष्ट केले आहे म्हणून तौलनिक खर्च तत्त्व फक्त आंतरराष्ट्रीय व्यापारालाच लागू होते असे नाही तर आंतरप्रादेशिक व्यापारालाही लागू होते.

४) सांस्कृतिकता : आंतरप्रादेशिक आणि आंतरराष्ट्रीय व्यापारात फारसा फरक नसला तरी भाषा, जकाती, सवयी यानुसार आणि व्यापार नियंत्रणे व चलनातील फरक यानुसार भेद मान्य करावा लागतो.

५) नफा : आंतरप्रादेशिक आणि आंतरराष्ट्रीय व्यापारात नफा हे व्यापाराचे उद्दिष्ट असते.

६) दोघांत व्यापार : आंतरप्रादेशिक आणि आंतरराष्ट्रीय व्यापारात व्यक्ती व संस्था या दोहोंच्या दरम्यान व्यापार होतो.

७) विनिमय : आंतरप्रादेशिक आणि आंतरराष्ट्रीय व्यापारात वस्तू व सेवा यांचा विनिमय असतो.

८) खरेदीसाठी चलन : आंतरप्रादेशिक व आंतरराष्ट्रीय व्यापारात वस्तू व सेवांची खरेदी चलनाच्या माध्यमातून होते.

९) **खर्च कमी करण्याचा प्रयत्न :** या दोन्ही व्यापारात उत्पादन खर्च कमी करण्याचा प्रयत्न केला जातो.

१०) **सहभाग :** अंतर्गत आणि आंतरराष्ट्रीय व्यापारात व्यक्ती, संस्था आणि सरकारचा सहभाग असतो.

१.५.२ आंतर प्रादेशिक आणि आंतरराष्ट्रीय व्यापारातील भेद अथवा फरक

अभिमत अर्थशास्त्रज्ञांच्या मते, आंतरप्रादेशिक आणि आंतरराष्ट्रीय व्यापारात काही मूलभूत फरक आहे. त्यावरूनच आंतरराष्ट्रीय व्यापाराचा स्वतंत्र सिद्धान्त विकसित केला आहे. आधुनिक अर्थशास्त्रज्ञ ओहलिन, हॅबरलर यांच्या मते, आंतरराष्ट्रीय व्यापारात आणि आंतरप्रादेशिक व्यापारात स्थानाचा फरक आहे.

१) **नैसर्गिक साधनात फरक :** निरनिराळ्या देशांत नैसर्गिक साधनसामग्रीत भिन्नता दिसून येते. प्रत्येक देशात नैसर्गिक देणग्या मिळालेल्या असल्याने त्या घटकांचा वापर आंतरराष्ट्रीय व्यापारात करतात. उदा. जमिनी, खनिजे, वनस्पती, पाणी इ.; भारतातून शेतीतील उत्पादने निर्यात केली जातात. उदा. चहा, कॉफी, कापड इ.; तर अरबदेशातून खनिजतेलांची निर्यात केली जाते; कारण नैसर्गिक भिन्नता असल्याने व्यापार केला जातो; तसेच श्रम आणि भांडवलाच्या बाबतीतही विकसनशील देश व विकसित देशांत भिन्नता दिसून येते.

२) **उत्पादन घटकांची गतिशीलता :** उत्पादनांचे घटक देशांत गतिशील असतात. मात्र, देशादेशांत ते गतिशील नसतात; तसेच देशातील वेतनात आणि घटकांच्या किमतीत वेगवेगळ्या असण्याकडे कल असतो. देशादेशांतील वस्तूंच्या व्यवहारात किमती जास्त बदलतात. श्रम या घटकाचा विचार केल्यास धर्म, पंथ, भाषा, संस्कृती, चालीरीती, कायदेकानून, कौशल्य, हवापाणी, इत्यादींच्या भिन्नतेमुळे श्रमिकांची गतिशीलता कमी असते. श्रमाच्या तुलनेत भांडवल अधिक गतिशील आहे. भांडवलाबाबत व्याजदर, दोन देशांतील संबंध, सरकारी धोरणे, विकासाबाबत सरकारची भूमिका याबाबत मोठ्या प्रमाणावर फरक आहे.

३) **भौगोलिक आणि हवामानाच्या स्थितीत फरक :** समाजासाठी आवश्यक असणाऱ्या सर्व वस्तूंसाठी प्रत्येक देशात भौगोलिक हवामानाची स्थिती वेगळी असते; म्हणून इतर देशांबरोबर व्यापारातील फायद्यासाठी वस्तूंच्या उत्पादनात विशेषीकरण केले जाते.

४) **बाजारपेठांत तफावत :** परदेशांत उत्पादन पाठविताना भाषा, चालीरीती, चव, प्राधान्य, फॅशन, सवय, आवड-निवड, कायदे इत्यादींत फरक दिसून येतो.

त्यामुळे परकीय बाजारात वस्तू व सेवा विकताना देशांचे स्वरूप, पद्धतीप्रमाणेच निश्चितता करावी लागते तर देशांतर्गत कायदे, वजनमापे, चालीरीती, आवड-निवड, सवयी इ.त समानता असते. त्यामुळे देशांतर्गत बाजारपेठेत मोठ्या प्रमाणात उत्पादन पाठविता येते.

५) चलनात तफावत : आंतरराष्ट्रीय व्यापारात निरनिराळी चलने वापरली जातात. प्रत्येक देशाचे चलन वेगवेगळे असते. आंतरराष्ट्रीय व्यापार हा विविध चलनांद्वारे चालतो. उदा. भारताचा रुपया, ब्रिटनचा पौंड, अमेरिकेचा डॉलर, जपानमध्ये येन इ.

देशांतर्गत व्यापारात मात्र देशातील चलनाच्या साहाय्याने व्यापार चालतो. उदा. भारतातील रुपया सर्व राज्यांत वापरला जातो.

चलनाच्या मूल्याच्या संदर्भात एका चलनाचे मूल्य दुसऱ्या देशांत बदलावे लागते. एका व्यक्तीला दुसऱ्या देशात खरेदी करावयाची असेल तर प्रथम त्या देशाचे चलन मिळवावे लागते. उदा. एखाद्या भारतीयाला अमेरिकेत जाऊन काही खरेदी करावयाचे आहे; तर प्रथम भारतीय चलन अमेरिकन डॉलरमध्ये बदलून घ्यावे लागते. अशारीतीने वेगवेगळ्या देशांची चलने वेगवेगळी असल्याने चलन बदलण्याचा जो प्रश्न आंतरराष्ट्रीय व्यापारात निर्माण होतो तो देशांतर्गत व्यापारात होत नाही.

६) व्यवहारतोलाची समस्या : आंतरराष्ट्रीय व्यापारासाठी शांतता ही खरी समस्या आहे. देशांतर्गत म्हणजेच प्रदेश आणि देशांत भांडवलाची गतिमानता असते; ती आंतरराष्ट्रीय व्यापाराच्या बाबतीत पूर्णतः कमी असते. व्यवहारतोलाच्या समतोलासाठी धोरणांचा अवलंब केला जातो. उदा. अवमूल्यन किंवा आयातीवर निर्बंध; मात्र, त्यामुळे अनेक प्रश्न निर्माण होतात. आंतरप्रादेशिक व्यापारात असे प्रश्न निर्माण होत नाहीत.

७) वाहतूक खर्च : देशांतर्गत व्यापार, रस्ते, रेल्वे यांचा वापर मोठ्या प्रमाणात केला जातो. आंतरराष्ट्रीय व्यापारात हवाई व जल वाहतूक मोठ्या प्रमाणात केली जाते; त्यामुळे आंतरराष्ट्रीय व्यापाराचा खर्च जास्त येतो; तसेच आंतरराष्ट्रीय व्यापार दोन देशांत चालत असल्याने वाहतुकीचे अंतर प्रचंड असते तसेच वाहतुकीच्या धोक्याचे प्रमाणही अधिक असते. त्यामुळे वाहतुकीचा खर्च अधिक असतो. देशादेशांतील वाहतुकीचे अंतर, मार्ग, नियम व स्वरूप वेगवेगळे असल्याने खर्च वाढतो. देशांतर्गत व्यापारात मात्र वाहतूक खर्च कमी होतो. त्यामुळे वस्तू व सेवांच्या किमती आंतरराष्ट्रीय व्यापारातील किमतीपेक्षा कमी राहतात.

८) **आर्थिक स्थितीत फरक :** संस्थात्मक स्वरूप, कायद्याची चौकट, वित्तीय, राजकोषीय आणि व्यापारी धोरणे, घटकांची देणगी, उत्पादनाचे तंत्र, उत्पादनाचे स्वरूप इ. मध्ये देशादेशांत फरक दिसून येतो. त्या फरकाचा परिणाम व्यापारावर व देशातील संबंधावर होतो. आंतरप्रादेशिक व्यापारात असे फरक आर्थिक स्थितीत नसतात.

९) **राजकीय घटकांत फरक :** वेगवेगळ्या देशांत वेगवेगळे राजकीय घटक असतात. देशादेशांत सारखेच लोक असले तरी त्यांच्यात धर्म, भाषा, अन्नपदार्थांच्या चवी इत्यादींत फरक असतो. देशांतर्गत व्यापारात लोकांचे कल्याण साधण्याचा सरकारचा प्रयत्न असतो. परंतु, आंतरराष्ट्रीय पातळीवर प्रत्येक देशाचे ध्येय म्हणजे जास्तीत जास्त व्यापार करून खर्च कमी करणे हे असते. आयातीपेक्षा निर्यात जास्त ठेवणे. आंतरराष्ट्रीय व्यापारात एकमेकांच्यात चांगले संबंध निर्माण करण्याचा प्रयत्न असतो; म्हणून लिस्ट यांच्या मते, ''अंतर्गत व्यापार आमच्या लोकांमध्ये असतो तर आंतरराष्ट्रीय व्यापार आमच्यात आणि तुमच्यात असतो.''

१०) **आर्थिक धोरणात फरक :** सर्व देशांत समान राष्ट्रीय धोरण नसते. कर, व्यावसायिक व्यापारातील धोरणे इ. बाबत देशादेशांत फरक दिसून येतो. आंतरराष्ट्रीय पातळीवर कृत्रिम अडथळा निर्माण केला जातो. उदा. कोटा, आयात प्रशुल्क, जकाती, विनिमयनियंत्रण इ.

थोडक्यात, आर्थिक विकासासाठी प्रत्येक देशाची धोरणे वेगवेगळी असतात. उदा. भारताने पंचवार्षिक योजनांचा स्वीकार केला तर चीन व रशियाने समाजवादी, आर्थिक धोरणे स्वीकारली. इ.

११) **व्यापारापासून फायदा :** आंतरराष्ट्रीय व्यापारापासून फायदा अधिक होतो. समग्रपातळीवर विचार केल्यास विविध लोकांमध्ये वस्तुविनिमय वाढला आहे. त्यामध्ये आंतरराष्ट्रीय व्यापाराचा महत्त्वाचा सहभाग आहे. व्यापारासाठी अटी आणि शर्ती हा महत्त्वाचा भाग आहे. नफा मिळविण्याच्या अपेक्षेने दुसऱ्या देशांची पिळवणूक केली जाते. त्यामुळे सनातनवादी अर्थशास्त्रज्ञ आणि आधुनिक अर्थशास्त्रज्ञात आंतरराष्ट्रीय व्यापाराबाबत मतभेद दिसून येतात.

१२) आंतरप्रादेशिक व्यापारात वस्तू व सेवा यांचा विनिमय तुलनेने कमी असतो; आंतरराष्ट्रीय व्यापारात वस्तू व सेवांचा विनिमय प्रचंड असतो.

१३) आंतरप्रादेशिक व्यापारात स्वकीय देशवासियांशी संबंध येतो; तर आंतरराष्ट्रीय व्यापारात परकीय नागरिकांशी संबंध येतो.

१४) आंतरप्रादेशिक व्यापारात व्यापार प्रमाण सीमित असते तर आंतरराष्ट्रीय व्यापारात व्यापार प्रमाण प्रचंड असते.

१५) व्यापार निर्बंधाचे स्वरूप : आंतरप्रादेशिक व्यापारात शक्यतो सरकारी निर्बंध नसतात परंतु आंतरराष्ट्रीय व्यापारात परकीय व्यापारावर कोणत्या ना कोणत्या स्वरूपात निर्बंध असतात. निर्यात अथवा आयातीवर निर्बंध असू शकतात. आयातीवर निर्बंध हे देशातील उद्योगांच्या परकीय स्पर्धेची तीव्रता कमी करण्यासाठी घेतले जातात. निर्यातीवरतीसुद्धा निर्बंध घातले जाऊ शकतात कारण एखाद्या वस्तूचा तुटवडा निर्यातीमुळे निर्माण होऊ नये हा त्यामागील हेतू असतो. निर्यातीवर विशिष्ट परिस्थितीतच निर्बंध घातले जाऊ शकतात.

१६) राजकीय बाबतीत स्वतंत्र अस्तित्व : सध्या अनेक देशांनी कल्याणकारी राज्याची संकल्पना स्वीकारली, त्यामुळे आपल्या देशातील लोकांच्या कल्याणाच्या दृष्टिकोनातूनच आंतरराष्ट्रीय व्यापाराचे निर्णय घेतले जातात. अनेक देश राजकीयदृष्ट्या स्वतंत्र व सार्वभौम असतात. देशातील लोकांच्या हिताची धोरणे आंतरराष्ट्रीय व्यापाराची समीकरणे बदलू शकतात; त्यामुळे आंतरप्रादेशिक व आंतरराष्ट्रीय व्यापार वेगवेगळ्या बाबतीत स्वतंत्र अभ्यासावे लागतात. लिस्ट यांनी देशांतर्गत उद्योगांना परकीय व्यापारापासून संरक्षण मिळावे यासाठी प्रखर विचार व्यक्त केले.

अशा प्रकारे आंतरराष्ट्रीय व्यापाराला महत्त्व दर्शविणारे अनेक घटक दिसून येतात. देशाच्या आर्थिक व्यवस्थेपासून आंतरराष्ट्रीय राजकारण, अर्थकारण असे अनेक घटक यामध्ये समाविष्ट आहेत, जागतिक व्यापार संघटना (WTO) १९९५ मध्ये निर्माण झाल्याने आंतरराष्ट्रीय व्यापाराचे आणि त्यावरील निर्बंधाचे स्वरूप बदललेले दिसून येत आहे. विकसित आणि विकसनशील देश त्याकडे कशा पद्धतीने पाहातात व त्याचा वापर करतात, त्यावर ते अवलंबून आहे.

१.६ आंतरराष्ट्रीय व्यापाराचे महत्त्व (Importance of International Trade)

आंतरराष्ट्रीय व्यापाराचे महत्त्व पुढीलप्रमाणे सांगता येते -

१) विकास आणि समृद्धी : विकसित देश श्रम आणि भांडवलाचा वापर करून श्रीमंत झाले आहेत. श्रम विभागणी आणि विशेषीकरणाला प्रोत्साहन मिळाले आहे. विकसनशील देशांना विकसित देशांकडून भांडवलाचा प्रवाह मोठ्या प्रमाणात सुरू झाल्याने आर्थिक विकासाचा वेग वाढला आहे; तसेच आंतरराष्ट्रीय व्यापाराने लोकांना वस्तुसेवा उपलब्ध होतात.

२) सहकार्यात वाढ : मुक्त व्यापार, प्रत्यक्ष गुंतवणूक, इत्यादींद्वारे देशादेशातील

एकमेकांत गुंतलेले हितसंबंध आपोआपच प्रत्येक देशाला इतर देशांशी सहकार्य करण्यास उत्तेजित करतात. युद्धासारखे अरिष्ट टाळण्यासाठी परस्परांत आर्थिक व अन्य सहकार्य करण्याची प्रवृत्ती देशादेशांत वाढत जाते.

३) कार्यक्षमतेत वाढ : कार्यक्षमता वाढविण्यासाठी मुक्त व्यापाराचे फायदे, सामाजिक लाभ इ. दृष्टीने आंतरराष्ट्रीय व्यापाराचे महत्त्व आहे.

४) श्रमविभागणी : प्रत्येक देशाला लोकांच्या गरजा भागविण्यासाठी उपलब्ध असलेल्या नैसर्गिक साधनसामग्रीद्वारे शक्य नसते. नैसर्गिक साधन संपत्तीचा विचार करता विशिष्ट प्रकारच्या वस्तूंच्या उत्पादनात विशेषीकरण साधणे व त्या वस्तूंचे अधिक उत्पादन करून त्या मोबदल्यात परकीय वस्तू आयात करणे फायदेशीर ठरते.

५) तंत्रज्ञानात वाढ : विकसनशील देशांत यंत्रसामग्री व तंत्रज्ञानाचा अभाव असल्याने एकूण उत्पादनक्षमता कमी असते. परकीय व्यापारामुळे भांडवली यंत्रसामग्री तसेच तंत्रज्ञानाची आयात करणे सुलभ होते.

६) सांस्कृतिक देवाणघेवाण : परकीय व्यापारामुळे विविध देशांतील सांस्कृतिक देवाणघेवाण होऊन आर्थिकसंबंध व स्नेहाचेसंबंध निर्माण होतात.

७) किंमत स्थैर्य : आंतरराष्ट्रीय व्यापारामुळे वस्तूंच्या किमती अल्प काळात कमी-जास्त होण्याची प्रवृत्ती टाळता येते.

८) नैसर्गिक सामग्रीचा योग्य वापर : श्रम विभागणी व विशेषीकरणाचा लाभ सर्व देशांना होऊन देशातील नैसर्गिक साधन संपत्तीचा पुरेपूर उपभोग घेता येतो.

९) उपभोग पातळीत वाढ : आंतरराष्ट्रीय व्यापारामुळे देशदेशांतील उपभोग पातळीत वाढ होते; कारण वस्तू व सेवांची उपलब्धता होते.

१०) उत्पादन क्षमतेत वाढ : श्रमविभागणी व विशेषीकरणामुळे वस्तू कमी किमतीत उपलब्ध होतात; तसेच कामगारांची कार्यक्षमता वाढते. उत्पादनाची क्षमता वाढते. तसेच जागतिक उत्पादनात वाढ होते.

११) रोजगार व आर्थिक विकासात वाढ : आंतरराष्ट्रीय व्यापारामुळे रोजगारात मोठ्या प्रमाणात वाढ होते; तसेच देशांना आपला आर्थिक विकास साध्य करता येतो. नवीन शोध व नवीन तंत्रज्ञानाचा लाभ जागतिक पातळीवरून सर्वांना घेता येतो.

१२) समाजाच्या उपभोग पातळीत वाढ : ज्या देशात पुरेसे उत्पादन होत नाही अशा देशाला आंतरराष्ट्रीय व्यापारामुळे वस्तूंची उपलब्धता होते व समाजाची उपभोग पातळी वाढून समाजातील समाधान अथवा कल्याणात वाढ होते.

१३) विशेषीकरणाकडे वाटचाल : एखादी वस्तू देशात उपलब्ध होत असली तरी ती वस्तू कमी उत्पादन खर्चात उपलब्ध होत असली तरी ती वस्तू आयात केली जाते कारण त्या देशातील उपभोक्त्यांना ती वस्तू आंतरराष्ट्रीय व्यापारामुळे कमी खर्चात मिळते. त्यामुळे इतर वस्तूंचा उपभोग त्या देशातील लोकांना वाढविता येतो व कल्याण पातळीत वाढ करता येते. त्यातूनच विशेषीकरणाकडे वाटचाल सुरू होते.

थोडक्यात आंतरराष्ट्रीय व्यापारामुळे अनेक प्रश्न सुटण्याला मदत होते. लोकांच्या आवडी-निवडीनुसार वस्तू मिळतात व समाजाच्या राहणीमानात व कल्याणात वाढ होते; वरीलप्रमाणे आंतरराष्ट्रीय व्यापाराचे महत्त्व लक्षात घेता आज प्रत्येक देशाला आंतरराष्ट्रीय व्यापार करण्याशिवाय पर्याय उरलेला नाही.

१.६.१ आंतरराष्ट्रीय व्यापाराचे फायदे आणि तोटे (Advantages and Disadvantages of International Trade)

आंतरराष्ट्रीय व्यापाराचे अनेकविध फायदे आहेत ते पुढीलप्रमाणे

१) उत्पादनात विशेषीकरण : ज्या देशात नैसर्गिक साधनसामग्री विपुल प्रमाणात आहे तेथे वस्तू व सेवांच्या उत्पादनात विशेषीकरण करता येते व त्या देशाचा परकीय व्यापार त्या वस्तूच्या अथवा सेवेच्या बाबतीत करता येतो.

२) उत्पादनाच्या किमतीत घट : मुक्त आंतरराष्ट्रीय व्यापारात वस्तू व सेवांच्या किमती कमी असतात. तसेच त्या वस्तूच्या बाबतीत वाढ करता येते. हे तंत्रज्ञानाच्या प्रगतीमुळे शक्य होते.

३) ग्राहकांच्या पिळवणुकीत घट : वस्तू व सेवांच्या किमती कमी असल्याने ग्राहक पिळवणुकीपासून दूर राहतो.

४) सहभागी देशाच्या हितसंबंधाचे संरक्षण : व्यापारात सहभागी होणाऱ्या देशाच्या हितसंबंधाचे संरक्षण परकीय व्यापारात सुद्धा केले जाते.

५) आंतरराष्ट्रीय वित्तीयपद्धतीचा विकास : आंतरराष्ट्रीय व्यापारामळे चलनाची परिवर्तनीयता तसेच आंतरराष्ट्रीय वित्तीय पद्धतीबाबत विश्वासाचे वातावरण निर्माण होते. त्यामुळे चलनचे स्थैर्य राखण्यास मदत होते.

६) साधनांचा जास्तीत जास्त उपयोग : जगातील दुर्मीळ साधनांचा उपयोग करून जास्तीत जास्त आंतरराष्ट्रीय व्यापाराची व्याप्ती वाढविता येते.

७) जीवनमानात सुधारणा : जीवनमान सुधारण्यासाठी परकीय व्यापाराचे मोठे योगदान आहे. इंग्लंड आणि जपानचा विकास हा आंतरराष्ट्रीय व्यापारापासून

मोठ्या प्रमाणात झाला. तसेच तेल निर्यात करणाऱ्या देशांचा कल (OPEC) हा आंतरराष्ट्रीय व्यापार करण्याकडेच आहे.

८) श्रम आणि भांडवलाच्या गुणवत्तेत बदल : परकीय व्यापारामुळे लोकांच्या गुणवत्तेत सुधारणा तसेच त्यांना प्रेरणा मिळते. ग्राहकांना नवीन उत्पादने उपलब्ध होतात. तंत्रज्ञानाच्या प्रगतीमुळे व्यापाराच्या प्रवाहात बदल होतो.

९) नैसर्गिक आपत्तीत मदत : दुष्काळ, टंचाईची स्थिती अशा अडचणीच्या काळात परदेशातून अन्नधान्य तसेच इतर आवश्यक वस्तूंची आयात करता येते.

१०) विकासाच्या वेगात वाढ : नवे तंत्र आणि यंत्रे यांची आयात करून विकासाचा वेग वाढविता येतो.

आंतरराष्ट्रीय व्यापाराचे दोष अथवा उणिवा पुढीलप्रमाणे सांगता येतात–

१) साधनसामग्रीची कमतरता : मोठ्या प्रमाणात उत्पादन केल्यामुळे नैसर्गिक साधनसामग्रीचा भविष्यकाळात तुटवडा निर्माण होऊ शकतो, त्यामुळे अनेक अडचणींना तोंड द्यावे लागण्याची शक्यता आहे.

२) अवलंबित्वात वाढ : आंतरराष्ट्रीय व्यापारामुळे दुसऱ्या देशावर अवलंबून राहण्याचे प्रमाण वाढते त्यामुळे युद्धासारख्या प्रसंगात व्यापारावर निर्बंध घातले जाऊ शकतात, त्यामुळे परावलंबी देश कमकुवत होऊ शकतात.

३) नियोजनात व्यत्यय : आंतरराष्ट्रीय व्यापाराच्या मार्गाचा अवलंब केल्यास आर्थिकनियोजनात अस्थैर्य आणि व्यत्यय निर्माण होऊ शकतो.

४) देशांतर्गत उद्योगावर मर्यादा : परकीय व्यापाराच्या सवयीमुळे देशीउत्पादनाच्या बाबतीत नकारात्मकता निर्माण होते. त्यामुळे स्थानिक उद्योगांच्या वाढीवर मर्यादा येते.

५) बचतीत घट : परकीय आयातीच्या सवयीमुळे स्थानिक देशांतर्गत बचतीत घट होवून आयातदरात देशांच्या उभारणीवर त्याचा परिणाम होतो.

६) व्यापारचक्रांची निर्मिती : तेजी-मंदीसारख्या एका देशात घडणाऱ्या आर्थिक घटनांचे परिणाम इतर देशांवर होऊन त्या देशामध्ये व्यापार चक्रे निर्माण होतात.

७) गळेकापू स्पर्धा : नव्या बाजारपेठा मिळविण्यासाठी मोठ्या प्रगत देशांमध्ये गळेकापू स्पर्धा निर्माण होते व त्यातूनच युद्धाची ठिणगी पडते.

८) स्वातंत्र्यावर मर्यादा : परकीय व्यापारामुळे जेव्हा देशाचे अवलंबित्व वाढते, तेव्हा अर्थव्यवस्थेच्या स्वातंत्र्याच्या कलात्मकतेवर मर्यादा येते.

अशा प्रकारे आंतरराष्ट्रीय व्यापाराच्या मर्यादा असल्या तरी योग्य आणि जबाबदारीने व्यापारी धोरण, आंतरराष्ट्रीय सामंजस्य, सहजीवनाची जाणीव, परस्परांमधील विश्वास इ. निर्माण केल्यास तोट्याचे अथवा हानीचे प्रमाण कमी करता येणे शक्य असते. आंतरराष्ट्रीय व्यापार ही आधुनिक जगाची अपरिहार्य अशी गरज आहे.

सरावप्रश्न :

प्र. १. थोडक्यात उत्तरे लिहा (१०० शब्दांत)

१) आंतरराष्ट्रीय अर्थशास्त्राचा अर्थ स्पष्ट करा.

२) आंतरराष्ट्रीय अर्थशास्त्राची व्याप्ती स्पष्ट करा.

३) आंतरराष्ट्रीय अर्थशास्त्राचे महत्त्व स्पष्ट करा.

४) आंतरप्रादेशिक व्यापार म्हणजे काय?

प्र. २. खालील प्रश्नांची २०० ते २५० शब्दांत उत्तरे लिहा.

१) आंतरराष्ट्रीय अर्थशास्त्राची व्याख्या सांगून स्वरूप व महत्त्व स्पष्ट करा.

२) आंतरप्रादेशिक आणि आंतरराष्ट्रीय व्यापारातील फरक सांगा.

३) आंतरराष्ट्रीय व्यापाराचे महत्त्व थोडक्यात सांगा.

प्र. ३. सविस्तर उत्तरे लिहा. (४०० ते ५०० शब्दांत)

१) आंतरराष्ट्रीय अर्थशास्त्राचा अर्थ सांगून आंतरराष्ट्रीय व्यापाराची व्याप्ती आणि महत्त्व स्पष्ट करा.

२) आंतरप्रादेशिक व्यापार आणि आंतरराष्ट्रीय व्यापार स्पष्ट करा.

३) आंतरराष्ट्रीय व्यापाराचे महत्त्व स्पष्ट करा.

प्र. ४. टिपा लिहा. (१०० शब्दांत)

१) आंतरराष्ट्रीय अर्थशास्त्राचे महत्त्व.

२) आंतरराष्ट्रीय अर्थशास्त्राची व्याप्ती.

३) आंतरप्रादेशिक व्यापार.

४) आंतरप्रादेशिक व्यापार आणि आंतरराष्ट्रीय व्यापार यातला फरक.

२

आंतरराष्ट्रीय व्यापाराचे सिद्धान्त
Theories of International Trade

२.१ **प्रास्ताविक** (Introduction)

२.२ **आंतरराष्ट्रीय व्यापाराचा सनातन सिद्धान्त** (Classical Theory of International Trade)

२.३ **आंतरराष्ट्रीय व्यापाराचा आधुनिक सिध्दान्त** (Modern Theory of International Trade)

२.४ **आंतरराष्ट्रीय व्यापाराचे वर्तमान विकास सिध्दान्त** (Recent Development in International Trade Theories)

२.१ प्रास्ताविक (Introduction)

देशांतर्गत व्यापाराप्रमाणेच परकीय व्यापार असतो. श्रमविभागणी आणि विशेषीकरण हा व्यापाराचा आधार आहे. वेगवेगळ्या देशात नैसर्गिक साधनसंपत्तीच्या देणग्या वेगवेगळ्या असतात; त्यामुळे काही वस्तू व सेवांच्या बाबतीत विशेषीकरणाकडे

कल असतो. त्यामुळे त्यांचे उत्पादन (निर्मिती) कमी खर्चात होते. वस्तूंचा व्यापार हा विनिमयाबरोबरच उत्पादन खर्चावर अवलंबून असतो. आंतरराष्ट्रीय व्यापारात श्रमविभागणीमुळे वाढ होते. दुसऱ्या घटकाच्या उभारणीत आणि वाढीत आंतरराष्ट्रीय व्यापाराचा आधार असतो. एक देश दुसऱ्या देशाबरोबर फायदेशीर व्यापार करण्यावर भर देतो. ॲडम स्मिथने देशाच्या जास्तीत जास्त फायद्याच्या विचाराला आंतरराष्ट्रीय व्यापारात महत्त्व दिले. ॲडम-स्मिथच्या सिद्धान्तात त्याच्या अनुयायांनी, विशेषत: टॉरेन्स आणि रिकार्डो यांनी सुधारणा केली; तर नवसनातन सिद्धान्त हेक्श्चर-ओहलिन, लिआँटिफचा विरोधाभास; रायबेगनस्की प्रमेय इत्यादींनी सिद्धान्ताचे विश्लेषण केले आहे.

२.२ आंतरराष्ट्रीय व्यापाराचा सनातन सिद्धान्त (Classical Theory of International Trade)

सनातनपंथीय अर्थशास्त्रज्ञांच्या मते, खुला व्यापार व पूर्ण स्पर्धा यामुळे एका देशाच्या प्रगतीत इतर देशांनाही सहभागी होता येते. निरनिराळ्या देशांत निरनिराळी उत्पादन सामग्री विपुल प्रमाणात उपलब्ध असते. त्यामुळे त्या त्या सामग्रीच्या साहाय्याने ते देश कमी खर्चात अधिक उत्पादन करून इतर देशांमध्ये त्यांची निर्यात करतात व ज्या वस्तूंचे उत्पादन देशात करणे तुलनात्मकदृष्ट्या जास्त खर्चीक असते त्या वस्तूंची आयात करतात. यामुळे सर्व देशांना कमी खर्चात अधिक वस्तू उपभोगावयास मिळून जगाच्या आर्थिक कल्याणात वाढ होते. परंतु, कोणाला किती लाभ होईल हे व्यापाराच्या शर्तींवर अवलंबून असते.

आंतरराष्ट्रीय व्यापाराचा आधुनिक सिद्धान्त आणि आंतरराष्ट्रीय व्यापाराचा सनातन सिद्धान्त हे एकत्रित आंतरराष्ट्रीय व्यापाराचे सिद्धान्त आहेत. आंतरराष्ट्रीय व्यापाराचा सिद्धान्त रॉबर्ट टॉरेन्स् (Robert Torrens), डेव्हिड रिकार्डो आणि जे. एस. मिल यांनी स्पष्ट करून त्या आधारालाच आंतरराष्ट्रीय व्यापाराचा 'सनातन सिद्धान्त' म्हणतात. त्याला तुलनात्मक खर्चाच्या फायद्याचा आधार आहे; अशारीतीने ॲडम स्मिथ यांनी निरपेक्ष खर्च-लाभाच्या तत्त्वाच्या आधारावर आंतरराष्ट्रीय व्यापाराचा सिद्धान्त स्पष्ट केला आहे; तो इतर सनातनवादी अर्थशास्त्रज्ञांनी नाकारला, विशेषत: रिकार्डोने नाकारला; परंतु तो समजण्यासाठी तुलनात्मक खर्च सिद्धान्त स्पष्टपणे मांडला आहे. त्या अभ्यासाचे विश्लेषण निरपेक्ष खर्च-लाभाच्या सिद्धान्ताने केले आहे.

त्या सिद्धान्ताची विस्तृत चर्चा खालीलप्रमाणे :

२.२.१ ॲडम स्मिथ – निरपेक्ष खर्च–लाभ सिद्धान्त (Adam Smith-Theory of Absolute Cost Advantage)

ॲडम स्मिथने सनातनवादी अर्थशास्त्राचा पाया रचला. सनातनवादी विचारसरणी व सिद्धान्त पुढे बराच काळ अर्थशास्त्रात मान्यता पावले. स्मिथने मुक्त अर्थव्यवस्थेचा स्वीकार केला. शासनाची भूमिका व कार्ये मर्यादित स्वरूपाची असावीत असे स्मिथने म्हटले आहे. कुठलीही अर्थव्यवस्था पूर्णत: स्वयंनिर्भर असू शकत नाही; हा विचार स्मिथला मान्य होता व म्हणून त्याने मुक्त अर्थव्यवस्थेचा पुरस्कार केला, त्यासाठी आजही सर्वमान्य असणाऱ्या श्रमविभाजन, आंतरराष्ट्रीय विशेषीकरण या संकल्पना स्मिथने मांडल्या. या संकल्पना जगाला देणाऱ्या दूरदर्शी स्मिथने आंतरराष्ट्रीय व्यापारासाठी 'निरपेक्ष लाभाचे' तत्त्व सांगितले. श्रममूल्य सिद्धान्ताचा आधार घेऊन ज्या वस्तूंच्या उत्पादन अथवा निर्यातीतून निरपेक्ष लाभ प्राप्त होईल अशा वस्तूंच्या उत्पादनात विशेषीकरण करावे व अशा वस्तूच केवळ निर्यात कराव्यात असा सिद्धान्त स्मिथने मांडला. या सिद्धान्तासाठी स्मिथने पूर्ण स्पर्धा, श्रममूल्य सिद्धान्त, श्रमविभाजन, वाहतूक खर्चाचा अभाव इ. तत्त्वे गृहीत धरली.

ॲडम स्मिथचे 'निरपेक्ष लाभाचे' तत्त्व अर्थ विचारात बराच काळ मान्यता पावले व ते तत्त्व आंतरराष्ट्रीय व्यापार सिद्धान्ताचा पाया म्हणून गणले गेले.

स्मिथ यांच्या मते, देशाची नैसर्गिक मक्तेदारी काही वस्तूंच्या उत्पादनात असते. इतर देशांच्या तुलनेने निरपेक्ष खर्च खूप कमी असतो, इतर देशांच्या वस्तूसाठी आणि निर्यातीसाठी उत्पादनात विशेषीकरणाला प्राधान्य दिले जाते. प्रत्येक देश ज्या वस्तूंच्या उत्पादनाच्या बाबतीत निरपेक्ष खर्च लाभ असल्यास ती वस्तू निर्यात करेल व ज्या वस्तूच्या बाबतीत निरपेक्ष तोट्याची स्थिती असेल ती वस्तू आयात करेल.

स्मिथ यांच्या मते, प्रत्येक देशात एका वस्तूचे उत्पादन दुसऱ्या देशापेक्षा निरपेक्षरीत्या कमी खर्चात करता येते. वस्तूच्या मूल्याचा विचार तिच्या उत्पादनासाठी येणाऱ्या श्रम–खर्चाच्या संदर्भात स्मिथ यांनी केला आहे. एखाद्या वस्तूचे मूल्य तिच्या उत्पादनासाठी खर्ची पडलेल्या श्रमाने ठरते, असे श्रम–मूल्य सिद्धान्त सांगतो. म्हणजेच दोन वस्तूंचा परस्परांमधील विनिमयाचा दर त्या वस्तूंच्या उत्पादनासाठी खर्च झालेल्या श्रममात्रांच्या प्रमाणात ठरतो.

वेगवेगळ्या देशातील श्रमिकांची उत्पादकता सारखी नसल्याने देशादेशांमधील वस्तूंचे सापेक्ष मूल्य वेगळे असते आणि वस्तूंच्या सापेक्ष मूल्यातील फरकामुळे आंतरराष्ट्रीय व्यापार लाभप्रद ठरतो.

स्मिथच्या मते, देशाला नैसर्गिक साधन सामग्रीच्या आधारे विशेषीकरणामुळे अन्य देशांपेक्षा कमी खर्चात वस्तूचे उत्पादन करणे शक्य असते. एखाद्या देशांत विशिष्ट वस्तूचे उत्पादन करण्यास अनुकूल परिस्थिती असते. तो देश अशा वस्तूंचे उत्पादन करतो. त्या देशातील लोकांच्या त्या वस्तूंच्या गरजा भागवून उरलेले उत्पादन अन्य देशाला निर्यात केले जाते. एखाद्या देशात खनिज संपत्तीची विपुलता असते तर दुसऱ्या एखाद्या देशातील जमीन, हवामान, पर्जन्यमान इ. अन्नधान्याचे उत्पादन करण्यास अनुकूल असते; अशा स्थितीत पहिल्या देशाला खनिजांचे उत्पादन करण्यासाठी कमी खर्च येतो, तर दुसऱ्या देशाला अन्नधान्यांचे उत्पादन करण्यास कमी खर्च येतो. त्यामुळे हे दोन देश आपले उत्पादन इतरांना निर्यात करून त्याच्या मोबदल्यात दुसऱ्या वस्तूची आयात करतात व त्यामधून आयात-निर्यात व्यापार अस्तित्वात येतो.

ॲडम स्मिथचा सिद्धान्त पुढील काल्पनिक उदाहरणाच्या साहाय्याने स्पष्ट करता येतो. उदा. भारत आणि पाकिस्तान या दोन देशांत गहू आणि तांदूळ या दोन वस्तूंच्या उत्पादन खर्चात निरपेक्ष फरक आहे. समजा, भारतातील तांदूळ उत्पादनाचा खर्च कमी आहे आणि पाकिस्तानमध्ये गहू उत्पादनाचा खर्च कमी आहे. उत्पादन खर्च श्रम परिणामांमध्ये व्यक्त केला आहे. समजा, या दोन्ही वस्तू दोन्ही देशांत उत्पादन केल्यास एक दिवसाच्या श्रम खर्चात होणारे उत्पादन पुढील तक्त्यात दाखविले आहे.

तक्ता २.१ : निरपेक्ष खर्चातील फरक

देश	उत्पादन खर्च	तांदूळ (किलोग्रॅम)	गहू (किलोग्रॅम)
भारत	एक दिवसाचा श्रम खर्च	१०	५
पाकिस्तान	एक दिवसाचा श्रम खर्च	५	१०

वरील तक्त्यावरून असे दिसून येते की, भारत एका दिवसाच्या श्रम युनिट (एकक) मध्ये १० किलोग्रॅम तांदूळ अथवा ५ किलोग्रॅम गहू उत्पादन करतो, तर पाकिस्तानमध्ये एक दिवसाच्या श्रम युनिट (एकक) मध्ये ५ किलोग्रॅम तांदूळ किंवा १० किलोग्रॅम गहू उत्पादन करू शकतो. तक्त्यावरून भारताला तांदूळ उत्पादनात निरपेक्ष लाभ मिळतो कारण १० किलोग्रॅम तांदूळ हा ५ किलोग्रॅम तांदळाच्या दुप्पट आहे; याउलट पाकिस्तानला गहू उत्पादनात निरपेक्ष लाभ मिळतो कारण १०

किलोग्रॅम गहू हा ५ किलोग्रॅम गव्हापेक्षा जास्त आहे; जर या दोन देशांत उत्पादनाचे विशेषीकरण झाले आणि भारताने तांदूळ उत्पादनासाठी सर्व श्रम वापरले तर एकूण २० किलोग्रॅम तांदळाचे उत्पादन होईल. उलट, पाकिस्तानने गहू उत्पादनात विशेषीकरण करून सर्व श्रम गहू उत्पादनासाठी वापरले तर एकूण २० किलोग्रॅम गहू उत्पादन होईल. समजा, या दोन देशांनी दोन्ही वस्तूंचे उत्पादन केले असते तर एकूण १५ किलोग्रॅम (१०+५) तांदळाचे उत्पादन झाले असते; तसेच एकूण १५ किलोग्रॅम (५+१०) गव्हाचे उत्पादन झाले असते; म्हणजे विशेषीकरणामुळे ५ किलोग्रॅम तांदळाचे व ५ किलोग्रॅम गव्हाचे जादा उत्पादन झाले. हे जादाचे उत्पादन दोन्ही देशांना लाभदायक ठरते म्हणून आंतरराष्ट्रीय व्यापार अस्तित्वात येतो.

अशा प्रकारे दोन देश दोन वस्तूंचे साधे प्रतिमान घेऊन त्या आधारे स्मिथ यांनी आंतरराष्ट्रीय व्यापारापासून होणारे लाभ स्पष्ट केले व मुक्त व्यापाराची आवश्यकता दाखवून दिली. थोडक्यात, एखाद्या देशाला वस्तूच्या उत्पादनात निरपेक्ष खर्च, लाभ जास्त असेल तर दोन्ही देश व्यापारापासून लाभ प्राप्त करून घेऊ शकतात.

स्मिथच्या सिद्धान्ताची गृहीते

निरपेक्ष लाभाचा सिद्धान्त स्मिथ यांनी विकसित केला. त्याची गृहीते खालीलप्रमाणे–

१) श्रम मात्रा (units) च्या शर्तीत परिमाण फक्त उत्पादनाच्या खर्चाचे आहे; म्हणून उत्पादनाच्या मात्रा फक्त श्रमिक विचारात घेतलेले आहेत.

२) उत्पादनाची आवश्यकता श्रमिक मात्रांची संख्या वस्तूंमधील विनिमयात ठरवतो.

३) अर्थव्यवस्थेत पूर्ण रोजगार आहे.

४) श्रमिक देशात गतिमान असतात; परंतु, अंतरराष्ट्रीय पातळीवर अगतिमान असतात.

५) अनुमाप प्रत्यय कृतीत स्थिर किंवा कायम (Constant) तत्त्व दिसून येते.

६) आंतरराष्ट्रीय व्यापारात दोन देश, दोन वस्तू सहभागी होतात.

ॲडम स्मिथच्या सिद्धान्तावर टीका

ॲडम स्मिथ यांच्या गृहीतांवर टीका होते. स्मिथ यांनी आपला सिद्धान्त दोन वस्तू दोन देश या आधारे स्पष्ट केला. प्रत्यक्षात एकाच वेळी अनेक देशांशी व्यापार होत असतो. दोन देशांत व्यापारांमध्ये दोनापेक्षा जास्त वस्तूंची आयात-निर्यात होत असते. स्मिथ यांनी श्रम हा उत्पादनाचा एकमेव घटक मानला. प्रत्यक्षात श्रमाबरोबर भांडवल, संयोजक, भूमी इ. घटकांची गरज असते, त्याकडे त्याने दुर्लक्ष केले आहे.

श्रम हा घटक आंतरराष्ट्रीय पातळीवर एकजिनशी मानला ही एक कल्पनाशक्ती दिसून येते प्रत्यक्षात एका देशात श्रम एकजिनसी नसतात. अशा प्रकारे स्मिथ यांचा 'निरपेक्ष खर्च लाभ' सिद्धान्त सदोष पायावर उभा आहे

स्मिथ यांनी विशेषीकरण ही संकल्पना वापरली. दोन देश दोन वस्तूंच्या उत्पादनात विशेषीकरण करील, हे फक्त उत्पादन खर्चाच्या फरकावरून निश्चित होते परंतु एक प्रकारच्या उत्पादनातून दुसऱ्या प्रकारच्या उत्पादनाकडे श्रमिकांना वळविणे हे शक्य आहे का? त्यातील अडचणी काय असतील, याचा विचार स्मिथने केलेला नाही. ही एक स्मिथच्या सिद्धान्ताची मर्यादा आहे.

दुसरी एक टीका केली जाते, ती म्हणजे दोन देशांतील व्यापाराचा निर्णय उत्पादन खर्चातील फरकावरून ठरविला जातो; हे एकमेव कारण, नाही तर दोन देशांतील भौगोलिक अंतर सुद्धा एक कारण असू शकते, बऱ्याचदा वाहतूक खर्चाचा विचार करता उत्पादन खर्चात केवळ स्वरूपाचा फरक असूनही आंतरराष्ट्रीय व्यापार फायद्याचा ठरू शकत नाही. वाहतूक खर्चाकडे स्मिथने दुर्लक्ष केले आहे हे स्पष्ट होते.

एल्स्वर्थ (Ellsworth) यांनी स्मिथच्या गृहीतांवर टीका केली आहे. ती म्हणजे, निरपेक्ष खर्च–लाभ; देशाचा महत्त्वाचा आंतरराष्ट्रीय व्यापाराचा हेतू असतो; ते वास्तविक बरोबर नाही, कारण काही विकसनशील देश आंतरराष्ट्रीय व्यापारात प्रवेश करतात. कोणत्याही वस्तूच्या उत्पादनात त्यांची निरपेक्ष खर्च–लाभ प्रक्रिया किंवा प्रवृत्ती बरोबरच नसते; म्हणून स्मिथच्या विश्लेषणाचा कल वस्तुस्थितीला धरून आणि समाधानकारक नाही.

डेव्हिड रिकार्डो यांचा तुलनात्मक खर्च – लाभाचा सिद्धान्त (David Ricardo's Theory of Comparative Cost-Advantage)

डेव्हिड रिकार्डो यांनी १८१७ मध्ये 'प्रिन्सिपल ऑफ पॉलिटिकल इकॉनॉमी अँड टॅक्सेशन' या ग्रंथामध्ये 'ऑन फॉरेन ट्रेड' या प्रकरणात आंतरराष्ट्रीय व्यापार फायद्याचा होण्यासाठी उत्पादन खर्चातील तुलनात्मक फरक महत्त्वाचा असतो हे स्पष्ट केले. रिकार्डोने स्मिथ यांच्या सिद्धान्ताचा संदर्भ देत त्याने आपल्या सिद्धान्ताची तर्कसंगत सैद्धांतिक विश्लेषणाची मांडणी केली.

२.२.२ डेव्हिड रिकार्डो यांचा तुलनात्मक खर्च–लाभाचा सिद्धान्त (David Ricardo's-Theory of Comparative Cost - Advantage)

स्मिथ नंतर त्याची विचारसरणी समर्थपणे पुढे चालवणारा अर्थतज्ज्ञ म्हणजे

'डेव्हिड रिकार्डो'. रिकार्डोने स्मिथच्या विचारांनी प्रभावित होऊन अर्थशास्त्रीय विचारांना आणखी गती देण्याचा प्रयत्न केला. आंतरराष्ट्रीय व्यापार सिद्धान्ताबाबत रिकार्डोने तुलनात्मक खर्च-लाभाचा सिद्धान्त मांडून एक इतिहास रचला. रिकार्डोच्या मते, आंतरराष्ट्रीय व्यापार हा तुलनात्मक खर्च-लाभांवर अवलंबून असतो. रिकार्डोने विविध देश विविध प्रकारच्या वस्तू उत्पादनात विशेषीकरण का करतात, याचे स्पष्टीकरण करण्याचा प्रयत्न केला. दोन देश, दोन उत्पादने, उत्पादन घटक – श्रम या सर्वांचा आधार घेऊन त्याने अंकगणितीय उदाहरण देऊन 'तुलनात्मक खर्च-लाभाचे' विश्लेषण केले, तर्कदृष्ट्या निरपेक्ष लाभापेक्षा तुलनात्मक लाभाचे तत्त्व नि:संशय सरस ठरले व जवळजवळ त्यानंतर शतकभर आंतरराष्ट्रीय व्यापाराच्या बाबतीत 'तुलनात्मक लाभाचे' तत्त्वच ग्राह्य धरण्यात आहे.

आंतरराष्ट्रीय व्यापार चालू राहतो, कारण दोन देशांमध्ये निर्माण होणाऱ्या वस्तूंच्या उत्पादनखर्चात फरक असतो. असा फरक – अ) निरपेक्ष फरक, ब) तुलनात्मक फरक, क) समान फरक या तीन प्रकारचा असतो. ॲडम स्मिथ यांनी फक्त त्यातील निरपेक्ष फरकाचा विचार केला तर रिकार्डो यांनी आपल्या सिद्धान्तात तौलनिक फरकही विचारात घेतला आहे व सिद्धान्ताची मांडणी केली. उत्पादन खर्चात निरपेक्ष फरक व तुलनात्मक फरक असला तर आंतरराष्ट्रीय व्यापार फायद्याचा ठरतो.

रिकार्डोच्या मते, देशादेशांमधील आंतरराष्ट्रीय व्यापाराचा पाया तुलनात्मक खर्च-लाभ हा आहे. त्यांच्या मते, इतर घटक सारखे असतील तर देशाचा कल विशेषीकरण करून निर्यातीचा असेल. तुलनात्मक खर्च-लाभ हा वस्तूचे उत्पादन फायदेशीर होत असेल तर मिळतो व तेच उत्पादन केले जाते. देश आयात करीत असलेल्या वस्तूंच्या बाबतीत कमी तुलनात्मक खर्च फायदेशीर ठरतो. रिकार्डोने विकसित केलेल्या सिद्धान्ताचे विश्लेषण करताना दोन देश, दोन वस्तू आणि एक मात्रा प्रतिमानाबरोबर खालील गृहीते आधारभूत आहेत-

१) श्रम हा फक्त उत्पादन घटक आहे.
२) उत्पादन खर्च श्रमाच्या संदर्भात मोजला जातो.
३) दोन्ही वस्तूंच्या बाजारात आणि श्रमाच्या बाजारात पूर्ण स्पर्धा आहे.
४) श्रमाचे सर्व नग एकजिनसी असतात.
५) देशांतर्गत उत्पादन घटक पूर्णपणे गतिक्षम असले तरी दोन देशांमध्ये ते गतिक्षम होऊ शकत नाहीत.

६)	अनियंत्रित मुक्त व्यापार आहे.

७)	दोन्ही देशांत पूर्ण रोजगार आहे.

८)	वाहतूक खर्च विचारात घेत नाही.

९)	दोन्ही देशांत स्थिर उत्पादन खर्चाचा अगर स्थिर उत्पादन फलाचा सिद्धान्त व्यवहारात दिसत आहे.

१०)	दोन्ही देशात तांत्रिक बदल होत नाही.

तुलनात्मक खर्चाची तत्त्वे :

तुलनात्मक लाभाच्या तत्त्वाबाबतीत असे म्हणता येते की, दोन्ही देशांना लाभ मिळतो. दोन वस्तूंच्या उत्पादनात त्यांपैकी दुसऱ्यापेक्षा जास्त कार्यक्षम अशा एकाच पासून व्यापारात त्यांना फायदे मिळतात. तुलनात्मक खर्चाचा कल वेगवेगळ्या देशांत वेगवगळा असतो; कारण निर्मित उत्पादन आवश्यक उत्पादनाच्या घटकांची उपलब्धता हे असते. परंतु, घटकांची देणगी उत्पन्नासारखी संबंधित नसते. प्रत्येक वस्तूची मागणी वेगवेगळ्या देशांत असते. विशेषीकरणाचा तुलनात्मक खर्च-लाभाचा फायदा व्यापारी देशांना होतो. निर्मित उत्पादनाची कमी किंमत असते. विपुल प्रमाणात घटक उपलब्ध असणाऱ्या देशांत उपलब्ध होतात त्यामुळे आंतरराष्ट्रीय व्यापारात त्या वस्तू स्वस्त मिळतात. रिकार्डोच्या मुक्त व्यापाराच्या शिफारशीची आवश्यकता म्हणजे जास्त फायदे आणि वाढते कल्याण हे आंतरराष्ट्रीय पातळीवर आहे.

रिकार्डो यांच्या सिद्धान्ताने असे स्पष्ट केले आहे की, एखाद्या देशाला काही वस्तू जरी दुसऱ्या देशापेक्षा कमी खर्चात तयार करता येत असली तरीही त्या देशाने त्यांपैकी एकावर आपले लक्ष केंद्रित करावे व आंतरराष्ट्रीय व्यापार चालू ठेवावा; त्यात त्या देशाचे व दुसऱ्या देशाचे हित आहे.

तुलनात्मक खर्च-लाभ

उदाहरणाच्या साहाय्याने स्पष्ट करता येईल.

तुलनात्मकदृष्ट्या ज्या वस्तूच्या उत्पादनात उत्पादनखर्च कमी येतो, त्या वस्तूंचे उत्पादन त्या देशाने करावे; त्याची निर्यात करावी आणि त्या वस्तूच्या मोबदल्यात उत्पादन खर्च जास्त येणाऱ्या वस्तूंची दुसऱ्या देशाकडून आयात करावी; वस्तू उत्पादनातील सापेक्ष फरकाने आंतरराष्ट्रीय व्यापार सुरू होतो व दोन्ही देशांना लाभ होतो.

देश	उत्पादन खर्च	तांदूळ (किलोग्रॅम)		गहू (किलोग्रॅम)
भारत	२० श्रम दिवस	१५०	किंवा	१५०
बांगलादेश	२० श्रम दिवस	६०	किंवा	१२०

वरील उदाहरणांवरून दोन्ही वस्तूंच्या उत्पादनात भारत हा बांगलादेशापेक्षा कार्यक्षम आहे असे दिसून येते. दोन्ही वस्तू बांगलादेशाच्या मानाने तो कमी खर्चात निर्माण करतो; मात्र, तुलनात्मकदृष्ट्या पाहिल्यास भारताची उत्पादनक्षमता तांदळाच्या बाबतीत गव्हापेक्षा जास्त आहे; म्हणून भारताने तांदळाच्या उत्पादनात विशेषीकरण करावे व बांगला देशाने गव्हाच्या उत्पादनात विशेषीकरण करावे आता व्यापारापूर्वी या दोन देशांत या दोन वस्तूंमधील विनिमय दर भारतात १ किलो तांदूळ = १ किलो गहू व बांगला देशांत १ किलो तांदूळ = २ किलो गहू असा आहे. अर्थात्‌च, आंतरराष्ट्रीय व्यापारात भारत १ किलो तांदळाच्या मोबदल्यात १ किलो गव्हापेक्षा जास्त गहू मिळवा अशी अपेक्षा धरेल तर बांगलादेश १ किलो तांदळाच्या मोबदल्यात २ किलोपेक्षा थोडा कमी गहू देण्यास तयार होईल; प्रत्यक्षात विनिमय दर १ किलो तांदूळ = १ ते २ किलो गहू या दरम्यान निश्चित होईल; हा व्यापार दोन्ही देशांना फायदेशीर ठरेल.

रिकार्डोच्या सिद्धान्ताचे मूल्यमापन (Critical Evaluation of Ricardo's Theory)

रिकार्डो यांनी आंतरराष्ट्रीय व्यापाराच्या तुलनात्मक खर्चाच्या सिद्धान्तात अतिशय चांगले स्पष्टीकरण केले आहे. आधुनिक लेखकांनी त्यात काही दुरुस्त्या सुचविल्या आहेत. त्यांचा सिद्धान्त तार्किक पायांवर उभा आहे. मात्र, काही मर्यादा दिसून येतात. ओहलिन, ग्रॅहम या अर्थशास्त्रज्ञांनी सिद्धान्तावर पुढीलप्रमाणे टीका केली आहे.

१) सिद्धान्तात श्रम-खर्च ही मुख्य अट : रिकार्डोचा सिद्धान्त मुख्यत: श्रम सिद्धान्ताच्या मूल्यावर आहे. त्याने फक्त श्रमिक खर्च मान्य केला; इतर खर्च धरला नाही. त्या सिद्धान्तात वास्तव दृष्टिकोन दिसून येत नाही. श्रम खर्च दृष्टिकोनात श्रमिक एकजिनसी असतात असे गृहीत धरले; परंतु, श्रमिकांचे स्वरूप भिन्न असते म्हणून श्रमखर्चाचा दृष्टिकोन वस्तुस्थितीला धरून नाही.

२) स्थिर उत्पादन पातळीचे गृहीत : दोन्ही देशांत उत्पादनाचा स्थिर खर्च

हा पाया धरला, परंतु तो अपूर्ण आहे. तो एक तर वाढता खर्च किंवा घटता खर्च असेल. जेव्हा उत्पादन मोठ्या पातळीवर घेतले जाते तेव्हा खर्च कमी आणि तुलनात्मक फायदे वाढतात. परंतु, वाढत्या एकत्रित उत्पादनाबरोबर खर्चात वाढच होते; नंतर तुलनात्मक फायदे कमी होण्याकडे कल असतो किंवा ते कमी होतात.

३) स्थिर प्रमाणात श्रमिकांच्या वापराचे गृहीत : तुलनात्मक खर्च सिद्धान्तात मुख्यत: सर्व वस्तूंच्या उत्पादनासाठी श्रमिकांचा उपयोग केला जातो. हे सांख्यिकीय अनुमान आहे, ते वास्तव स्वरूपात नाही. व्यवहारात वस्तुनिर्मितीसाठी वेगवेगळ्या भागांमध्ये श्रमिकांचा उपयोग केला जातो.

४) वाहतूक खर्चाकडे दुर्लक्ष : सिद्धान्तात वेगवेगळे वाहतूक खर्च वगळले आहेत. तुलनात्मक खर्च दरातील फरक रद्द केला आहे. वाहतूक खर्च वाढला म्हणून त्या वस्तू आंतरराष्ट्रीय व्यापाराच्या होत नाहीत.

५) उत्पादन घटक पूर्ण गतिमान अंतर्गत नसतात : रिकार्डोच्या सिद्धान्तात उत्पादनाचे घटक देशांत पूर्णपणे गतिमान असतात असे गृहीत धरले; परंतु, आंतरराष्ट्रीय दृष्टिकोनातून ते पूर्णपणे अगतिमान असतात हे वस्तुस्थितीला धरून नाही; कारण एक तर देशात घटक पूर्णपणे एका प्रदेशातून दुसऱ्या प्रदेशात गतिमान नसतात किंवा एका उद्योगातून दुसऱ्या उद्योगात गतिमान नसतात.

६) उच्च बंधनात्मक प्रतिमानांचा वापर : रिकार्डोच्या प्रतिमानात दोन देशांत दोन वस्तूंसाठी व्यवहार केले जातात असे गृहीत धरले ते अवास्तव आहे. व्यवहारात आंतरराष्ट्रीय व्यापारात काही वस्तू आणि काही देश व्यवहार करतात.

७) मुक्त व्यापाराचे गृहीत अवास्तव : रिकार्डोचा सिद्धान्त मुख्यत: पूर्ण आणि मुक्त व्यापाराच्या गृहीतांवर आधारित आहे. परंतु, जागतिक व्यापार मुक्त नाही; इतर देशांत वस्तूंच्या आयात-निर्यातीत अनेक बंधने येतात. उत्पादनाच्या बाबतीत एकजिनसीपणाकडे कल असतो; हे सर्व घटक हा सिद्धान्त नाकारतो.

८) तंत्रज्ञानाच्या भूमिकेला नकार : तंत्रज्ञानाचे महत्त्व रिकार्डोच्या सिद्धान्तात नाकारले आहे. परंतु, जगाचे वैशिष्ट्य म्हणजे जलद तांत्रिक प्रगती आहे. निरीक्षणावरून असे दिसून येते की, उत्पादन खर्च तांत्रिक प्रगतीमुळे कमी होतो आणि वस्तूंच्या पुरवठ्यात वाढसुद्धा होते. देशांतर्गत आणि आंतरराष्ट्रीय बाजार या दोन्हीतही वाढ होते. वस्तुस्थिती अशी आहे की, जागतिक व्यापाराचा फायदा मुख्यत्वे सहभागित्व आणि संशोधन व विकासाचे उपक्रम यात आहे.

९) पूर्ण रोजगाराचे गृहीत : या सिद्धान्तात पूर्ण रोजगार हे गृहीत वास्तव नाही त्यामुळे तो सिद्धान्त अवास्तव वाटतो.

१०) फक्त पुरवठ्याच्या बाजूचा सिद्धान्त : रिकार्डोचा सिद्धान्त फक्त आंतरराष्ट्रीय व्यापाराच्या बाजूच्या पुरवठ्यावर लक्ष वेधून घेतो. त्याचे विश्लेषण त्या वस्तूंची निर्यात व आयातीचे आहे. व्यापाराबाबत स्पष्टीकरण व त्यामधील विनिमय दर काय आणि दोन्ही देशांमधील व्यापाराच्या अटी दिलेल्या नाहीत.

११) ओहलिनची (Ohlin) **टीका :** हेक्श्चर-ओहलिन यांनी या सिद्धान्तावर पुढीलप्रमाणे टीका केली.

दोन देश, दोन वस्तू प्रतिमानाच्या पायावर श्रम सिद्धान्ताचे मूल्य आधारित आहे. मात्र काही देश, काही वस्तू आंतरराष्ट्रीय व्यापारात असतात. त्यामुळे रिकार्डोचा सिद्धान्त अवास्तव आहे; निरीक्षण केल्यास असे दिसून येते की, तो धोकादायक आणि त्रुटी असणारा आहे.

आंतरराष्ट्रीय व्यापारावर रिकार्डोच्या सिद्धान्तामुळे मर्यादा येतात. मात्र, तरीसुद्धा विश्लेषणासाठी, तुलनात्मक लाभासाठी त्याचा उपयोग होऊ शकतो, त्यामुळे आंतरराष्ट्रीय व्यापार विस्तारासाठी फायदेशीर ठरतो.

२.३ आंतरराष्ट्रीय व्यापाराचा आधुनिक सिद्धान्त (Modern Theory of International Trade)

रिकार्डोच्या तुलनात्मक खर्च सिद्धान्तावर टीका करण्याचे मुख्य कारण म्हणजे 'श्रममूल्य सिद्धान्त' होय. श्रममूल्याच्या सिद्धान्तानुसार वस्तूच्या उत्पादनात श्रमिकांच्या सहभागामुळे वस्तूचे मूल्य ठरते. त्यामुळे उत्पादनाचा मुख्य घटक 'श्रमिक' हाच आहे. वस्तू उत्पादनात श्रमिकांव्यतिरिक्त इतर घटकांचा विचार केला जात नाही. गृहीतांमध्येसुद्धा श्रम हा घटक एकजिनसी व त्याचा उपयोग सर्व वस्तूंच्या उत्पादनात सारखाच केला जातो. या गृहीतांचे अवलोकन केल्यास ही गृहीते अवास्तव वाटतात म्हणून आधुनिक अर्थशास्त्रज्ञ हेक्श्चर-ओहलिन, रायबेगनस्की इत्यादींनी पर्यायी सिद्धान्त मांडले त्यामुळे रिकार्डोच्या सिद्धान्तावर मर्यादा येतात.

२.३.१ हेक्श्चर ओहलिन यांचा आंतरराष्ट्रीय व्यापार सिद्धान्त (Heckscher-ohlin)

इलि फिलीप हेक्श्चर (१८७९-१९५२) तर बर्टिल ओहलिन (१८९९-१९७९) हे हेक्श्चर यांचे विद्यार्थी या स्वीडिश अर्थशास्त्रज्ञांनी रिकार्डो नंतर रिकार्डोच्या सिद्धान्ताची पुढची साखळी म्हणून आपला सिद्धान्त मांडला; या सिद्धान्तानुसार आंतरराष्ट्रीय व्यापाराचा मुख्य पाया म्हणजे 'तुलनात्मक घटकांची उपलब्धता' असल्याचे त्यांचे मत होते. त्यांच्या मते घटकांची उपलब्धता (Factor Endowment) म्हणजे

प्रत्येक देशाकडे असणारे उत्पादन घटकांचे विशिष्ट प्रमाण होय. ज्या देशात जो घटक विपुलतेने उपलब्ध असतो तो घटक वस्तुच्या उत्पादनात अधिक वापरला जातो अशाच वस्तूच्या बाबतीत तौलनिक लाभ दिसून येतो; जसे उदा. भारत, कोरिया, तैवान हे श्रमाचे प्रमाण अधिक असलेले देश, श्रम हा घटक़ अधिक वापरून वस्तूंची उदा. कापड, पादत्राणे इ. निर्यात करतात तर भूमी या घटकाची विपुलता असणारे देश उदा. ऑस्ट्रेलिया, कॅनडा हे देश मांस व गहू यांची भूमी या घटकाची उपलब्धता असल्याने त्या वस्तूंची निर्यात करतील.

उदा. २) 'अ' देशाकडे भांडवलापेक्षा श्रम अधिक प्रमाणात असतील तर तो देश श्रमाचा अधिकाधिक वापर करून श्रमप्रधान उत्पादनतंत्राद्वारे वस्तूंचे उत्पादन, त्या वस्तूंच्या उत्पादनात विशेषीकरण करेल व अशा वस्तूंच्या निर्मितीतून त्या देशाला लाभ प्राप्त होईल.

बर्टिल-ओहलिन यांच्या साधारण समतोलाचे परीक्षण केल्यास आंतरराष्ट्रीय व्यापाराच्या समस्यांबरोबर व्यवहारातील उपयोग आंतरराष्ट्रीय व्यापारात दिसून येतो. देशात उत्पादन घटकांच्या किमती आणि घटकांच्या देणग्यांसंबंधी उपलब्धतेवरून प्रादेशिक व्यापार आणि उत्पादनाच्या विशेषीकरणाची पद्धत मुख्यत: ठरविली जाते. घटकांच्या देणग्या वेगवेगळ्या असतात म्हणून श्रीमंत देशांचा भांडवलाचा उपयोग करण्याकडे कल असतो आणि श्रमिकांचा पुरवठा श्रीमंत देशात केला जातो; तसेच श्रमप्रधान वस्तूंची निर्यात केली जाते. आंतरराष्ट्रीय व्यापाराचे मुख्य कारण म्हणजे इतर प्रदेशातून कमी किमतीत वस्तू खरेदी केल्या जातात. विशेषीकरणामुळे आणि घटकांच्या देणगीमुळे उत्पादन खर्च कमी येतो; त्यामुळे वस्तूंच्या किमतीत फरक दिसून येतो. हे आंतरराष्ट्रीय व्यापाराचे मुख्य कारण आहे.

हेक्श्चर-ओहलिन सिद्धान्ताची गृहीते (Assumptions of the Theory)

हेक्श्चर-ओहलिन सिद्धान्त पुढील गृहीतांवर आधारित आहे.

१) सिद्धान्तात दोन देश, दोन वस्तू, दोन उत्पादन घटक (श्रम व भांडवल) गृहीत धरले आहे; हा सिद्धान्त २ × २ × २ प्रतिमान आहे.

२) अर्थव्यवस्थेत संसाधनांमध्ये पूर्ण रोजगार असतो.

३) वस्तू बाजार व घटक बाजारात पूर्ण स्पर्धा आस्तत्वात आहे.

४) दोन वेगवेगळ्या वस्तूंच्या उत्पादन घटकांची तीव्रता वेगवेगळी असते; काही श्रमप्रधान तर काही भांडवलप्रधान असतात.

५) वेगवेगळ्या प्रदेशात उत्पादन घटकांच्या उपलब्धतेत संख्यात्मक स्वरूपाचे भेद असतात; परंतु, गुणात्मकदृष्ट्या ते एकजिनसी असतात.

६) एकाच प्रदेशात उत्पादन घटक पूर्ण गतिशील असतात; परंतु, आंतरराष्ट्रीय पातळीवर ते पूर्ण अगतिशील असतात.

७) दोन देशांत 'मुक्त व्यापार' असतो.

८) वस्तूंच्या बाबतीत प्रत्येक देशात स्थिर उत्पादनफलाची स्थिती असते.

९) वाहतूक खर्चाचा अभाव.

१०) वेगवेगळ्या वस्तूंसाठी उत्पादन फलने वेगवेगळी असतात; परंतु, एकाच वस्तूसाठी वेगवेगळ्या देशांत ती समान असतात.

११) तंत्रज्ञानात कोणताही बदल होत नाही.

१२) दोन्ही देशांत ग्राहकांची पसंती आणि मागणीची रचना विशिष्ट असते.

१३) फक्त एका वस्तूच्या उत्पादनात विशेषीकरण देशात होत नाही किंवा पूर्णत: विशेषीकरण होत नाही.

१४) आंतरराष्ट्रीय व्यापारात फक्त वस्तूंच्या व्यापारांचा समावेश होतो.

हेक्श्चर-ओहलिन सिद्धान्तात दोन पायाभूत प्रमेय (Theorem) आहेत.

१) व्यापाराचे प्रमेय (Theorem) : या सिद्धान्तानुसार आंतरराष्ट्रीय व्यापाराचा पाया वेगवेगळ्या देशांत वेगवेगळ्या घटकांच्या देणग्यांवर आहे. विशेषीकरण आणि निर्यात वस्तू देणगीच्या विपुलतेबरोबर साधनांवरही अवलंबून असते. देशात निर्यात वस्तूंची मुबलकता असेल आणि देशात स्वस्त साधने असतील तसेच ज्यांना आयात वस्तूंच्या उत्पादनाची गरज असेल, तुलनात्मकदृष्ट्या दुर्मीळ आणि खर्चीक साधनांचा उपयोग हेतूपूर्वक उत्पादनाच्या गरजेसाठी केला जातो.

२) घटकांची किंमत समानता (Equalization) : आंतरराष्ट्रीय व्यापाराचा कल दोन देशांत घटकांच्या किमती समानतेवर असतो; म्हणून सिद्धान्ताचे विश्लेषण घटक देणगी आणि व्यापारविषयक बोलणी पद्धत वेगवेगळ्या अटीत तुलनात्मक फायद्याच्या कारणांचे विश्लेषण केले आहे. दुसऱ्या प्रमेयात (Theorem II) किंमत घटकांच्या सारखेपणाची प्रक्रिया या बाबतीत आंतरराष्ट्रीय व्यापाराचे परिणाम स्पष्ट केले आहेत.

ओहलिन यांनी भांडवल - श्रीमंत देशाच्या बाबत असे स्पष्ट केले की, जर एखाद्या देशात भांडवलाला मिळणाऱ्या मोबदल्याच्या श्रमाला मिळणाऱ्या मोबदल्याशी असलेला दर हा दुसऱ्या देशात भांडवलाला मिळणाऱ्या मोबदल्याच्या श्रमाला

मिळणाऱ्या मोबदल्याशी असलेल्या दरापाशी कमी असेल तर पहिला देश दुसऱ्या देशाच्या तुलनेत भांडवल-श्रीमंत असेल.

हेक्श्चर-ओहलिन दृष्टिकोनानुसार भांडवलाची विपुलता असलेला देश श्रमाची विपुलता असलेल्या देशाशी व्यापार करतो. श्रमाची विपुलता असणारा देश श्रमप्रधान वस्तूंची निर्यात करतो तर भांडवल विपुलता असलेला देश भांडवलप्रधान वस्तूंची निर्यात करतो; तसेच दोन्ही देशात आयात-स्पर्धक उत्पादनसुद्धा केले जाते.

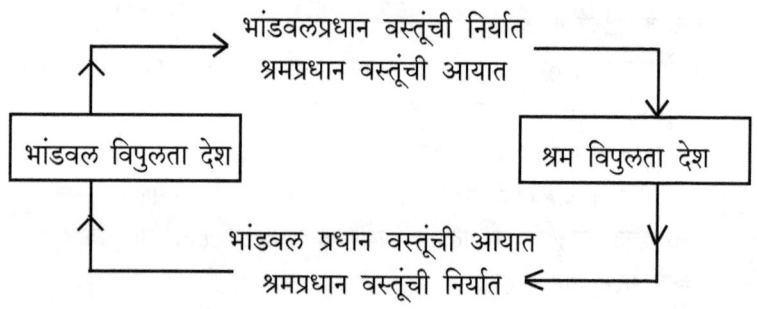

हेक्श्चर – ओहलिनचा आंतरराष्ट्रीय व्यापार वरील प्रमाणे सांगता येतो.

उत्पादन घटकांची प्रत्यक्षातील विपुलता

हेक्श्चर-ओहलिन प्रतिमानानुसार स्पष्ट करता येते. 'अ' देशाकडे इतर देशांच्या तुलनेने भांडवलाचे प्रमाण मोठे असेल तर भांडवली संख्येच्यादृष्टीने 'अ' देशात विपुलता आहे असे म्हणता येते. 'अ' देश तुलनात्मकदृष्ट्या भांडवलसंपन्नतेच्या बाबतीत सरस ठरतो. तर 'ब' देशाकडे श्रमिकसंख्या जास्त असते; अशा वेळी पुढील सूत्राचा वापर करून उत्पादन घटकांची त्या देशातील विपुलता मोजता येते.

$$\frac{कअ}{लअ} > \frac{कब}{लब}$$

येथे
कअ = 'अ' देशात भांडवलाची एकूण रक्कम.
कब = 'ब' देशात भांडवलाची एकूण रक्कम.
लअ = 'अ' देशात श्रमाची एकूण रक्कम.
लब = 'ब' देशात श्रमाची एकूण रक्कम.

आता दोन्ही देशांमध्ये विशेषीकरण आणि उत्पादनाची प्रक्रिया स्पष्ट केली आहे.

या सिद्धान्ताचे आकृतीच्या साहाय्याने स्पष्टीकरण पुढीलप्रमाणे –

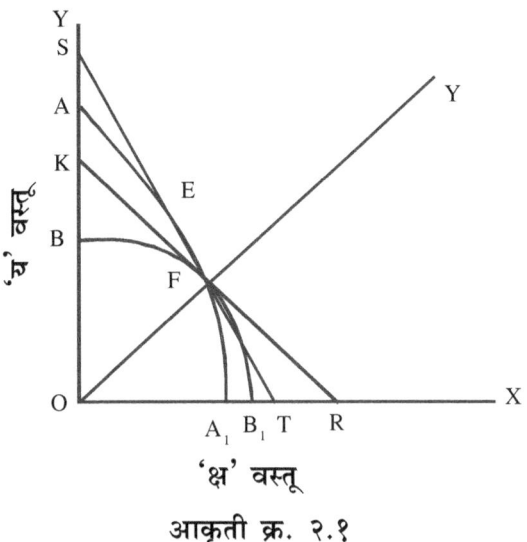

आकृती क्र. २.१

'अ' देशाचा उत्पादन शक्यता वक्र `$AA_1$' दिला आहे; तर 'ब' देशाची उत्पादन शक्यता वक्र `BB_1' दिला आहे. उत्पादन शक्यता वक्रांचा अभ्यास करताना हे स्पष्ट होते की, 'य' वस्तू भांडवलप्रधान उत्पादन प्रक्रियेतून आणि 'क्ष' वस्तू श्रमप्रधान उत्पादन प्रक्रियेतील आहेत; जर दोन्ही देशांनी दोन्ही वस्तूंचे सारख्याच प्रमाणात उत्पादन केले तर `OY' एवढे उत्पादन निर्माण करतील; जर त्या प्रत्येक देशांनी उत्पादन विशिष्ट बिंदूपर्यंत केले तर 'अ' देशात 'E' बिंदू इतके उत्पादन होऊ शकते; कारण त्या ठिकाणी 'ST' ही उत्पादन घटक किंमत रेषा `AA_1' या उत्पादनक्षमता वक्रास स्पर्श करते. त्यात 'य'च्या 'OS' इतक्या वस्तू निर्माण करता येतील व त्या तुलनेने स्वस्त असतील. पण 'क्ष' वस्तूच्या संख्येत घट होते; कारण; 'OT' इतके उत्पादन देशात खर्चीक असते. 'B' देश 'F' बिंदूपर्यंत उत्पादन वाढवेल तेथे 'KR' उत्पादन घटक किंमतरेषा उत्पादन शक्यता वक्रास म्हणजे 'BB_1' वक्रास स्पर्श करते. 'B' देश 'क्ष'च्या वर इतक्या संख्येने उत्पादन तौलनिकदृष्ट्या कमी खर्चात करू शकतो. मात्र, `OK' इतके 'य' चे उत्पादन घटते. यावरून निष्कर्ष असा की, उत्पादन घटक मूल्यरेषा 'A' देशात अधिक उभी आहे; तर 'B' देशातील 'KR' ही उत्पादन घटक मूल्यरेषा जास्त पसरट आहे; कारण 'KR'चा उतार 'ST' च्या उतारापेक्षा मोठा आहे.

'X' अक्षावरील दोन किंमतरेषेतील फरक असे सूचित करतो की, 'B' देशात 'X'चे 'OR' इतके उत्पादन केले जाते; कारण ते 'A' देशातील 'क्ष' वस्तूच्या 'OT'

उत्पादनाहून मोठे आहे. (OR > OT) तसेच 'य' वस्तूच्या 'Y' अक्षावरील किंमतरेषांमधील फरक असे सुचवितो की, 'A' देशात 'य' वस्तूचे 'व स' एवढे उत्पादन होते. ते 'B' देशाने 'Y' संख्येपर्यंत केलेले 'Y' उत्पादनापेक्षा मोठे आहे. (OS < OK). थोडक्यात, निष्कर्ष असा की, 'A' देशात भांडवल विपुलतेमुळे भांडवलप्रधान 'य' वस्तूचे उत्पादन होते तर 'B' देशात श्रमप्रधान असलेले 'क्ष'चे उत्पादन होते.

यावरून असेही सूचित होते की, भांडवलाची विपुलता असणारा देश भांडवलप्रधान 'य' वस्तूचे उत्पादन अपेक्षा करेल आणि श्रमप्रधान देशात उत्पादन वाढविले जाईल.

प्रा. झिंगन (Prof. Jhingan) यांच्या मते, 'अ' देशाचा 'AA₁' हा उत्पादनशक्यता वक्र आहे आणि 'ब' देशाचा 'BB₁' हा उत्पादनशक्यता वक्र आहे. 'AA₁' या वक्रास उत्पादन घटक किंमत वक्र 'S' बिंदूपाशी वक्र करतो. त्यावरून त्या देशाचे भांडवलातील कौशल्य वाढविता येते व त्या देशातील वस्तूंच्या उत्पादनांपेक्षा आयातीची मागणी जास्त असते. तसेच 'ब' देश 'OB₁' इतके श्रम आधारित वस्तूंचे उत्पादन करेल ते 'अ' देशाला 'OA₁' पेक्षा जास्त असेल; अशारीतीने प्रत्येक देश आपल्या उत्पादनाची उत्पादनक्षमता नियंत्रित ठेवत असतो.

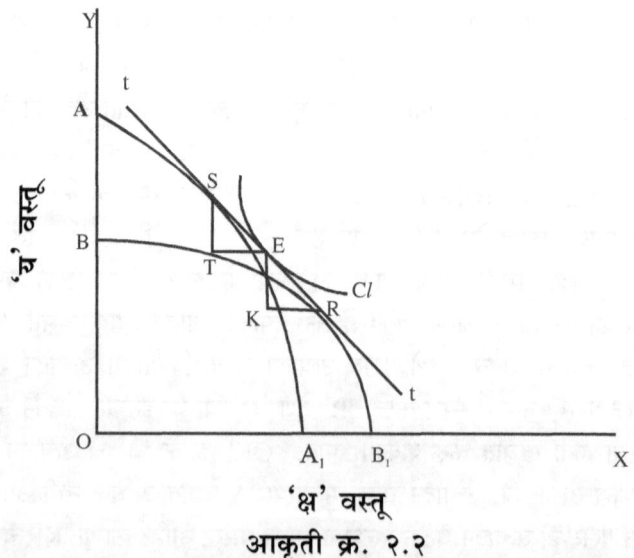

'क्ष' वस्तू

आकृती क्र. २.२

अशा बाबतीत भांडवली खर्च सारखाच असतो; मागणी किंवा ग्राहकाच्या आवडीनिवडी या बाबतीत दोन्ही देशांत समान स्थिती अपेक्षिली असून त्यामध्ये उत्पादनाची मतबंधने घालता येत नाहीत.

व्यापारविषयक अटी संदर्भात दोन देशांत त्रिकोणाने स्पष्टीकरण देता येते. 'EKR' या त्रिकोणाने ते दाखविले जाते. 'अ' देशाने 'TS' इतकी 'Y' वस्तू निर्यात केली; तर 'TE' इतक्या मालाची आयात केली जाते. 'ब' देश 'क्ष'च्या 'KR' वस्तूची निर्यात करतो आणि 'य'च्या 'KE' वस्तूंची आयात करतो.

उदाहरणाच्या साहाय्याने स्पष्टीकरण –

हेक्श्चर – ओहलिन यांनी आंतरराष्ट्रीय व्यापाराच्या स्पष्टीकरणासाठी ऑस्ट्रेलिया आणि इंग्लंड या दोन देशांतील प्रत्येकी लोकर आणि लोखंड, पोलाद ही उत्पादने विचारात घेतली. या दोन उत्पादनांसाठी श्रमप्रधान व भांडवलप्रधान उत्पादन तंत्रे वापरली जातात. इंग्लंड हा भांडवलप्रधान उत्पादनतंत्राच्या साहाय्याने लोखंड आणि पोलादाचे उत्पादन घेतो कारण इंग्लंडमध्ये भांडवल मोठ्या प्रमाणात उपलब्ध आहे. ऑस्ट्रेलियामध्ये उपलब्ध असणारी जमीन आणि मेंढ्यापासून मिळणारी लोकर यांची विपुलता आहे; त्यामुळे ऑस्ट्रेलिया लोकरीचे उत्पादन घेतो. देशात उपलब्ध असलेल्या नैसर्गिक घटकांची विपुलता विचारात घेतल्यामुळे या दोन्ही देशांमध्ये विशेषीकरण करता येते. या दोन्ही देशांनी जर प्रत्येकी लोखंड, पोलाद आणि लोकर या दोन उत्पादनावर लक्ष केंद्रित केले तर या दोन्ही देशांना आंतरराष्ट्रीय व्यापारापासून लाभ होऊ शकतो. हेक्श्चर–ओहलिन सिद्धान्तानुसार कोणताही देश ज्या उत्पादनासाठी त्या देशामध्ये उपलब्ध असणारे उत्पादन घटक मोठ्या प्रमाणावर वापरतो व त्यातून लाभ मिळवतो.

हेक्श्चर – ओहलिन यांचा सिद्धान्त काल्पनिक उदाहरणाच्या साहाय्याने स्पष्ट करता येतो.

'अ' देश आणि 'ब' देश असे दोन देश प्रत्येक यंत्रसामग्री व कापड यांचे उत्पादन घेतात; दोन्ही देशांत उत्पादन खर्च भिन्न स्वरूपाचा आहे.

तक्ता २.१

उत्पादन घटक	घटकांची विपुलता		घटक प्रमाण	उत्पादन खर्च कापड उत्पादन		घटक प्रमाण	उत्पादन खर्च यंत्रसामग्री उत्पादन	
	अ	ब		अ	ब		अ	ब
श्रम	६	२	४	२४	८	२	१२	४
भांडवल	२	५	२	४	१०	४	८	२०
एकूण			२८	२८	१८		२०	२४

कापड उत्पादनासाठी श्रमाचे ४ घटक आणि भांडवलाचे दोन घटक लागतात. भारतात श्रमाचा दर २ रुपये आहे आणि भांडवलाचा ५ रुपये आहे. इंग्लंडमध्ये श्रमासाठी ६ रुपये तर भांडवलाचा दर २ रुपये आहे. भूमीचा दर दोन्ही देशांत समान आहे. भारत श्रमप्रधान तंत्राच्या साहाय्याने उत्पादन करतो तर इंग्लंड उत्पादनासाठी भांडवलप्रधान उत्पादनतंत्राचा वापर करते. तक्त्यात 'अ' आणि 'ब' देशाच्या उत्पादन खर्चाची तुलना करण्यात आली आहे. 'अ' देश म्हणजे इंग्लंड आणि 'ब' देश म्हणजे भारत होय. तक्त्यावरून असे दिसून येते की, इंग्लंडने भांडवलाचा विचार करून यंत्रसामग्रीचे उत्पादन घेणे फायदेशीर ठरेल तर भारताने उत्पादनासाठी श्रम, भांडवल या घटकांच्या साहाय्याने कापड उत्पादन करणे फायदेशीर ठरेल. इंग्लंडच्या तुलनेत भारताच्या कापडाच्या एककासाठी १८ रुपये खर्च येतो तर इंग्लंडमध्ये २८रुपये खर्च येतो; म्हणजेच कापडाचे उत्पादन भारताने करावे; तसेच भारताच्या तुलनेत इंग्लंडमध्ये एक एकक यंत्रसामग्रीचा खर्च २० रुपये होतो तर भारतात २४रुपये खर्च येतो म्हणजे यंत्रसामग्रीचे उत्पादन इंग्लंडने करणे फायदेशीर ठरेल; यावरून असे स्पष्ट होते की, इंग्लंडने यंत्रसामग्री उत्पादनास प्राधान्य द्यावे तर भारताने कापड उत्पादनास प्राधान्य द्यावे.

आंतरराष्ट्रीय व्यापारात हेक्श्चर-ओहलिन सिद्धान्ताचे सनातन सिद्धान्तावरील श्रेष्ठत्व (Superiority of Hecksher-Ohlin's Theory over Classical Theory of International Trade)

आंतरराष्ट्रीय व्यापाराच्या हेक्श्चर-ओहलिन सिद्धान्तात महत्त्वपूर्ण सुधारणा सनातनवादी सिद्धान्तात खालील कारणांनी सुचविल्या आहेत –

१) आंतरप्रादेशिक व्यापारापेक्षा विशेष असा आंतरराष्ट्रीय व्यापार : हेक्श्चर-ओहलिन दृष्टिकोन हा सनातनवादी सिद्धान्तापेक्षा श्रेष्ठ आहे; कारण हे मान्य केले पाहिजे की, आंतरप्रादेशिक व्यापाराचा किंवा स्थानिक व्यापाराचा एक विशेष प्रकार म्हणजे 'आंतरराष्ट्रीय व्यापार' होय. सनातनवाद्यांचा आंतरराष्ट्रीय व्यापार सिद्धान्त हा आंतरप्रादेशिक व्यापारापासून पूर्णत: भिन्न आहे असे आपण मानतो.

२) सर्वसाधारण समान सिद्धान्त : हेक्श्चर-ओहलिन प्रतिमान अधिक वस्तुस्थितीदर्शक आहे. मूल्यसिद्धान्ताचा सर्वसाधारण समतोल विकसित केला आहे. त्यामुळे श्रम-मूल्य सिद्धान्ताच्या संकल्पनेतून सनातन सिद्धान्ताची सुटका केली आहे.

३) उत्पादनाचे दोन घटक : सनातन सिद्धान्तामध्ये 'श्रम' या एकाच उत्पादन

घटकाचा विचार केला. हेक्श्चर-ओहलिन प्रतिमानात श्रम आणि भांडवल या दोन उत्पादन घटकांचा विचार केला आहे; म्हणून सनातन दृष्टिकोनापेक्षा त्यांचे श्रेष्ठत्व व वस्तुस्थिती मान्य करावी लागते.

४) घटकांच्या देणगीत फरक : उत्पादन घटकांच्या देणगीत प्रत्येक देशात फरक असतो. हा पाया हेक्श्चर-ओहलिन यांनी घालून दिला. सनातन सिद्धान्तात फक्त श्रमाची कार्यक्षमता या एकाच घटकाला पाया मानले आहे. एका घटकाचा दर्जा मान्य केला; परंतु हेक्श्चर-ओहलिन दृष्टिकोनाने दर्जा आणि संख्या दोन्ही घटकांना श्रमिक आणि भांडवलाला महत्त्व दिले म्हणून हेश्क्चर-ओहलिन सिद्धान्त सनातनवादींपेक्षा जास्त वस्तुस्थितीदर्शक आणि श्रेष्ठ ठरतो.

५) घटकांच्या किमती संबंधात : हेक्श्चर-ओहलिन सिद्धान्तात उत्पादन घटकांच्या तुलनात्मक किमतीच्या फरकामुळे वस्तूंच्या किमतीमध्ये तुलनात्मक फरक निर्माण होतो. मात्र, सनातन सिद्धान्तात फक्त वस्तूंच्या तुलनात्मक किमतीचा विचार केला आहे.

६) घटकांच्या उत्पादनात फरक : हेक्श्चर-ओहलिन सिद्धान्त आंतरराष्ट्रीय व्यापारामध्ये उत्पादकतेतील तुलनात्मक फरकाचा विचार करतो; सनातन सिद्धान्त फक्त श्रमाची उत्पादकता विचारात घेतो.

७) तुलनात्मक खर्चातील फरकांच्या कारणांचे स्पष्टीकरण : सॅम्युअलसन (Samuelson) यांनी असे नमूद केले आहे की, सनातन सिद्धान्त तुलनात्मक खर्चात किंवा फायद्यातील फरकांचे कारणांचे स्पष्टीकरण करण्यात अपयशी ठरला; येथे हेक्श्चर-ओहलिन सिद्धान्ताने समाधानकारकरीतीने स्पष्टीकरण केले आहे.

८) उत्पादन कार्याचा उपयोग : हेक्श्चर-ओहलिन सिद्धान्तात दोन्ही देशांच्या उत्पादन कार्याची गृहीते पायाभूत आहेत; तर सनातन सिद्धान्तात व्यापारी देशांच्या उत्पादनात वेगवेगळेपणा हा पाया आहे.

९) स्थानिय सिद्धान्त : हॅबरलर (Haberler) यांच्या मते, हेक्श्चर-ओहलिन सिद्धान्ताचे स्थानिय स्पष्टीकरण आंतरराष्ट्रीय व्यापारात महत्त्वाच्या घटकांच्या जागी (Space) स्पष्टीकरण केले आहे; सनातन सिद्धान्ताने वेगवेगळ्या देशात जागा (Space) अभावी बाजार असे म्हटले आहे. मात्र, ते वस्तुस्थितीला धरून नाही.

१०) सकारात्मक सिद्धान्त : सनातन सिद्धान्ताचा भर आंतरराष्ट्रीय व्यापारामुळे काय लाभ मिळतात याचे स्पष्टीकरणावर आहे; म्हणून तो कल्याणकारी सिद्धान्ताशी निगडित आहे. परंतु, हेक्श्चर-ओहलिन सिद्धान्त व्यापार का निर्माण होतो यावर अधिक भर देतो; म्हणून तो शास्त्रीय आणि आंतरराष्ट्रीय व्यापाराचा शुद्ध सिद्धान्त आहे.

११) पूर्ण विशेषीकरण : हेक्श्चर-ओहलिन सिद्धान्तामध्ये जेव्हा दोन्ही देश आंतरराष्ट्रीय व्यापारात सहभागी होतात तेव्हा त्यांचा कल एका वस्तूसाठी एका देशात पूर्ण विशेषीकरणावर भर आहे. त्यात तुलनात्मक खर्चाचे फायदे आणि घटक देणग्या सोईस्कर असतात. परंतु, सनातन सिद्धान्तात आंतरराष्ट्रीय व्यापाराच्या मार्गात किंवा देशात पूर्ण विशेषीकरणास प्राधान्य देत नाही.

१२) व्यापाराचे स्वरूप : लँकेस्टर (Lancaster) यांनी असे नमूद केले आहे की, हेक्श्चर-ओहलिन सिद्धान्त भविष्यकालीन स्थितीबद्दल स्पष्टीकरण करतो. सनातन सिद्धान्तामध्ये श्रमिकांचे कौशल्य व कार्यक्षमतेमध्ये असलेल्या फरकामुळे तुलनात्मक खर्च निर्माण होतो, असे म्हटले आहे. परंतु, हेक्श्चर-ओहलिन सिद्धान्त घटकांच्या किमतीमधील तुलनात्मक फरक म्हणजे वेगवेगळ्या वस्तूंसाठी वेगवेगळ्या प्रमाणात घटकांची आवश्यकता असते. त्यामुळे उत्पादन खर्चामध्ये तुलनात्मक फरक निर्माण होतो; म्हणून जर दोन देशातील श्रमिक सारखेच कार्यक्षम झाले तर व्यापार सतत त्या ठिकाणी चालू राहील.

हेक्श्चर-ओहलिन सिद्धान्तावर टीका :

सनातन सिद्धान्तापेक्षा श्रेष्ठ असणाऱ्या हेक्श्चर-ओहलिन सिद्धान्तावर पुढील आक्षेप घेण्यात आले आहेत.

१) स्थितिशील सिद्धान्त : सनातन सिद्धान्ताप्रमाणेच हेक्श्चर-ओहलिन सिद्धान्त स्थितिशील आहे; तो फक्त एका विशिष्ट वेळेला अर्थव्यवस्थेची वैशिष्ट्ये सांगतो. परंतु, उत्पादन स्थितीमध्ये होणाऱ्या बदलानुसार अर्थव्यवस्था कशी विकसित होईल, याचे कोणतेही निर्देश हा सिद्धान्त देत नाही.

२) २ x २ x २ प्रतिमान : हेक्श्चर-ओहलिन सिद्धान्तात दोन वस्तू, दोन घटक, दोन देश यामध्ये व्यवहार केले जातात. ते साध्या गृहीतावर आधारित आहेत. परंतु, ओहलिन यांनी असे दाखवून दिले आहे की, हे प्रतिमान अनेक वस्तू, अनेक देश व अनेक उत्पादन घटकांसाठी गणिती शर्तीवर वापरता येते.

३) घटक आणि उत्पादन तंत्र एकजिनसी नसणे : हेक्श्चर-ओहलिन सिद्धान्त असे गृहीत धरतो की, दोन्ही देशांत उत्पादनाचे तंत्र आणि उत्पादन घटक एकजिनसी असतात. हे वास्तवतेला धरून नाही; श्रम हा एकजिनसी नसतो. वेगवेगळ्या देशात उपयोग करताना उत्पादनतंत्रात फरक असतो.

४) स्थिर प्रत्याय : हेक्श्चर-ओहलिन सिद्धान्त स्थिर अनुमाप प्रत्येक गृहीतावर आधारलेला आहे, ते वास्तवात बरोबर नाही. देशातील घटकांच्या जास्त विपुलतेवर

निर्यात आणि अर्थव्यवस्थेचे फायदे असतात; म्हणून स्थिर अनुमाप प्रत्ययापेक्षा प्रत्याय अनुमापात वाढीवर कृती करणे महत्त्वाचे असते.

५) मागणी पद्धत आणि आवक एकसारखी नसणे : हेक्श्चर-ओहलिन सिद्धान्त असे गृहीत धरतो की, दोन्ही देशात मागणी पद्धत आणि उपभोक्त्याची आवड आणि प्राधान्य ही विशेष ओळख असते. परंतु, हे गृहीत अवास्तव आहे. ग्राहकांच्या आवडीत आणि मागणी पद्धतीत महत्त्वपूर्ण बदल तांत्रिकप्रगती आणि सुधारणेमुळे होतात; म्हणून मागणी पद्धत आणि आवड दोन्ही देशात सारखी नसते.

६) व्यापारावर वाहतूक खर्चाचा परिणाम : हेक्श्चर-ओहलिन सिद्धान्तात दोन्ही देशांदरम्यान होणाऱ्या व्यापारात वाहतूक खर्च गृहीत धरला नाही. परंतु, वस्तुस्थिती अशी आहे की, व्यापारावर फक्त वाहतूक खर्चाचाच परिणाम होत नाही तर दोन्ही देशात निर्माण होणाऱ्या वस्तूंच्या किमतीवर इतर प्रशुल्क आणि वस्तूंच्या पूर्ण आणि अपूर्णक्षमता निर्मितीचा परिणामसुद्धा होतो. वाहतूक खर्च हा मान्य केला पाहिजे. सारख्याच वस्तूंच्या किमतीत दोन्ही देशात फरक असतो; त्याचा परिणाम व्यापार संबंधावर होतो.

७) पूर्ण स्पर्धा आणि पूर्ण रोजगाराची गृहीते : हेक्श्चर-ओहलिन सिद्धान्तातील पूर्ण स्पर्धा आणि पूर्ण रोजगार ही गृहीते अवास्तव आहेत. व्यवहारात पूर्ण रोजगार मुक्तव्यापारात कोणत्याही देशामध्ये दिसून येत नाही.

८) काही प्रमाणात समतोल दृष्टिकोन : हेक्श्चर-ओहलिन सिद्धान्ताने मुख्य भर साधारण समतोल प्रतिमानावर दिला नाही. काही प्रमाणात पृथक्करणाचे प्रतिमान दिसून येते.

९) घटक किंमत समान होत नाही : आंतरराष्ट्रीय व्यापारात घटक किंमत समान होते हा या सिद्धान्ताचा चुकीचा निष्कर्ष आहे. प्रत्यक्षात वेगवेगळ्या देशात वेतनासारख्या घटक किमती समान नसतात; आपण असे म्हणू शकतो की, घटक किमतीतील कमी फरकामुळे आंतरराष्ट्रीय व्यापार होऊ शकतो.

१०) अनिश्चित आणि अटींचा सिद्धान्त : हॅबरलर यांनी हेक्श्चर-ओहलिन सिद्धान्तावर अनिश्चित आणि अटींचा सिद्धान्त अशी टीका केली आहे. उत्पादनाच्या अनेक घटकांबरोबर त्यातील काही घटक दर्जात्मक योग्यतेचे वेगवेगळ्या देशांमध्ये सर्वसाधारण दिसून येतात. त्याचबरोबर वेगवेगळ्या देशांत उत्पादनाचे घटक सारखे नसतात; व्यापार शक्यतेच्या संबंधी परिस्थितीला सर्वसाधारणपणे प्राधान्य नसते.

हेक्श्चर-ओहलिन सिद्धान्तावर अनेक टीका केल्या असल्या तरी सनातन सिद्धान्तापेक्षा तो एक चांगला सिद्धान्त आहे. सामान्य समतोलाशी संबंध जोडून

आंतरराष्ट्रीय व्यापाराच्या पायाचे विश्लेषण करण्याचा प्रयत्न या सिद्धान्तामध्ये केला आहे.

हेक्श्चर-ओहलिनचा सिद्धान्त १९७० पर्यंत आंतरराष्ट्रीय व्यापाराच्या बाबतीत सर्वमान्य होता. परंतु, या सिद्धान्तातून काही समस्यांची समाधानकारक उत्तरे मिळू शकली नव्हती. जसे-

१) अनेक देश दुहेरी व्यापार करतात म्हणजे अनेक देश स्वयंचलित वाहने निर्यात करतात व त्यांचीच आयात सुद्धा करतात.

२) अनेक विकसित देश (युरोपीय देश - अमेरिका) यांच्याकडे समान घटक उपलब्ध असताना भिन्न उत्पादन घटकांच्या व्यापारापेक्षाही समान उत्पादन घटकांच्या साहाय्याने व्यापार करताना दिसून येतात.

या प्रश्नांच्या उत्तरासाठी अनेक स्पष्टीकरणे दिली गेली. परंतु, एका निश्चित अशा सिद्धातांचा अभाव होता.

लिऑंटिफ यांनी हेक्श्चर-ओहलिन सिद्धान्ताचे परीक्षण करून या सिद्धातांशी विसंगत अशी आकडेवारी मिळवली. त्यांचे कार्य व विश्लेषण आंतरराष्ट्रीय व्यापार सिद्धान्तात 'लिऑंटिफ विरोधाभास' म्हणून प्रसिद्ध आहे.

हेक्श्चर-ओहलिन सिद्धान्ताची काही पृथक्करणे वैशिष्टपूर्ण अशी आहेत. जसे-

१) विविध देशांमध्ये घडणारा व्यापार हा प्रामुख्याने भिन्न असणाऱ्या उत्पादन घटकांच्या साहाय्याने चालतो.

२) मुक्त व्यापारातून अथवा उदारीकरणामुळे उत्पादन घटकांच्या मालकी हक्काबाबत संघर्ष निर्माण होतो; कारण भांडवलप्रधान तंत्राची निर्यात व श्रमप्रधान वस्तूंची आयात म्हणजे शेवटी भांडवलाची निर्यात व श्रमाची आयात होय; यातून देशांतर्गत श्रमाला असणारी स्पर्धा वाढते व शेवटी श्रमिकांचे शोषण होते.

३) मुक्त व्यापारक्षेत्र अथवा व्यापार संघटना यांच्या माध्यमातून व्यापार उदारीकरण केले जाते; व या गटबाजीतून अधिक नफा मिळविण्याचा प्रयत्न केला जातो.

युरोपीय संघ हे याचे उत्तम उदाहरण आहे. कोणत्याही प्रकारचा तुलनात्मक लाभ नसताना तसेच घटक उपलब्धतेच्या बाबतीत समानता असतानाही व्यापार घडून येऊ शकतो; व त्यातून नफासुद्धा मिळविता येतो हे यातून सिद्ध झाले आहे. पुढील काळात हेक्श्चर-ओहलिन सिद्धान्ताशी विसंगत अशी अनेक निरीक्षणे समोर येणार आहेत.

२.४ आंतरराष्ट्रीय व्यापाराचे वर्तमान विकास सिद्धान्त (Recent Development in International Trade Theories)

२.४.१ रीबेगनस्की प्रमेय (Rybczynski Theorem)

टी.एम. रीबेगनस्की यांनी आपल्या प्रमेयात दोन वस्तू, दोन घटक गृहीत धरून इतर घटकांचा पुरवठा स्थिर मानून एका घटकाचा पुरवठा चालू ठेवला जातो, असे स्पष्ट केले. वस्तूच्या उत्पादनवाढीसाठी हेतूपूर्वक त्या घटकाचा उपयोग केला जातो. या घटकाचा उपयोग वस्तूवाढीसाठी अथवा उत्पादनाच्या घटीसाठीसुद्धा केला जातो. जसे श्रमाचा पुरवठा वाढतो तेव्हा श्रमप्रधान वस्तूचे उत्पादन वाढते व भांडवल प्रधान वस्तूचे उत्पादन घटते.

गृहीते :

प्रमेयाचा पाया खालील गृहीतांवर आधारित आहे –

१) दोन देश एकमेकांबरोबर व्यापार करतात.

२) दोन वस्तूंचे उत्पादन त्या देशात होते.

३) श्रम आणि भांडवल या दोन घटकांची मदत वस्तूंच्या उत्पादनात होते.

४) सारख्या वातावरणात घटक पूर्णपणे विभक्त, गतिमान आणि स्थिर आहेत.

५) दोन्ही देशात उत्पादन कार्य सारखे (Linear) परंतु वेगवेगळे असते.

६) प्रत्येक घटकाच्या वस्तूच्या हेतूत फरक आहे.

७) वस्तू आणि घटकांच्या किमती स्थिर आहेत.

८) वस्तू बाजार आणि घटकांच्या बाजारात पूर्ण स्पर्धा अस्तित्वात असते.

९) इतर घटक स्थिर असतात. त्यामध्ये फक्त एकाच घटकाच्या पुरवठ्यात बदल होतो.

प्रमेयाचे स्पष्टीकरण

टी. एम. रीबेगनस्की प्रमेयाचे स्पष्टीकरण झिंगन

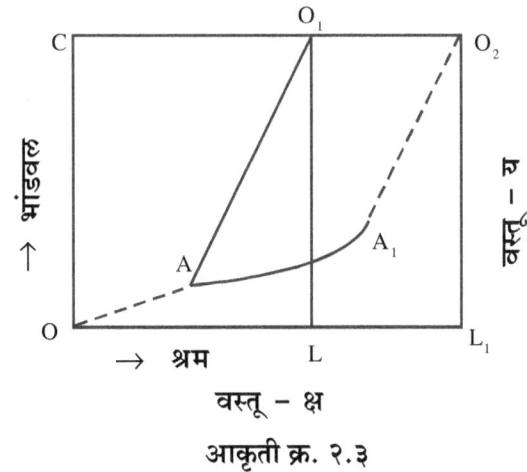

आकृती क्र. २.३

(Jhingan) यांनी पेटी आकृती (Box Diagram) च्या मदतीने केले आहे.

पेटी आकृतीत (Box Diagram) 'क्ष' उत्पादन वस्तूचा आरंभबिंदू 'O' आहे. तर O_1 हा 'य'चा आहे. देशाची देणगी घटक 'OLO_1C' या बॉक्सइतकी आहे. आकृतीत श्रम 'क्ष' अक्षावर दाखविले आहेत आणि भांडवल 'य' अक्षावर दाखविले आहे. आता 'अ' करारवक्रावर 'OAO_1' हे सुरुवातीचे उत्पादन बिंदू आहेत. प्रत्येक वस्तूचे गुणोत्तर 'भांडवल-श्रम' आहे. 'OA_1' आणि 'OA' उतार दिला आहे. 'क्ष'चा 'OA' उतार दाखविला आहे. ते श्रमप्रधानाशी संबंधित आहे. येथे 'O_1A' निर्देशक उतार भांडवलप्रधानाशी संबंधित 'य' वस्तू आहे. 'क्ष' वस्तू 'OA', 'क्ष'चे उत्पादन आहे आणि भांडवलाचा पुरवठा 'OA' आणि श्रमाचा पुरवठा 'OL' आहे. 'O_1L' हे 'य' ला दिले आहेत. 'OL' पासून 'OL_1' पर्यंत श्रमाचा पुरवठा वाढतो. नवीन पेटी आकृती (New Box Diagram) 'OL_1O_2C' अशी येते. भांडवल श्रम गुणोत्तर स्थिर वस्तू किमतीला राहते. नवीन उत्पादन बिंदू A_1 आहे. या रेषेचा 'OA' रेषेपर्यंत विस्तार होतो आणि नवीन रेषा 'O_2A_1' पासून 'O_1A' समांतर खाली येते. नवीन उत्पादन बिंदू A_1 ही रेषा करारवक्र (Contact Curve) 'OA_1O_2' हे त्याचे निर्देशक आहे. श्रमप्रधान उत्पादनाचे वस्तू 'क्ष'मध्ये 'OA' पासून ते 'OA_1' पर्यंत वाढ होते. परंतु, भांडवलप्रधान 'य' वस्तूचे उत्पादन 'O_1A' पासून ते 'O_2A_1' पर्यंत घटते.

व्यापाराच्या बदलाचा हा हेतू रीबेगनस्की यांचा होता; व्यापारात सहभागी होणाऱ्या देशांपैकी एका देशातील उत्पादन घटकाच्या पुरवठ्यात बदल झाल्यानंतर त्याचा व्यापारी संबंधावर काय परिणाम होतो, हे या प्रमेयामध्ये दिले आहे.

यावरून असेही दिसून येते की, भांडवल विपुल असणाऱ्या देशात भांडवलाचा पुरवठा आणि श्रमाचा पुरवठा विपुल असेल तर घटक किंमत समानीकरणाच्या प्रवृत्तीवर प्रतिकूल परिणाम होतो आणि घटक किंमत बदलत नसतील तसेच वस्तू किमतीमध्ये बदल होत नसेल तर भांडवल साठ्यातील वाढीमुळे समतोल बिंदू पुढे सरकतो.

टीका : रीबेगनस्कीच्या प्रमेयात दोन उणिवा दिसून येतात असे मिशन (Mishan) यांचे मत आहे.

१) उत्पादनाच्या इतर घटकांचा पुरवठा आपोआपच वाढतो, त्याचे वेगवेगळे संख्यात्मक परिणाम येथे दिसून येतात.

२) अतिशय अवघड वाढ किंवा विस्तार रायबेगनस्कीने स्पष्ट केला. परिणामी अनेकविध घटकांचे प्रतिमान तयार होते.

२.४.२ लिऑंटिफचा विरोधाभास (Leontief's paradox)

१९५४मध्ये वॅसिली लिऑंटिफ यांनी 'डॉमेस्टिक प्रॉडक्शन ऑफ फॉरेन ट्रेड' या आपल्या लेखातून हेक्श्चर-ओहलिन सिध्दान्ताची संख्याशास्त्रीय चाचणी घेण्यासाठी १९४७ या वर्षातील अमेरिकन अर्थव्यवस्थेतील निर्यात आणि आयात उद्योगातील उत्पादन घटकांच्या आकडेवारीचा आधार घेतला. त्यांना या अभ्यासात अमेरिका हा देश आयात पर्यायी वस्तूंच्या उत्पादनात निर्यात वस्तूंच्या उत्पादनापेक्षा तीस टक्के जास्त भांडवलाचा वापर करते असे दिसून आले. हेक्श्चर ओहलिन यांच्या सिद्धान्ताच्या विरुद्ध हा निष्कर्ष असल्याने त्याला लिऑंटिफचा विरोधाभास असे म्हटले जाते.

लिऑंटिफ यांनी भांडवल आणि श्रम हे दोन घटक विचारात घेतले. अमेरिकेत निर्यात १ दशलक्ष डॉलरने कमी करण्यासाठी आणि आयात पर्यायी वस्तू १ दशलक्ष डॉलरने वाढवण्यासाठी लागणाऱ्या उत्पादन घटकांच्या वापरावर होणाऱ्या परिणामांचे मोजमाप केले. त्यामध्ये त्यांना असे दिसून आले, की निर्यात उद्योगात दर श्रमाच्या वर्षामागे चौदाहजार डॉलर तर आयात पर्यायी उद्योगात त्यापेक्षा जास्त म्हणजे दर श्रमाच्या वर्षामागे अठरा हजार डॉलर एवढे भांडवल गुंतविले गेले; लिऑंटिफच्या विरोधाभासाच्या निष्कर्षांवर अनेकांनी आक्षेप घेतले, काहींनी असे स्पष्ट केले की, १९४७ हे सर्वसाधारण वर्ष नव्हते. त्यासाठी पुन्हा १९५६ मध्ये पूर्वीच्याच पद्धतीने अमेरिकेतील निर्यात व आयात पर्यायी उद्योगातील भांडवल श्रम उद्योगाचा अभ्यास केला. त्या अभ्यासासाठी त्यांनी १९५१ हे वर्ष निवडले व त्या वर्षातील आकडेवारीचा आधार घेतला. त्या अभ्यासात त्यांना असे दिसून आले की, अमेरिकेत आयात पर्यायी उत्पादनात श्रमाच्या दरवर्षामागे तेरा हजार सातशे डॉलर आणि निर्यात उत्पादनात श्रमाच्या दर वर्षामागे तेरा हजार डॉलर इतके भांडवल गुंतविले जाते असे दिसून आले. त्यामध्ये त्यांना पूर्वी सारखाच विरोधाभास दिसून आला.

हेक्श्चर-ओहलिन सिध्दान्त विपुल उत्पादन घटकांच्या साहाय्याने उत्पादित केलेल्या वस्तूंची देश निर्यात करतो आणि दुर्मीळ उत्पादन घटकांच्या साहाय्याने उत्पादित होणाऱ्या वस्तूंची देश आयात करतो असे दिसून येते. लिऑंटिफच्या अभ्यासाच्या काळात अमेरिकेत मोठ्या प्रमाणात भांडवल होते, त्यामुळे अमेरिका भांडवलप्रवण वस्तूंची निर्यात करेल आणि श्रमप्रधान वस्तूंची आयात करेल असे निष्कर्ष मांडले गेले. त्याच्या बरोबर विरुद्ध निष्कर्ष लिऑंटिफने गणितीय विश्लेषणाच्या आधारे स्पष्ट केले. अमेरिकेच्या निर्यात उद्योगात आयात उद्योगाच्या तुलनेने अधिक श्रमिक वापरले जातात म्हणजेच अमेरिका श्रमप्रधान वस्तू निर्यात करते व भांडवल प्रधान वस्तूंची आयात करते.

तक्ता २.२

	निर्यात	आयात पर्यायी वस्तू
१) भांडवल (००० डॉलर)	२५५१	३०९१
२) १९४७च्या किमतीनुसार	–	–
३) श्रम (श्रम वर्ष)	१८२	१७०
४) भांडवल-श्रम गुणोत्तर	१३.९९	१८.१८

वरील तक्त्यात असे दिसून येते की, आयात पर्यायी उद्योगात उत्पादनात वाढ करण्यासाठी अधिक भांडवल आणि श्रम लागतात. म्हणजे अमेरिका श्रमप्रधान वस्तूंची निर्यात करते व भांडवलप्रधान वस्तुंची आयात करते अशा प्रकारे विरोधाभासाच्या प्रश्नाचे विश्लेषण केले जाते.

लिऑंटिफच्या विरोधाभासाची स्पष्टीकरणे

हेक्श्चर – ओहलिन सिद्धान्ताला लिऑंटिफच्या विरोधाभासाने चालना दिली. आत्तापर्यंतच्या अभ्यासातून लिऑंटिफच्या विरोधाभासाला पुष्टी मिळाली. लिऑंटिफच्या विरोधाभासासंदर्भात विविध मतप्रवाह दिसून येतो.

१) अमेरिकेतील श्रम : लिऑंटिफ यांनी स्वत: असे स्पष्ट केले की, अमेरिकेत दर श्रमिकामागे भांडवलाची अधिक उपलब्धता असते हा एक आभास आहे, वास्तविक अमेरिका हा श्रम विपुल देश आहे; कारण अमेरिकेतील श्रमिक परकीय श्रमिकांच्या मानाने अधिक उत्पादक आहेत. परकीय श्रमिकांच्या तीन वर्षांबरोबर अमेरिकन श्रमाचे एक वर्ष आहे. त्यामुळे विपुलता मोजताना अमेरिकेच्या श्रमिकांच्या संख्येला तीनने गुणले पाहिजे. अमेरिकेत दर श्रमिकामागे असलेले भांडवलाचे प्रमाण हे कारण नसून, अधिक चांगले संघटन, उद्योजक वृत्ती, अनुकूल वातावरण हे आहे; परंतु श्रमाची उत्पादकता वाढण्याला हे घटक जसे असतात तसेच भांडवलाची उत्पादकता वाढविण्यालासुद्धा हे घटक कारणीभूत ठरतात त्यामुळे भांडवलालासुध्दा तीनने गुणले पाहिजे आणि तसे केले तर अमेरिका 'भांडवल प्रधान' आहे असे म्हणता येते–

२) मानवी भांडवल : श्रम हा घटक एकजिनसी नाही; त्यामुळे सर्व श्रमिक एकासारखेच असतात असे नाही. जसे ऊस तोडणी करणारा श्रमिक आणि आय.टी. कंपनीत काम करणारा श्रमिक दोघांचे श्रम एकत्र मोजणे योग्य नाही त्यामुळे किसिंग यांच्या मते, कौशल्य विपुल असलेला देश म्हणून अमेरिकेला म्हणावे लागेल.

अमेरिका निर्यात उद्योगात आयात पर्यायी उद्योगापेक्षा अधिक चांगल्या प्रकारे कुशल श्रमिकांचा वापर करते. त्यामुळे अमेरिका श्रमप्रधान वस्तूंची निर्यात करतो व भांडवलप्रधान वस्तूंची आयात करतो असे दिसून येते. त्यामुळे लिऑटिफच्या विरोधाभासाची आठवण येते.

३) कर : व्यापारातील कर आणि करेत्तर निर्बंधामुळे लिऑटिफचा विरोधाभास दिसून येतो, असे ट्राविस यांचे मत होते. अमेरिकेत आयात कर धोरणामुळे आयातदार स्पर्धक श्रमप्रधान उद्योगांना संरक्षण मिळाले. त्यामुळे अमेरिकेमधील आयातीत भांडवलप्रधान वस्तूंचा वाटा वाढला. आयात कर अधिक आकारल्यास आयात वस्तू महाग होते व आयात स्पर्धक उद्योगांना परकीय स्पर्धेपासून संरक्षण मिळते. त्यामुळे अमेरिकेच्या आयातीत भांडवलप्रधान वस्तू दिसून येतात.

४) उपभोग : अमेरिकेतील लोकांच्या आवडीनिवडी अथवा पसंती भांडवल प्रधान वस्तूंच्या उपभोगाची आहे. परिणामी अमेरिकेचा श्रमाचा सापेक्ष मोबदला इतर देशांपेक्षा कमी आहे. त्यामुळे अमेरिका श्रमप्रधान वस्तूंची निर्यात करतो, असा नवीन विचार पुढे आला.

तसेच अमेरिकेचे दरडोई उत्पन्न जास्त आहे. त्यामुळे उत्पन्न जसे वाढते तसे उपभोग पातळीसुद्धा वाढत जाते. एका मर्यादेच्या पुढे उत्पन्न वाढले की, सेवांचा उपभोगावरील खर्च वाढतो. सेवा या श्रमप्रधान असल्याने अमेरिकेतील अधिक उत्पन्न पातळीचा विचार करता उपभोग भांडवलप्रधान वस्तूंच्या बाजूने असण्यापेक्षा श्रमप्रधान उपभोगाच्या बाजूने असण्याची शक्यता आहे म्हणून अमेरिकेतील लोकांची पसंती श्रमप्रधान सेवानांच असणे हे नैतिक आहे.

५) घटक समानता : जर एखादी वस्तू भांडवल प्रधान जसे पोलाद असेल तर ती कायम दुसऱ्या वस्तूच्या तसे कापड तुलनेत भांडवल प्रधान राहते असे हेक्श्चर- ओहलिन सिद्धान्तात गृहीत धरले आहे मात्र जर एखाद्या देशात श्रमप्रधान असलेले कापडाचे उत्पादन दुसऱ्या देशात भांउवल प्रधान असू शकते; पूर्वी भारतात हातमागावर कापडाचे उत्पादन होत असे, तेव्हा इंग्लंडमधून भारतात यंत्रमागावरील कापड आयात होत होते. त्यामुळे या दोन्ही देशांपैकी एका देशात लिऑटिफचा विरोधाभास दिसून येतो.

६) साधनसामग्री : अमेरिकेतून पूर्वी अनेक धातू आणि खनिजांची निर्यात केली जात होती. मात्र, तेथे सध्या नैसर्गिक साधनसामग्री पूर्वीएवढी राहीली नाही. खनिज निर्मितीसाठी अमेरिकेत भांडवल मोठ्या प्रमाणात वापरले जात होते. आता अमेरिका मोठ्ठ्या प्रमाणात खनिजांची आयात करीत आहे; त्यामुळे अमेरिका

भांडवल प्रधान वस्तूंची आयात करीत आहे असे स्पष्ट होते.

थोडक्यात, लिऑँटिफ यांनी केलेल्या आदान-प्रदान तक्त्याच्या विश्लेषणावरून त्यांना १९७३ मध्ये नोबेल पारितोषिक मिळाले. लिऑँटिफ यांना १९४७ आणि १९५१ या वर्षातील केलेल्या अभ्यासावरून असे दिसून आले की, अमेरिका निर्यातीत श्रम हा घटक अधिक वापरला जातो तर आयातीत भांडवल घटक अधिक वापरला जातो; तोच लिऑँटिफचा विरोधाभास म्हणून ओळखला जातो.

लिऑँटिफ यांनी स्पष्टीकरणासाठी अमेरिकन श्रमिकांची श्रेष्ठ कार्यक्षमता भांडवलप्रधान वस्तू उपभोगांकडे कल; कर आणि इतर व्यापार निर्बंध, खनिजांची करावी लागणारी आयात, कौशल्य विपुलता, दोन वस्तू घटकांतील फरक या घटकांचा वापर केला जातो. सध्या मानवी भांडवल गुंतवणुकीला असणाऱ्या स्थानाचा विचार करता अमेरिका मानवी भांडवल घनतेचा वापर करून उत्पादनाची निर्यात करतो आणि अकुशल श्रमाचा वापर करून केल्या जाणाऱ्या वस्तूचीआयात करतो त्यामुळे मानवी भांडवलाचा विचार न केल्यामुळे हेक्श्चर-ओहलिन सिद्धान्तास विरोधाभास निर्माण होतो.

लिऑँटिफच्या सिद्धान्तावरील टीका

अनेक अर्थशास्त्रज्ञांनी लिऑँटिफच्या सिद्धान्ताची सांख्यकीय माहिती, योग्यता, बिनचूकपणा तसेच पाहणी पद्धतीतील प्रश्नासंदर्भात टीका केली आहे.

१) बुकाननी (Buchanan) यांनी लिऑँटिफच्या भांडवलाच्या मापनावर टीका केली आहे. त्यांच्या मते, लिऑँटिफ यांनी भांडवलाचा टिकाऊपणा विचारात घेतला नाही.

२) लोब (Loeb) यांनी असे नमूद केले आहे की, निर्यात आणि आयात क्षेत्रातील भांडवल उपलब्धतेतील फरक सांख्यिकीय दृष्टिकोनातून अर्थपूर्ण नाही.

३) स्वेरलिंग (Swerling) यांनी असे नमूद केले आहे की, १९४७ हे वर्षं असाधारण वर्षं होते.

४) आर. जोन्स (R. Jones) यांनी असे नमूद केले आहे की, अमेरिका निर्यात आणि आयात वस्तू इतर देशांच्या तुलनेने अधिक भांडवलप्रधान तंत्राने उत्पादित केल्या जातात; म्हणून ओहलीनचा सिद्धान्त चुकीचा ठरत नाही. त्यांच्या मते, लिऑँटिफ यांनी अमेरिकेतील आणि इतर देशातील घटक देणग्यांचे मापन तसेच त्यांची व्यापाराची रचना यांचे मापन केले नाही; त्याने फक्त अमेरिकेचा विचार केला आहे.

५) लिऑंटिफ यांनीसुद्धा देशातील जकात पद्धती नाकारल्या; त्याचासुद्धा आंतरराष्ट्रीय व्यापारावर परिणाम होतो.

६) लिऑंटिफच्या अभ्यासावरून असे दिसून येते की, नैसर्गिक साधनांचे महत्त्व नाकारले आहे; त्याचे आंतरराष्ट्रीय व्यापारात महत्त्व आहे.

७) लिऑंटिफच्या परिणामांचे विश्लेषण असे सांगितले जाते की, अमेरिकेत त्यासारखे वातावरण आणि चांगले संघटन, आंतरसंबंध आणि तुलनात्मक श्रमाच्या तीन पटीने जास्त अमेरिकन श्रमाची उत्पादकता आहे. अमेरिकेत श्रमाची विपुलता इतर देशांच्या मानाने जास्त आहे. हे विश्लेषण मन वळविण्यासारखे नाही आणि वैशिष्ट्यपूर्ण संकल्पना झोपेतून उठल्यासारखी आहे.

८) लिऑंटिफने मानवी संपत्तीचे महत्त्व नाकारले आहे. त्याने फक्त पैसारूपी भांडवलाला महत्त्व दिले. केनेने (Kenen) ने असे म्हटले आहे की, त्याच्या अभ्यासात मानवी संपत्तीला स्थान द्यावयास हवे होते. लिऑंटिफच्या विरोधाभासात अनेकविध चुका आहेत.

९) लेमर यांच्या मते, लिऑंटिफचा विरोधाभास चुकीचा ठरतो; जेव्हा व्यापार असमतोल होतो.

१०) लिऑंटिफ यांनी फक्त अमेरिका या एकाच देशाचा विचार केला आहे; जर (जसे जपान) दुसऱ्या देशाला सहभागी करून घेतले असते तर अमेरिकन भांडवलप्रधान वस्तूंची निर्यातीची तुलना जपानच्या निर्यातीशी करता आली असती.

अशारीतीने टीकात्मक अभ्यास केल्यानंतर परिणामी असे दिसून येते की, लिऑंटिफच्या विरोधाभासाचा अमेरिकेत आजही उपयोग केला जातो किंवा होतो.

२.४.३ आंतरउद्योग व्यापार (Intra Industry Trade)

भेद निर्माण केल्या जाणाऱ्या वस्तूंचा व्यापार १९५० ते १९७० या काळात मोठ्या प्रमाणात वाढला. हा व्यापार विकसित देशातील होता. सारख्याच प्रकारच्या वस्तूंची आयात-निर्यात करणाऱ्या व्यापाराला 'आंतर उद्योग व्यापार' असे म्हणतात. जसे युरोपियन समुदाय अमेरिकेकडून गव्हाचीआयात करतात त्याच वेळेला ते गरीब देशांना गव्हाची निर्यात करतात.

आंतरउद्योग व्यापार निर्माण करणारे घटक पुढीलप्रमाणे सांगता येतात–

अ) हंगामानंतर शेती उत्पादने देशातून निर्यात केली जातात तर हंगामापूर्वी ती आयात केली जातात.

ब) अनेकदा काही देश निर्यात करण्यासाठी काही वस्तूंची आयात करतात; जसे जपानकडून सिंगापूर आणि हाँगकाँग इलेक्ट्रॉनिक वस्तूंची आयात करतात आणि त्या वस्तू इंडोनेशिया, मलेशिया व थायलंडला निर्यात करतात.

क) भारत मोटरसायकल व मोटर कारची निर्यात करतो तसेच तो आयातसुद्धा करतो; कारण काही वस्तू सारख्या असल्या तरी त्यांचा स्वतंत्र एक ग्राहक वर्ग तयार होतो. त्यांना त्याच वस्तू पाहिजे असतात.

ड) वाहतूक खर्च वाचविण्यासाठी काटकसर म्हणून आंतरउद्योग निर्माण होतो; जसे पंजाबचा तांदूळ पाकिस्तानला पाठवणे कमी खर्चाचे असते, तसेच मद्रासला लागणारा तांदूळ बांगलादेशातून कमी खर्चात आयात करता येतो; म्हणजेच एकाच वेळी भारत निर्यात व आयातही करतो; जेव्हा विकासाची समान पातळी व समान घटक असणाऱ्या विकसित देशात आंतरउद्योग निर्माण होतो.

आंतरउद्योग मोजमापाचे सूत्र

$$IITj = 100\left[\frac{(xj + Mj) - (Xj - Mj)}{(Xj + Mj)}\right]$$

IITj = वस्तूंमधील आंतरउद्योग व्यापार.

Xj = वस्तूंच्या निर्यातीचे मूल्य.

Mj = वस्तूंच्या आयातीचे मूल्य.

समजा, देशातील मोटरकारच्या निर्यातीचे मूल्य ३० दशलक्ष डॉलर आहे. मोटरकारच्या आयातीचे मूल्य २० दशलक्ष असेल तर अशा वेळी आंतरउद्योग व्यापार पुढीलप्रमाणे असेल–

$$IITj = १००\left[\frac{(३० + २०) - (३० - २०)}{(३० + २०)}\right]$$

$$= १००\left[\frac{५० - १०}{५०}\right]$$

$$= १००\left[\frac{४०}{५०}\right] = ८०\text{ टक्के}$$

८० टक्के व्यापार असेल.

१९५९ ते १९६७ या काळात युरोपियन समुदायाच्या सदस्य देशातील आंतरउद्योग व्यापार ७१%होता असे संशोधनातून ग्रुबेल यांना दिसून आले.

सरावप्रश्न :

प्र. १. थोडक्यात उत्तरे लिहा (१०० शब्दांत)

१) निरपेक्ष खर्च-लाभ सिद्धान्त थोडक्यात सांगा.

२) तुलनात्मक खर्च-लाभ सिद्धान्ताच्या मर्यादा सांगा.

३) हेक्श्चर-ओहलिन सिद्धान्ताची गृहीते सांगा.

४) रायबेगनस्की प्रमेय थोडक्यात सांगा.

५) आंतरउद्योग व्यापाराचे थोडक्यात विवेचन करा.

प्र. २. थोडक्यात उत्तरे लिहा. (२०० ते २५० शब्दांत)

१) आंतरराष्ट्रीय व्यापाराचा निरपेक्षखर्च लाभ सिद्धान्ताचे परीक्षण करा.

२) 'तुलनात्मक खर्च लाभ सिद्धान्त' विवेचन करा.

३) आंतरराष्ट्रीय व्यापाराचा हेक्श्चर-ओहलिन सिद्धान्त सविस्तर स्पष्ट करा.

४) चर्चा करा - 'लिआँटिफचा विरोधाभास'

५) 'रायबेगनस्की प्रमेय' यावर सविस्तर चर्चा करा.

प्र. ३. सविस्तर उत्तरे लिहा (४०० ते ५०० शब्दांत)

१) तुलनात्मक खर्च लाभाच्या सिद्धान्ताचे टीकात्मक परीक्षण करा.

२) आंतरराष्ट्रीय व्यापाराच्या हेक्श्चर-ओहलिन सिद्धान्ताची सविस्तर चर्चा करा.

३) आंतरराष्ट्रीय व्यापाराचा निरपेक्ष खर्च-लाभ सिद्धान्त सविस्तर स्पष्ट करा.

४) 'रायबेगनस्की प्रमेय' सविस्तर चर्चा करा.

प्र. ४. टीपा लिहा. (१०० शब्दांत)

१) निरपेक्ष खर्च-लाभाचा सिद्धान्त.

२) लिआँटिफचा विरोधाभा.

३) हेक्श्चर-ओहलिन सिद्धान्त.

४) रायबेगनस्की प्रमेय.

५) आंतरउद्योग व्यापार.

३

व्यापाराचे लाभ
Gains from Trade

३.१ प्रास्ताविक (Introduction)

आंतरराष्ट्रीय व्यापारच्या लाभाच्या दृष्टिकोनातून व्यापारशर्तींचा अभ्यास महत्त्वाचा ठरतो. व्यापारशर्तींमुळे आंतरराष्ट्रीय व्यापारातील अनुकूलता व प्रतिकूलता मोजली जाते. रिकार्डोच्या तुलनात्मक खर्च-लाभ सिद्धान्तात उत्पादन खर्चातील तुलनात्मक खर्चातील फरक आंतरराष्ट्रीय व्यापारातील लाभ ठरविणारा महत्त्वाचा घटक आहे. असे स्पष्ट केले. थोडक्यात, आंतरराष्ट्रीय व्यापारातील लाभ मोजण्यासाठी सनातनपंथीय

व्यापार सिद्धान्तापासून सुरुवात झाली.

व्यापारापासूनचा लाभ हा वस्तूंच्या वाढीत गृहीत धरला जातो. संसाधनांचे कार्यक्षमपणे पुनर्वाटप झाले तरच व्यापाराचे लाभ निर्माण होतात. कोणताही देश सर्व वस्तूंच्या बाबतीत स्वयंपूर्ण नसतो; त्यामुळे अन्य देशांच्या तुलनेत ज्या वस्तूंच्या उत्पादनाचा संधीखर्च कमी असतो, त्या वस्तूंच्या उत्पादनात देशाने विशेषीकरण करावे व ज्या वस्तूंच्या उत्पादनात अन्य देशांच्या तुलनेत जास्त संधीखर्च येतो, त्या वस्तूंचे उत्पादन देशाने न करता त्याची आयात करावी.

व्यापारशर्ती हा आंतरराष्ट्रीय व्यापारातील महत्त्वाचा घटक आहे; कारण आंतरराष्ट्रीय व्यापारापासून देशाच्या लाभाचे आकारमान ठरते. व्यापारशर्ती अनुकूल असतील तर व्यापारलाभाचे आकारमान अधिक राहील तर व्यापारशर्ती प्रतिकूल असतील तर व्यापारलाभाचे आकारमान कमी राहील. सदर प्रकरणात व्यापारापासूनचे लाभ आणि व्यापारशर्तींचा अभ्यास करावयाचा आहे.

३.२ व्यापारापासून मिळणारे लाभ (Gains from Trade)

एक देश दुसऱ्या देशापासून लाभ मिळवतो त्यामुळे आनंदात वाढ होते. दोन्ही देशांत स्वस्त वस्तू उपलब्ध होतात. तसेच देशाच्या उपभोगात आणि कल्याणात वाढ होते. परकीय व्यापारामुळे अधिक उत्पादनाला किंमत मिळते तसेच त्याच्या उत्पादन क्षमतेत सुधारणा होऊन प्रोत्साहन निर्माण होते; त्यामुळे समाजाच्या संपत्तीत आणि वास्तव उत्पादनात वाढ होते.

ॲडम स्मिथ यांच्या मते, श्रमविभागणी आणि विशेषीकरणामुळे व्यापारात लाभ वाढतो. हे लाभ राष्ट्रीय आणि आंतरराष्ट्रीय पातळीवर वाढतात. प्रत्येक देश स्वस्त वस्तूंच्या बाबतीत विशेषीकरण करतो. विशेषीकरणामुळे फक्त जगातील उत्पादनात वाढ होत नाही तर सर्व व्यापारी देशात फायदे होतात.

रिकार्डो यांच्या मते, आंतरराष्ट्रीय व्यापारापासून उपभोग आणि वस्तूंची मोठ्या प्रमाणात वाढ होते. आंतरराष्ट्रीय व्यापारामुळे सेवनीय वस्तू उपलब्ध होतात.

जे. एस. मिल यांच्या मते, व्यापारापासूनचे लाभ अन्योन्य मागणीच्या तत्त्वाच्या व्यापरशर्तींवर अवलंबून आहेत. आधुनिक अर्थशास्त्रज्ञांच्या मते, ''आंतरराष्ट्रीय व्यापारापासून लाभ विनिमय आणि विशेषीकरणातून होतात.''

व्यापारापासूनच्या लाभाचे स्पष्टीकरण झिंगन (Jhingan) यांनी संभाव्य लाभ आणि वास्तव लाभ या संदर्भात केले आहे.

आंतरराष्ट्रीय व्यापारापासून संभाव्य लाभ दोन देशातील दोन वस्तू उत्पादनाच्या

अंतर्गत खर्च गुणोत्तरातील फरकावरून समजतो.

आंतरराष्ट्रीय व्यापारापासून वास्तव लाभ हा दोन व्यापारी देशांत दोन वस्तूंच्या किंमत गुणोत्तरातील फरकावरून कळतो.

व्यवहारात मुक्त व्यापार नसतो; कारण देश जकाती आकारतात. वास्तव लाभ संभाव्य लाभापेक्षा कमी असतो जोपर्यंत आंतरराष्ट्रीय व्यापारात लाभ असतो तोपर्यंतच आंतरराष्ट्रीय व्यापार चालू राहतो.

३.२.१ लाभाचे आकारमान ठरविणारे घटक (Factors Determining Size of Gain)

लाभाचे आकारमान ठरविणारे घटक पुढीलप्रमाणे आहेत–

१) उत्पादनक्षमता : व्यापारापासून लाभ मिळण्यासाठी देशात उत्पादनक्षमता महत्त्वाची असते. जर देशाची उत्पादनक्षमता वाढत असेल तर त्याचा उत्पादन खर्च कमी होतो तसेच किंमतसुद्धा कमी होते त्यामुळे दुसऱ्या देशाला ते फायद्याचे ठरते त्यामुळे व्यापारात वाढ होऊन व्यापारापासून अधिक लाभ होतो.

२) उत्पादनघटक देणग्या आणि तंत्रज्ञान : देशातील उत्पादन घटक व दर्जा आणि तंत्रज्ञान यांचा व्यापाराच्या आकारमानावर परिणाम होतो जर उत्पादनघटक चांगल्या दर्जाचे असतील आणि प्रगत तंत्रज्ञानाचा वापर केला असेल तर त्या देशाला आंतरराष्ट्रीय व्यापारापासून अधिक फायदा होतो.

३) व्यापारशर्ती : व्यापारशर्तींचा व्यापाराच्या लाभावर परिणाम होतो; व्यापारशर्ती अनुकूल असतील तर त्या देशाला व्यापार लाभ अधिक होईल आणि जर प्रतिकूल व्यापारशर्ती असतील तर व्यापार लाभ कमी होईल; म्हणजेच व्यापार शर्तींचे स्वरूप कसे आहे त्यावर व्यापाराची अनुकूलता अथवा प्रतिकूलता अवलंबून असते.

४) मागणीची सापेक्ष लवचिकता : आंतरराष्ट्रीय व्यापाराचा लाभ हा वेगवेगळ्या देशातील वस्तूंची मागणी आणि पुरवठ्याची लवचिकता यावर अवलंबून असते. जसे भारत व पोर्तुगाल हे दोन्ही देश कापड व दारूचे उत्पादन करतात असे मानू. व्यापारानंतर उत्पादनाचे विशेषीकरण केले जाईल म्हणजे भारत कापडाचे तर पोर्तुगाल दारूचे उत्पादन करेल. भारतातील दारूचे उत्पादन घटक त्यामुळे मोकळे होऊन ते कापड उत्पादनासाठी वापरले जातील; त्यामुळे कापडाचे उत्पादनाला मागणी वाढेल व दारूची मागणी सुद्धा वाढेल कारण वास्तव उत्पन्न वाढले म्हणून हे परिणाम दिसून येतील; तसेच पोर्तुगालमध्ये सुद्धा होईल. त्यामुळे दोन्ही देशाला फायदा होईल. त्यासाठी मागणी व पुरवठा यांच्याबाबतीत लवचिकता असावी लागते; जर लवचिकता नसेल तर दोन्ही देशांना फायदा होणार नाही.

५) खर्च गुणोत्तर : आंतरराष्ट्रीय व्यापारात दोन्ही देश दोन वस्तू कमीत कमी किमतीत कशा निर्माण करतात यावर व्यापाराचा लाभ अवलंबून नसतो तर एका देशातील दोन वस्तूंचा उत्पादन खर्च गुणोत्तर आणि दुसऱ्या देशातील दोन वस्तूंचा उत्पादन खर्च गुणोत्तरातील संबंधावर अवलंबून असतो. उत्पादन खर्च गुणोत्तर दोन्ही देशांत समान असतील तर व्यापारापासून लाभ मिळतो, दोन देशातील उत्पादन खर्च गुणोत्तरावर व्यापाराचा लाभ अवलंबून असतो.

३.३ व्यापाराच्या लाभाचे मोजमाप (Measurement of Gains from Trade)

अर्थशास्त्रज्ञांनी व्यापाराच्या लाभाच्या विविध पद्धती सांगितलेल्या आहेत. सनातनवादी आणि आधुनिक अर्थशास्त्रज्ञांनी आंतरराष्ट्रीय व्यापाराचे मोजमाप पुढीलप्रमाणे केले आहे-

अ) पारंपरिक पद्धत (The Classical Method)

१) तुलनात्मक खर्चातील फरक

२) राष्ट्रीय उत्पन्न पातळीतील वाढ

३) व्यापारशर्ती

डेव्हिड रिकार्डो यांच्या मते, एखादी वस्तू स्वतःच्या देशात निर्माण करण्याऐवजी निर्यातीच्या बदल्यात आयात करून उत्पादन खर्चात बचत होत असेल तर त्या उत्पादन खर्चाच्या बचतीपासून आंतरराष्ट्रीय व्यापाराचा लाभ मोजला जातो.

मिल यांच्या मते, तुलनात्मक दृष्टिकोनातून उत्पादन खर्चात तफावत आढळते या तफावतीमुळे लाभ निर्माण होतो परंतु तो लाभ दोन देशांच्या व्यापारशर्तींवर अवलंबून असतो. व्यापाराचे लाभ मागणीच्या लवचिकतेवर अवलंबून आहेत.

मार्शल - एजवर्थ (Edgeworth) **यांचा प्रस्ताव वक्र** (Offer curve)

यामध्ये सहभागी देशांच्या आंतरराष्ट्रीय व्यापारापासूनच्या लाभाच्या विभाजनाचा अभ्यास केला आहे. प्रस्ताव वक्राच्या (Offer Curve) साहाय्याने विश्लेषण केले आहे.

आकृतीत 'अ' देशाचा 'प्रस्ताव वक्र' 'OA' आहे आणि 'ब' देशाचा प्रस्ताव वक्र 'OB' आहे. 'ब' देशात 'य'चे आणि 'अ' देशाला 'क्ष'चे उत्पादन गुणोत्तर अंतर्गत समतोल खर्च 'OC' आणि 'OC_1' आहे. दोन देशांमध्ये व्यापारशर्तींची मर्यादारेषा निर्देशांक आहे. परंतु, व्यवहारात व्यापारशर्ती 'E' येथे निश्चित होतात. प्रस्ताव वक्रात एकमेकांना दोन्ही देश आकर्षित करतात. 'OT' रेषेवर 'E' मध्ये व्यापारशर्ती समतोल होतात. खर्च गुणोत्तर 'X' चा एकक 'OQ' तर 'य' चा एकक

'SE' आहे. परंतु, आत्ताच्या स्थितीत आंतरराष्ट्रीय व्यापारात 'य'चा एकक 'QE' मिळेल, म्हणून तो फायदा 'य'च्या अधिक एककाचा 'SE' लाभ हा 'अ' देशाला होईल.

त्याचप्रमाणे खर्च गुणोत्तर 'ब' देशात 'क्ष'चा एकक QR तर 'य'चे एकक 'OQ' आहे; परंतु, आता आयात फक्त 'य' चे एकक 'EQ' असेल; म्हणून 'ब' देशाचा लाभ 'Y' चा एकक 'ER' एवढा होतो; म्हणून दोन्ही देशांना आंतरराष्ट्रीय व्यापाराचे लाभ होतील.

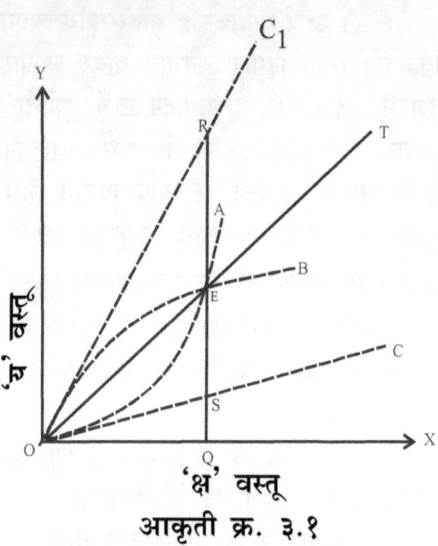

आकृती क्र. ३.१

१) खर्चातील फरक : ज्या उत्पादनाच्या बाबतीत तुलनात्मक खर्च फायदा अधिक व तुलनात्मक खर्च तोटा कमी असेल अशाच वस्तूंचे उत्पादन प्रत्येक देश करेल. विशेषीकरणामुळे उत्पादनाचा खर्च कमी होतो तसेच उत्पादन खर्च पूर्वीपेक्षा कमी होतो, त्यामुळे व्यापाराचे लाभ मिळतात. विशेषीकरणामळे श्रमिकांची कार्यक्षमता आणि उत्पादकतेत वाढ झाल्यामुळे आंतरराष्ट्रीय व्यापाराचे लाभ मोजता येतात. देशाच्या निर्मितीमध्ये सीमान्त उत्पादकता वाढत असेल तर व्यापारापासून अधिक लाभ मिळतो.

२) उत्पन्न पातळीत वाढ : जर आंतरराष्ट्रीय व्यापारामुळे वास्तव उत्पादनात वाढ होत असेल तर अशा व्यापाराचा लाभ होतो.

३) व्यापारशर्ती : निर्यात मालाच्या किमती आणि आयात मालाच्या किमती यांच्या गुणोत्तराशी व्यापारशर्ती संबंधित असतात, व्यापारशर्ती देशाला अनुकूल अथवा प्रतिकूल असतात. व्यापारशर्ती अनुकूल असतील तर त्या देशाला लाभ मिळतो. व्यापारशर्ती ज्या देशाला अनुकूल असतात तो देश निर्यात वस्तूंच्या बदल्यात अधिक आयात वस्तू मिळवतो. एकमेकांच्या सापेक्ष लवचिकतेवर व्यापारशर्ती अवलंबून असतात तसेच गरजांची तीव्रता सुद्धा महत्त्वाची असते.

ब) आधुनिक पद्धत (The Modern Method)

आधुनिक अर्थशास्त्रज्ञांच्या मते, आंतरराष्ट्रीय व्यापारापासून लाभ, विनिमय

आणि विशेषीकरणातून होतात त्यांनी समतोलाच्या दृष्टीने मोजमाप केले आहे.

एम. एल. झिंगन यांनी लाभाच्या मोजमापासाठी संभाव्य लाभ आणि वास्तव लाभ यांचा अभ्यास केला.

आंतरराष्ट्रीय व्यापारापासून संभाव्य लाभ हा दोन देशांतील, दोन वस्तू उत्पादनांच्या अंतर्गत खर्च गुणोत्तरातील फरकात असतो.

आता 'क्ष' आणि 'य' या दोन वस्तू आणि 'अ' आणि 'ब' दोन देशांत संभाव्य लाभ पुढीलप्रमाणे मिळेल.

$$Gp = \left[\frac{Cx}{Cy}\right]_A - \left[\frac{Cx}{Cy}\right]_B$$

येथे $\quad$ Gp = संभाव्य लाभ.

$\quad$ Cx = 'क्ष' उत्पादनाचा दर एकक खर्च.

$\quad$ Cy = 'य' उत्पादनाचा दर एकक खर्च.

'अ' आणि 'ब' या दोन देशांचे निर्देशांक आंतरराष्ट्रीय व्यापारापासून वास्तव (प्रत्यक्ष) लाभ हा दोन व्यापारी देशात दोन वस्तूंच्या किंमत गुणोत्तरातील फरकावरून कळतो. म्हणून –

$$Ga = \left[\frac{Px}{Py}\right]_A - \left[\frac{Px}{Py}\right]_B$$

येथे $\quad$ Ga = व्यापारापासून वास्तव लाभ.

$\quad$ Px = 'क्ष'च्या दर एककाची किंमत.

$\quad$ Py = 'य'च्या दर एककाची किंमत.

प्रत्येक देशात दोन वस्तूंची किंमत गुणोत्तर, समान खर्च गुणोत्तर दोन देशांमधील मुक्त व्यापार आणि पूर्ण स्पर्धेत होतात; म्हणून संभाव्य लाभ समान (बरोबर) वास्तव लाभ असतो.

Gp = Ga

व्यवहारात मुक्त व्यापार नसतो. देश जकाती आकारतात. Ga < Gp; वास्तव लाभ संभाव्य लाभापेक्षा कमी असतो.

३.३.१ व्यापारापासून मिळणारे स्थितिशील आणि गतिशील लाभ (Static and Dynamic Gains from Trade)

आंतरराष्ट्रीय व्यापारापासून लाभाची व्यापक स्वरूपात विभागणी स्थितिशील लाभ आणि गतिशील लाभ अशी केली जाते; त्याचे विश्लेषण पुढीलप्रमाणे:-

अ) स्थितिशील लाभ

साधनसामग्री, तंत्रज्ञान उपभोक्त्यांची आवड-निवड या घटकांना स्थिर मानून व्यापारातून लाभ मिळतो. आंतरराष्ट्रीय व्यापाराचा लाभ देशांतर्गत उत्पादनाला जागतिक बाजारपेठा, श्रमविभागणी विशेषीकरण, मक्तेदारीवर नियंत्रण, सांस्कृतिक-सामाजिक विकास, आंतरराष्ट्रीय सहकार्य, परकीय मदत इत्यादी घटक व्यापारातील स्थितिशील लाभ म्हणून विचारात घेतले जातात.

देशात उपलब्ध साधनांचा उपयोग करून स्थितिशील लाभ वाढतात. त्यामुळे अर्थव्यवस्थेतील राष्ट्रीय उत्पन्न आणि सामाजिक कल्याणात वाढ होते. आंतरराष्ट्रीय व्यापाराच्या क्षेत्रांत तुलनात्मक खर्च-लाभाच्या तत्त्वाच्या कृतिशील कारणाचा परिणाम स्थितिशील लाभात आहे. विशिष्ट व्यवहारातून किंवा व्यवहाराच्या मालकीतून निर्माण होणारे लाभ म्हणजे स्थितिशील लाभ होत.

स्थितिशील लाभ खालीलप्रमाणे-

१) साधनांचा जास्तीत जास्त वापर : सनातनवादी अर्थशास्त्रज्ञांनी असे म्हटले आहे की, राष्ट्रीय आणि आंतरराष्ट्रीय पातळीवर श्रमविभागणी आणि विशेषीकरणापासून फायदा होतो. प्रत्येक देश कोणत्या वस्तूंच्या उत्पादनात विशेषीकरण करतो त्यावर तुलनात्मक फायदे ठरतात आणि इतर देशांत आयात प्रवेशामुळे त्या देशात तुलनात्मकदृष्ट्या व्यापार फायदेशीर नसतो म्हणून आंतरराष्ट्रीय व्यापारात साधनांचा उपयोग जास्तीत जास्त कार्यक्षमपणे केला जातो.

२) सामाजिक कल्याणात वाढ : देशात कमी किमतीत चांगल्या किंवा आकर्षक, टिकाऊ व चांगल्यादर्जाच्या वस्तू आंतरराष्ट्रीय व्यापारापासून मिळत असतील तर वस्तूंच्या उपभोगात वाढ होते व सामाजिक कल्याण वाढण्यास मदत होते.

३) राष्ट्रीय उत्पन्न आणि वृद्धिदरात वाढ : देशाच्या आंतरराष्ट्रीय व्यापारात श्रमविभागणी आणि विशेषीकरणामुळे वाढ होते. परिणामी अर्थव्यवस्थेच्या उत्पादन आणि रोजगारात वाढ होते. देशाच्या राष्ट्रीय उत्पन्नात आणि वृद्धिदरातसुद्धा वाढ होते.

४) वास्तविक आधिक्य : ॲडम स्मिथ यांनी असे म्हटले आहे की, आंतरराष्ट्रीय व्यापारामुळे जागतिक व्यापार खुला होतो किंवा मुक्त होतो त्यामुळे जगातिक बाजारात देशातील जादा उत्पादनाची विक्री होते.

ब) गतिशील लाभ :

ज्यांचा फायदा आंतरराष्ट्रीय व्यापारात गतिशील लाभ होतो त्या सहभागी देशांची आर्थिक वृद्धी जलद होते.

मुख्य गतिशील लाभ पुढीलप्रमाणे-

१) बचत आणि गुंतवणुकीत वाढ : आंतरराष्ट्रीय व्यापारात तुलनात्मक फायद्यासाठी वस्तूंच्या उत्पादनाला उत्तेजन दिले जाते. त्यामुळे राष्ट्रीय उत्पन्नात वाढ होते. परिणामी नवीन गुंतवणुकीला संधी उपलब्ध होते व बचत आणि गुंतवणुकीत वाढ होते; त्यामुळे देशाची आर्थिक वाढ होते.

२) पायाभूत सुविधांचा विकास : आंतरराष्ट्रीय व्यापारामुळे अर्थव्यवस्थेतील उत्पादनाच्या उपक्रमाला उत्तेजन मिळते. परिणामी पायाभूत सुविधांचा आणि सेवांचा विकास होतो. ज्या ठिकाणी उत्पादन उपक्रम व कार्यक्षमता वाहून नेण्याची क्षमता आहे तेथे वाहतूक आणि दळणवळणाचा विकास, बँकिंग, विमा, साठवणूक गृहे इत्यादींचा विकास होतो.

३) बाजाराचा विस्तार : आंतरराष्ट्रीय व्यापारामुळे देशातील वस्तूंच्या उत्पादनासाठी मोठी बाजारपेठ उपलब्ध होते. बाजाराच्या आकाराचा विस्तार होतो. तसेच अनेक देश मोठ्या प्रमाणावरील उत्पादनाचा फायदा घेतात आणि अंतर्गत आणि बाह्य अर्थव्यवस्थेच्या पातळीवर लाभ मिळवतात.

४) साधनांचा कार्यक्षम उपयोग : साधनांचा कार्यक्षमपणे उपयोग उच्च उत्पादनाचा तुलनात्मक खर्च-लाभाच्या तत्त्वासाठी होतो. परिणामी आंतरराष्ट्रीय व्यापाराचा, जागतिक साधनांचा कार्यक्षम उपयोग महत्त्वपूर्णरीत्या होतो.

५) भांडवली साधने (हत्यारे) आणि तंत्रज्ञानाचे महत्त्व : आंतरराष्ट्रीय व्यापारात विकसनशील देशांना भांडवली हत्यारांची किंवा साधनांची आयात करता येते. भांडवली आणि तंत्रज्ञानातील माहितीच्या साहाय्याने विकसित देशांनी त्यांच्या अर्थव्यवस्थेचा विकास जलद घडवून आणला आहे.

६) तंत्रज्ञानात वृद्धी : नवीन संशोधन, तंत्रज्ञान, नवीन उत्पादन पद्धती यामुळे श्रम आणि भांडवलाची बचत होते, श्रमाच्या बचतीमुळे अधिक श्रमिक इतर क्षेत्रांमध्ये काम करतात; तसेच भांडवलाच्या बचतीमुळे नवीन क्षेत्रांत भांडवल गुंतविता येते.

७) बौद्धिक संपदेत वाढ : आंतरराष्ट्रीय व्यापारात वस्तू आणि सेवांचीही मोठ्या प्रमाणात देव-घेव होते. सेवांच्या बरोबर बौद्धिक संपदेचीही देवाण-घेवाण होते. एका देशातील ज्ञानाचा दुसऱ्या देशाच्या प्रगतीसाठी उपयोग होतो.

८) **उपभोक्त्यांची आवडनिवड :** आवडनिवड ही सतत बदलत असते. आंतरराष्ट्रीय व्यापारात या घटकांचे अनन्यसाधारण महत्त्व आहे. या घटकांमुळे गतिशील लाभ मिळतात. उपभोक्त्यांची आवडनिवडही स्थिर नसते. जेव्हा निर्यात वाढते तेव्हा वस्तू व सेवांच्या मागणीमध्ये बदल होतो; त्यामुळे नवीन बदलासाठी उपभोक्त्यांची आवडनिवड महत्त्वाची ठरते.

तसेच गतिक्षम लाभामध्ये देशातील नैसर्गिक साधनसंपत्तीचा दर वाढतो. उत्पादनक्षमता वाढल्याने देशाची निर्यात वाढते व देशातील श्रम व भांडवलाचे प्रमाण वाढते; त्यामुळे व्यापारानंतर साधनसामग्रीत मोठा बदल होतो.

गतिशील लाभ हे प्रमुख लाभ मानले जातात.

३.४ व्यापाराच्या शर्ती (Terms of Trade)

व्यापारशर्तींचा अभ्यास सनातनपंथीय व्यापार सिद्धान्तापासून सुरू झाला. व्यापारशर्तींद्वारे व्यापारातील अनुकूलता अथवा प्रतिकूलता मोजली जाते. स्मिथने निरपेक्ष खर्च-लाभ घटकांद्वारे लाभ ठरविला तर रिकार्डोने तुलनात्मक खर्च-लाभ सिद्धान्ताद्वारे उत्पादन खर्चातील तुलनात्मक फरक हा आंतरराष्ट्रीय व्यापारातील लाभ ठरविणारा घटक आहे, हे स्पष्ट केले तर जॉन स्टुअर्टमिल यांनी उपभोक्त्यांच्या दुसऱ्या देशातल्या वस्तूला असलेल्या मागणीच्या लवचिकतेवर व्यापारशर्ती अवलंबून असतात असे स्पष्ट केले तर मार्शल यांनी व्यापारशर्ती या मागणीबरोबरच पुरवठ्यावरसुद्धा अवलंबून असतात, हे स्पष्ट केले. पूर्वी सांख्यिकी तंत्र फार विकसित झाले नव्हते. मात्र, आज सांख्यिकी तंत्र फार विकसित झाले आहे. त्यामुळे विविध सूत्रांची व्यापारशर्ती मोजण्यासाठी उपयोग होताना दिसून येतो.

'देशातील निर्यात वस्तूच्या किमतीचे आयात वस्तूच्या किमतीशी असलेले प्रमाण म्हणजे व्यापारशर्ती होय.'

ज्या दराने एका देशातील वस्तूंचा दुसऱ्या देशातील वस्तूंबरोबर विनिमय होतो त्या विनिमय दराला 'व्यापारशर्ती' असे म्हणतात. व्यापारशर्ती दोन देशाला अनुकूल किंवा प्रतिकूल असतात. व्यापारशर्ती अनुकूल असतील तर व्यापार लाभाचे आकारमान अधिक राहील व जर व्यापारशर्ती प्रतिकूल असतील तर व्यापारलाभाचे आकारमान कमी राहील. आंतरराष्ट्रीय व्यापारापासून देशाच्या लाभाचे आकारमान ठरते. व्यापारशर्तींचा अभ्यास, व्यापारशर्ती ठरविणे हे आंतरराष्ट्रीय व्यापाराचे महत्त्वाचे घटक आहेत.

व्यापारशर्तींची संकल्पना (Concept of Terms of Trade)

व्यापारशर्तींची अशी व्याख्या केली जाते की, दोन देशांतील वस्तूंमधील आयात-निर्यातीच्या विनिमय दरास 'व्यापारशर्ती' असे म्हणतात. व्यापारशर्ती निर्यात

किंमत आणि आयात किंमत यांच्या संबंधाने ठरतात. व्यापारशर्ती देशाला अनुकूल किंवा प्रतिकूल असतात; जर व्यापारशर्ती अनुकूल असतील तर व्यापारलाभाचे आकारमान अधिक राहते आणि जर व्यापारशर्ती प्रतिकूल असतील तर व्यापारलाभाचे आकारमान कमी राहते.

आयात-निर्यातीच्या स्वरूपावरून व्यापारशर्तींचे अनुकूल-प्रतिकूल अशा दोन भागात वर्गीकरण केले जाते.

अनुकूल व्यापारशर्ती : जेव्हा देशाला कमी निर्यातीच्या बदल्यात जास्त वस्तू आयात करता येतात किंवा देशाला आयात वस्तूंसाठी कमी वस्तूंची निर्यात करावी लागते; तेव्हा त्याला 'अनुकूल व्यापारशर्ती' असे म्हणतात.

प्रतिकूल व्यापारशर्ती : जेव्हा निर्यात वस्तूच्या बदल्यात कमी प्रमाणात आयात वस्तू प्राप्त होतात. तेव्हा त्याला 'प्रतिकूल व्यापारशर्ती' म्हणतात.

३.४.१ व्यापारशर्तींचे महत्त्व (Importance of Terms of Trade)

व्यापारशर्तींबाबत सतातनपंथीय अर्थशास्त्रज्ञांनी प्रो. जे. एस. मिल., डेव्हिड रिकार्डो तसेच लॉर्ड केन्स, प्रो. रॉबर्टसन इ. आधुनिक अर्थशास्त्रज्ञांनी अनन्यसाधारण महत्त्व दिले आहे. तसेच आर्थिक व्यवहाराच्या दृष्टीने आणि जागतिकीकरणाच्या दृष्टीने व्यापारशर्तींचे महत्त्व पुढीलप्रमाणे सांगता येते -

१) एखाद्या देशाचा विकास करावयाचा असेल तर अनुकूल व्यापारशर्ती महत्त्वाच्या ठरतात, एखाद्या देशाकडून अर्थसाहाय्य घेतले आणि त्याचा व्यापारशर्तींवर प्रतिकूल परिणाम झाला तर अशा देशाकडून अर्थसाहाय्य थांबविणे.

२) व्यापारशर्ती या लाभमापनाचे अचूक अंदाज करण्यासाठी निदर्शक असते. एखाद्या देशाला कोणत्या देशाबरोबर व्यापार केला तर हानिकारक असेल आणि कोणत्या देशाबरोबर व्यापार केल्यास फायदेशीर होईल याविषयी पूर्वसूचना म्हणून व्यापारशर्तींना महत्त्व प्राप्त होते.

३) आंतरराष्ट्रीय व्यापाराबरोबरच आचारविचार आणि संस्कृती यामधील सकारात्मक बदलांचाही व्यापारशर्ती अनुकूल ठेवण्यात महत्त्वाचा वाटा असतो; त्यामुळे व्यापारशर्ती अनुकूल असतील तर त्याचा सकरात्मक परिणाम लोकांच्या राहणीमानावर दिसून येईल.

४) ज्यावेळेस व्यापारशर्ती सतत अनुकूल असतात त्यावेळेस देशाची आर्थिकक्षमता वाढते तसेच देशाच्या चलनाचे परकीय चलनाबरोबर असणारे मूल्य वाढते; यासाठी व्यापारशर्तींची मदत होते.

५) व्यापारशर्ती अनुकूल असतात तेव्हा लाभ वाढतो. याउलट, व्यापारशर्ती प्रतिकूल होतातच तेव्हा लाभाचे प्रमाण घटते म्हणजे व्यापारशर्ती लाभमापनाचे अचूक अंदाजाचे एक निर्देशक आहे. व्यापारशर्ती करून कोणत्या देशाबरोबर व्यापार फायदेशीर ठरेल आणि कोणत्या देशाबरोबर केला तर हानिकारक ठरेल यासाठी व्यापारशर्ती महत्त्वाच्या ठरतात.

६) आंतरराष्ट्रीय व्यापारात दोन देशांतील दोन चलनांचे मूल्य विचारात घेतले जाते. आयातमूल्य आणि निर्यातमूल्य चलनाच्याद्वारे योजले जाते. परकीय विनिमय दरावरून व्यापारशर्तींचा परिणाम मोजता येतो. जेव्हा चलनाचे मूल्य अधिक असते; तेव्हा त्या देशाला व्यापारशर्ती अनुकूल ठरतात.

३.४.२ व्यापारशर्तींचे प्रकार (Types of Terms of Trade)

व्यापारशर्तींच्या वेगवेगळ्या संकल्पना सध्या विकसित झाल्या आहेत. व्यापारशर्तींचे दोन गटांत वर्गीकरण करता येते.

अ) वस्तुविनिमयासंबंधी व्यापारशर्ती

ब) उत्पादन घटकांशी संबंधित व्यापारशर्ती

अ) वस्तुविनिमयासंबंधी व्यापारशर्ती : निर्यात वस्तूंच्या आयात किंमत निर्देशांकाशी आयात वस्तूंच्या किंमत निर्देशांचा दर, या आधारे व्यापारशर्ती माहीत करून घेतल्या जातात, त्या आधारावर एक देश अनेक देशांशी व्यापार करीत असतो. आंतरराष्ट्रीय नाणेनिधी या आधारावरच सर्व देशांच्या व्यापारशर्ती प्रसिद्ध करीत असते.

वस्तुविनिमय व्यापारशर्तींचे तीन प्रकार आहेत :

१) निव्वळ वस्तू व्यापारशर्ती (Net Barter or Commodity Terms of Trade) **:** निव्वळ वस्तू व्यापारशर्ती ही संकल्पना जेराल्ड मियर यांनी विकसित केली. त्यांच्या मते, निव्वळ वस्तू व्यापारशर्ती म्हणजे निर्यात किंमत निर्देशांक व आयात किंमत निर्देशांक यांच्यातील गुणोत्तर अथवा दर होय. निव्वळ वस्तू व्यापारशर्ती या अनुकूल अथवा प्रतिकूलता ठरविण्यासाठी पुरेशा ठरत नाहीत तर त्यासाठी स्थूल वस्तू व्यापारशर्ती व उत्पन्न व्यापारशर्ती हे तिनही प्रकार महत्त्वाचे असतात.

जेव्हा आयात वस्तूंच्या किमती घटतात व निर्यात वस्तूंच्या किमती वाढतात अथवा स्थिर राहतात, तेव्हा निव्वळ वस्तू व्यापारशर्ती अनुकूल ठरतात, कारण पूर्वी इतकीच निर्यात करून पूर्वीपेक्षा जास्त आयात त्या बदल्यात करता येते -

निव्वळ वस्तू व्यापारशर्ती पुढीलप्रमाणे मांडता येते -

$$\text{निव्वळ वस्तू व्यापारशर्ती (N)} = \frac{\text{निर्यात किंमत निर्देशांक}}{\text{आयात किंमत निर्देशांक}} \times १००$$

उदा. १९९९-२००० हे पायाभूत वर्ष मानले (त्याचा निर्देशांक १०० मानला जातो) सन२००९-१० या वर्षाचा भारताचा निर्यात किंमत निर्देशांक १९९ आहे असे मानू, यात किंमत निर्देशांक २४४ आहे तर२००८-०९ या वर्षाचा निर्यात किंमत निर्देशांक १७१ अणि आयात किंमत निर्देशांक २१५ आहे तर

$$N = \frac{\text{निर्यात किंमत निर्देशांक}}{\text{आयात किंमत निर्देशांक}} \times १००$$

$$N\,(२००८-०९) = \left[\frac{१७१}{२१५}\right] \times १००$$

$$= ७९.५३$$

२००८-०९ या वर्षी निव्वळ वस्तू व्यापार शर्तींचे N मूल्य ७९.५३ होते.

$$N\,(२००९-१०) = \left[\frac{१९९}{२४४}\right] \times १००$$

$$= \left[\frac{१९९}{२४४}\right] \times १००$$

$$= ८१.५५$$

२००९-१० निव्वळ वस्तू व्यापारशर्तींचे मूल्य ८१.५५ असे झाले; म्हणजेच २००९-१० च्या भारताच्या निव्वळ वस्तू व्यापार शर्ती आधीच्या वर्षापेक्षा सुधारल्या आहेत; कारण निर्यात किंमत निर्देशांकातील वाढ आयात किमतीच्या निर्देशांकाच्या वाढीपेक्षा जास्त आहे.

जर आयात किंमत निर्देशांकामध्ये निर्यात किंमत निर्देशांकाच्या तुलनेने अधिक वाढ होत असेल तर व्यापारशर्ती देशाला प्रतिकूल बनतील.

मर्यादा (Limitations)

निव्वळ वस्तू व्यापारशर्तींचा उपयोग लाभात्मक बदल मोजण्यासाठी होत असला तरी या संकल्पनेला काही मर्यादा येतात; त्या पुढीलप्रमाणे-

१) निर्देशांक मापनाची समस्या : वस्तू व्यापारशर्तीत काळानुसार निर्देशांक

मापनात बदल उपयोगात आणला जातो. निर्देशांक मापनाच्या एकत्रित बांधणीची समस्या येते. जसे मूळ वर्ष, मापन पद्धती इत्यादी समस्या व्यापारतशर्तीत आपोआप येतात.

२) कालखंड निवडीची समस्या : योग्य कालखंडाची निवड करण्याची समस्या निर्माण होते. ठरावीक कालखंड कोणता घ्यावयाचा ही समस्या असते; जर कालखंड खूप लहान असेल तर फारसा महत्त्वपूर्ण बदल झालेला नसेल आणि जर कालावधी खूप दीर्घ असेल तर व्यापाराची रचना सहभागी होणाऱ्या वस्तूंबाबत बदललेल्या असतील; त्यामुळे परकीय व्यापाराची तुलना करणे योग्य ठरणार नाही.

३) दर्जा आणि वस्तूच्या स्पर्धेत बदल : वस्तू व्यापारशर्तींमध्ये आयात-निर्यात किंमत निर्देशांकातील बदलाचा विचार केला जातो. परंतु, वस्तूचा दर्जा आणि स्पर्धात्मक वस्तूंच्या बाबतीत होणारा बदल देशातील व्यापारात विचारात घेतला जात नाही.

४) उत्पादनक्षमता दुर्लक्षित : देशाच्या उत्पादन क्षमतेमध्ये होणाऱ्या बदलांमुळे वस्तू व्यापारशर्ती दुर्लक्षित होतात; त्याचा व्यापारशर्तींवर परिणाम होतो.

५) आयातक्षमतेच्या संदर्भात विचार नाही : देशाच्या आयातक्षमतेचा परिणामसुद्धा व्यापारशर्तींवर होतो. त्याचा विचार वस्तू व्यापारशर्तीत केला जात नाही.

६) व्यवहारतोल, असमतोल फरक नाही : वस्तुव्यापार शर्ती ही संकल्पना फक्त व्यवहारतोलाच्या वस्तू व सेवांसंबंधी आहे. व्यवहारतोल हा एकाच बाजूने घडवून आणला तर वस्तू व्यापारशर्ती हा उपाय व्यापाराच्या लाभासाठी उपयोगात आणला जात नाही.

७) व्यापारापासून लाभाला नकार : परकीय व्यापारात वस्तू व्यापारशर्ती या संकल्पनेचे स्पष्टीकरण विकसित आणि विकसनशील देशातील फायद्याच्या विभागणीबाबत अपयशी ठरले.

८) जर निर्यात उद्योगाची उत्पादकता वाढली तर त्याचे अनुकूल परिणाम होतात, हे परिणाम लक्षात घेण्यास वस्तू व्यापारशर्ती असमर्थ ठरतात.

९) वस्तु व्यापार शर्तीत किमतीतील बदलाचाच विचार केला आहे.

२) स्थूल/एकूण वस्तू व्यापारशर्ती (Gross Barter Terms of Trade)

देशाच्या आयात-निर्यात वस्तूंच्या परिणामांचे असलेले गुणोत्तर म्हणजे 'स्थूल वस्तू व्यापारशर्ती' होय. अथवा स्थूल व्यापारशर्ती म्हणजे आयातीच्या आकारमानाशी निर्यातीच्या आकारमानाचा दर होय. हौसिंग यांनी स्थूल वस्तू व्यापारशर्तींची संकल्पना विकसित केली.

$$\text{स्थूल वस्तू व्यापारशर्ती (G)} = \frac{\text{आयात आकारमान निर्देशांक}}{\text{निर्यात आकारमान निर्देशांक}} \times १००$$

समजा, भारताचा २००९-१० या वर्षाचा आयात वस्तूंचा आकारमान निर्देशांक २२३ आणि निर्यात वस्तूंचा निर्देशांक २५० होता असे मानू. २०१०-११ या वर्षाचा आयात आकारमान निर्देशांक २६७ आणि निर्यात आकारमान निर्देशांक २७२ झाला, तर

$$G = \frac{\text{आयात आकारमान निर्देशांक}}{\text{निर्यात आकारमान निर्देशांक}} \times १००$$

$$G\,(२००९-१०) = \left[\frac{२२३}{२५०}\right] \times १००$$

$$= ८९.२$$

२००९-१० या वर्षाचे भारताच्या स्थूल वस्तू व्यापारशर्तींचे मूल्य ८९.२ होते.

$$G\,(२००१०-११) = \left[\frac{२६७}{२७२}\right] \times १००$$

$$= ९८.१६$$

भारताचे २०१०-११ चे स्थूल वस्तू व्यापारशर्तींचे मूल्य ९८.१६ झाले म्हणजे भारताच्या स्थूल वस्तू व्यापार शर्ती २०१०-११ मध्ये २००९-१० पेक्षा सुधारल्या होत्या. निव्वळ वस्तू व्यापारशर्तीं पेक्षा स्थूल वस्तू व्यापारशर्ती मध्ये अधिक सुधारणा झाली.

प्रतिकूलता

समजा भारताच्या२००२-०३ चा आयात वस्तूंचा आकारमान निर्देशांक १०८ आणि निर्यात वस्तूंचा आकारमान निर्देशांक १३१ होता असे मानू तर २००३-०४ या वर्षात आयात आकारमान निर्देशांक ११४ होता आणि निर्यात आकारमान निर्देशांक १५५ झाला, तर

$$G = \frac{\text{आयात आकारमान निर्देशांक}}{\text{निर्यात आकारमान निर्देशांक}} \times १००$$

$$G\,(२००२-०३) = \frac{१०८}{१३१} \times १००$$

$$= ८२.४४$$

भारताचा २००२-०३ या वर्षाचा स्थूल वस्तू व्यापार शर्ती मूल्य ८२.४४ होते.
भारताचा २००३-०४ चा विचार करता

$$G(२००३-०४) = \frac{११४}{१५५} \times १००$$

$$G = ७३.५४$$

भारताचे स्थूल व्यापारशर्तीचे २००३-०४ चे मूल्य ७३.५४ झाले म्हणजे स्थूल व्यापारशर्ती २००३-०४ मध्ये २००२-०३ पेक्षा प्रतिकूल झाल्या. स्थूल व्यापारशर्ती या एखादा देश आयात करीत असलेल्या वस्तूंच्या आकारमानात निर्यात वस्तूंचे आकारमान स्थिर असताना वाढ झाली असता, स्थूल वस्तू व्यापारशर्ती त्या देशाला अनुकूल झाल्या आहेत असे मानले जाते.

स्थूल वस्तू व्यापारशर्तींवरील टीका :

स्थूल वस्तू व्यापारशर्तींवर टीका पुढीलप्रमाणे केली जाते-

१) सर्व वस्तू एकत्रित केल्या आहेत : या निर्देशकांमध्ये सर्व प्रकारच्या वस्तू, भांडवली देणे-घेणे या सर्व घटकांचा एकत्रित विचार करण्यात आला आहे. त्यामुळे स्थूल वस्तू व्यापारशर्तींवर टीका केली जाते. या सर्वांचा एकत्रित विचार करणे योग्य ठरणार नाही. गहू, कापड, लोखंड, भांडवली देणे-घेणे या सर्वांचे एकत्रितपणे मापन करण्यासाठी एक सामाईक एकक उपलब्ध नाही; म्हणून हॅबरलर, व्हायनर आणि इतर अर्थशास्त्रज्ञांनी 'स्थूल वस्तू व्यापारशर्ती' ही संकल्पना अवास्तव आणि अव्यावहारिक मानली आहे.

२) उत्पादक घटक दुर्लक्षित : स्थूल वस्तू व्यापारशर्ती संकल्पना उत्पादकतेत सुधारणा करण्याकडे व्यापारशर्ती दुर्लक्ष करते; जेव्हा उत्पादक घटकात वाढ होते तेव्हा निर्यातदार देशाला लाभ होतो.

३) व्यवहारतोलाकडे दुर्लक्ष : स्थूल वस्तू व्यापारशर्ती संकल्पना व्यापार समतोलाशी फक्त संबंधित आहे. परंतु, आंतरराष्ट्रीय भांडवली उत्पन्न आणि देशाच्या व्यापाराच्या खर्चाकडे दुर्लक्ष करते.

४) उत्पन्न सुधारण्यात नकार : या संकल्पनेत फक्त निर्यात आणि आयात परिमाणांचा विचार केला आहे. परंतु, आयात आणि निर्यात वस्तूंच्या उत्पादनातील, दर्जातील बदल विचारात घेतला जात नाही.

५) कल्याणाचा निर्देशांक उपलब्ध नाही : जेव्हा स्थूल वस्तू व्यापारशर्तीत सुधारणा होते, तेव्हा व्यापारामध्ये कल्याणात वाढ मान्य केली जाते; कारण देशातून

आयातीपेक्षा जास्तीत जास्त निर्यात केली जाते. स्थूल वस्तू व्यापारशर्ती लोकांच्या कल्याणाच्या वाढीसंदर्भात विचार केला जात नाही.

या मर्यादांचा या संकल्पनेत अर्थशास्त्रज्ञांनी विचार केला नाही.

३) उत्पन्न व्यापारशर्ती (Income Terms of Trade)

डॉरेन्स (Dorrance) आणि स्टेले (Stalle) यांनी, उत्पन्न व्यापारशर्ती ही संकल्पना मांडून निव्वळ वस्तू व्यापारशर्तींमध्ये सुधारणा केली. देशाच्या निर्यात क्षमतेच्या तुलनेने आयात क्षमतेमध्ये काय बदल होतो हे लक्षात येते; म्हणून नवीन संकल्पना मांडली. 'उत्पन्न व्यापारशर्ती' म्हणजे निव्वळ वस्तू व्यापारशर्ती आणि निर्यात आकारमानाचा निर्देशांक यांचा गुणाकार होय. अथवा देशाचा निर्यात नगसंख्या निर्देशांक व आयात आणि निर्यात किमतीचा निर्देशांक या घटकांचा व्यापारशर्तीत समावेश केला आहे. निर्यातीतून मिळणाऱ्या उत्पन्नातून निर्माण होणारी देशाची आयात क्षमता समजते. जसे समजा, भारत साखरेची निर्यात करतो भारताची साखरेची परदेशातील मागणी लवचिक आहे; जर भारताने साखरेची निर्यात नगसंख्या वाढविली तर साखरेच्या किमती कमी होतील त्यामुळे निव्वळ वस्तू व्यापारशर्ती प्रतिकूल होतील मात्र साखरेची निर्यात वाढल्यामुळे उत्पन्न व्यापारशर्ती पूर्वीपेक्षा अनुकूल राहतील.

सूत्र

$$\text{उत्पन्न व्यापारशर्ती } y = \frac{(\text{निव्वळ वस्तू व्यापारशर्ती})}{१००} \times \text{निर्यात आकारमान निर्देशांक}$$

$$y = \frac{N}{१००} \times \text{निर्यात आकारमान निर्देशांक}$$

$$\text{अथवा,} \quad Ty = \left[Tc \times Qx = \frac{PxQx}{Pm} \right] \left(\therefore Tc = \frac{Px}{Pm} \right)$$

$$= \frac{(\text{निव्वळ किंमत निर्देशांक})\ (\text{निर्यात परिणाम})}{\text{आयात किंमत निर्देशांक}}$$

येथे,

Ty = उत्पन्न व्यापारशर्ती.

Tc = वस्तू व्यापारशर्ती.

Qx = निर्यात परिणाम निर्देशांक.

जेव्हा उत्पन्न व्यापारशर्तींच्या निर्देशांकामध्ये वाढ होते, म्हणजे देशाची निर्यात

वस्तूच्या बदल्यात वस्तू आयात करण्याची क्षमता वाढत आहे; म्हणून त्याला कधी कधी देशाची आयातक्षमता (Capacity of Import) असे म्हटले जाते.

जर देशाच्या आयातीची क्षमता वाढत असेल, तर

१) निर्यात किमतीत वाढ होते.

२) आयातीच्या किमतीत वाढ होते.

३) निर्यातीच्या प्रतिमानात वाढ होते.

उत्पन्न व्यापारशर्तींवर टीका

उत्पन्न व्यापारशर्तींवर पुढील मुद्यांच्या आधारे टीका केली जाते :

१) व्यापारापासून तोटा किंवा लाभाचे मोजमाप अयोग्य : उत्पन्न व्यापारशर्ती आंतरराष्ट्रीय व्यापारापासून होणारा लाभ किंवा तोटे यांचे अचूक मापन करण्यात अपयशी ठरल्या आहेत; जर देशाची आयातक्षमता वाढत असेल तर त्याचा अर्थ देशाची पूर्वीपेक्षा निर्यात करण्याची क्षमता वाढत आहे; वास्तव निर्यात म्हणजे वास्तव संसाधनांची निर्यात केल्यास त्याचा उपयोग लोकांचे जीवनमान उंचावण्यासाठी करता येतो.

२) एकूण आयात क्षमतेच्या निर्देशांकाकडे दुर्लक्ष : उत्पन्न व्यापारशर्ती निर्देशांक हा देशाच्या निर्यातक्षमतेवर आधारलेला आहे.

या संकल्पनेत देशातील एकूण आयातक्षमता किती आहे, याकडे दुर्लक्ष केले आहे. आयातक्षमता केवळ निर्यातीवरच अवलंबून असते असे नाही तर एकूण परकीय चलनातील उत्पन्नावर अवलंबून असते.

३) वस्तू व्यापारशर्तीला महत्त्व दिले नाही : उत्पन्न व्यापारशर्ती हा वस्तू व्यापारशर्तींचा पाया आहे. मात्र, ही संकल्पना देशाच्या आयातीचे खरे स्वरूप स्पष्ट करू शकत नाही. आंतरराष्ट्रीय लाभाचे मोजमाप करण्यासाठी उत्पन्नशर्तींपेक्षा वस्तू व्यापारशर्तीला जास्त प्राधान्य दिले जाते.

ब) उत्पादन घटकांशी संबंधित व्यापारशर्ती (Factoral Terms of Trade)

आपल्याला किती आयात करावयाची त्यासाठी निर्यातीत उत्पादन घटकांची किती एककांनी वाढ करावयाची हे घटक व्यापारशर्तींतून समजतात.

१) एक घटकी व्यापारशर्ती (Single Factoral Term of Trade)

जेव्हा उत्पादक घटक बदलतात, निव्वळ वस्तू व्यापारशर्तींचा उपयोग व्यापाराच्या लाभाच्या मोजमापासाठी होत नाही म्हणून प्रा. व्हायनर यांनी वस्तूंचा तांत्रिक सहसंबंध निर्देश एकघटकी आणि द्विघटकी व्यापारशर्ती विकसित केल्या.

एक घटकी व्यापारशर्ती प्रकारात निर्यात वस्तूंच्या किमतीचा निर्देशांक व आयात वस्तूंच्या किमतीचा निर्देशांक यांची तुलना केली जाते. निर्यात वस्तूंच्यासाठी वापरल्या जाणाऱ्या उत्पादन घटकांच्या उत्पादन शक्तीतील बदलांचाही विचार केला जातो.

एक घटकी व्यापारशर्ती (sf) = निव्वळ वस्तू व्यापारशर्ती × निर्यात वस्तू उत्पादकता निर्देशांक

sf = n × निर्यात वस्तू उत्पादकता निर्देशांक

निर्यात वस्तू उत्पादकता निर्देशांक; म्हणजे निर्यात वस्तूतील सर्व उत्पादन घटकांच्या उत्पादकतेचा निर्देशांक वास्तवात असा निर्देशांक काढणे शक्य होत नाही त्यामुळे ही संकल्पना प्रत्यक्षात वापरता येत नाही.

एक घटकी व्यापारशर्तींच्या मुख्य मर्यादा म्हणजे आयात उत्पादनाचा अंतर्गत खर्च नाकारला किंवा धरला नाही म्हणून व्हायनर यांनी द्विघटकी व्यापारशर्ती ही संकल्पना विकसित केली.

२) द्विघटकी व्यापारशर्ती (Double Factoral of Terms of Trade)

द्विघटकी व्यापारशर्ती संकल्पनेत निर्यात वस्तूंच्या किमतीचा निर्देशांक व आयात वस्तूंच्या किमतीचा निर्देशांक यांची तुलना केली जाते व निर्यात वस्तुंसाठी वापरल्या जाणाऱ्या व दुसऱ्या देशात आयात वस्तूंसाठी वापरल्या जणाऱ्या उत्पादन घटकांच्या उत्पादन शक्तीतील बदलांचा विचार केला जातो.

अथवा,

$$\text{सूत्र विघटकी व्यापार शर्ती} = n \times \frac{\text{निर्यात उद्योगांची उत्पादकता निर्देशांक}}{\text{आयात स्पर्धकांचा उत्पादकता निर्देशांक}}$$

जसे निर्यात उद्योगांची उत्पादकता निर्देशांक काढणे अवघड आहे तसेच आयात स्पर्धक वस्तूंचा निर्देशांक काढणे अवघड आहे.

आयात स्पर्धक देश म्हणजे ज्या वस्तूंची आयात करणे त्या वस्तूला पर्यायी अशा देशी वस्तूंचे उत्पादन होय. या आयात पर्यायी वस्तू उत्पादन करणाऱ्या उद्योगांना 'स्पर्धक उद्योग' म्हणतात.

व्यवहारात एक-घटकी आणि द्वि-घटकी व्यापारशर्तींचा अतिशय कमी उपयोग होतो; कारण घटक उत्पादकतेतील बदलाचे मोजमाप करणे अवघड आहे; म्हणून या संकल्पनेचा उपयोग अर्थशास्त्रज्ञ क्वचितच करतात.

याशिवाय व्यापार शर्तींचे पुढील प्रकार आहेत-

३) वास्तवखर्च व्यापारशर्ती (Real Cost Terms of Trade)

वास्तवखर्च व्यापारशर्ती खालीलप्रमाणे,

$$Tr = Ts . Rx = \frac{Px}{Pm} . Zx . Rx$$

येथे, Tr = वास्तवखर्च व्यापारशर्ती.

Ts = एक घटक व्यापारशर्ती.

Rx = उत्पादन निर्यातीत काम करणाऱ्या साधनांची उत्पादकतेचा एक घटक ऋण उपयोगिता (Disutility) रकमेचा निर्देशांक.

आंतरराष्ट्रीय व्यापारापासून देशाचे आर्थिक कल्याण साध्य करण्यात वास्तव लाभ मोजण्यासाठी वास्तवखर्च व्यापारशर्तींचा उपयोग होतो. परंतु, वास्तवखर्चाने निर्मितीच्या उत्पादनाचा विचार केला नाही यावरून त्याची मर्यादा दिसून येते; या मर्यादेमुळे प्रा. व्हायनर यांनी उपयोगिता व्यापारशर्ती संकल्पना विकसित केली.

४) उपयोगिता व्यापारशर्ती (Utility Terms of Trade)

वास्तवखर्च व्यापारशर्तींपेक्षा उपयोगिता व्यापारशर्तींपासून अनेकविध फायदे होतात. उपयोगी आयातीच्या तुलनेत अंतर्गत उपभोगाच्या वस्तूंच्या उत्पादनाबरोबर उत्पादन घटकांचा उपयोग होतो.

आता उत्पादित वस्तू निर्यात (Um)

$$Tu = Tr . Um = \frac{Px}{Pm} \ Zx . Um$$

उपयोगिता व्यापारशर्ती या वास्तवखर्च व्यापारशर्तींप्रमाणे आहेत, असे रॉबर्टसन यांनी म्हटले आहे. उपयोगिता व्यापारशर्ती संबंधित खर्चाशी निगडित आहेत; त्याचे मोजमाप अचूक करता येत नाही; म्हणून व्यवहारात ही संकल्पना कमी उपयोगाची आहे.

३.५ व्यापारशर्ती ठरविणारे किंवा निश्चित करणारे घटक (Determinant of Terms of Trade)

दोन वस्तू, दोन देशांच्या बाबतीत वस्तुंच्या आयात किमती आणि निर्यात किमतीच्या गुणोत्तराला देशाच्या 'व्यापारशर्ती' म्हणतात.

$$\therefore \frac{Px}{Pm} \text{ आहे.}$$

व्यापारशर्ती अनुकूल किंवा प्रतिकूल असतात. 'व्यापारशर्तींवर परिणाम करणारे घटक' म्हणूनही त्यांचा उल्लेख करता येतो.

येथे हे नमूद केले पाहिजे की, विपर्यास पद्धतीने उलट-सुलट रीतीने इतर देशांची आयात एका देशाची निर्यात असते. एका देशाच्या व्यापारशर्तींचा परिणाम इतर देशांच्या व्यापारशर्तींवर होतो. अन्योन्य मागणी लवचिकतेत बदल झाल्यास देशाच्या व्यापारशर्तीत बदल घडून येतो. अन्योन्य मागणी लवचीक वस्तूच्या मागणीची सापेक्ष तीव्रता किती आहे, त्यावर अवलंबून असते. मागणीच्या लवचिकतेच्या बदलाची जागा अनेक घटकांद्वारे घेतली जाते. जसे लोकसंख्या वाढ, व्यापारी वस्तूंचे स्वरूप, सरकारी व्यापार धोरण, लोकांची पसंती आणि राष्ट्राच्या आयातीची क्षमता इत्यादी घटकांत बदल झाल्यास परिणामी व्यापाराच्या अटींचा देशाच्या आयातीच्या मागणीवर हेतुपूर्वक परिणाम होतो.

व्यापारशर्तींवर परिणाम करणारे घटक पुढीलप्रमाणे आहेत-

१) आर्थिक वाढ : जेव्हा देशाची आर्थिक वाढ होते; तेव्हा उत्पादन शक्यता वक्र वरती सरकतो; कारण देशाच्या उत्पादनक्षमतेत सुधारणा होते. परिणामी राष्ट्राचे उत्पन्न आणि आर्थिक कल्याणात वाढ होते. जेव्हा आर्थिक वाढ होते त्यावेळेस आयातीच्या मागणीत वाढ होते किंवा एका बाजूस निर्यात वस्तूंचा पुरवठा आणि आयात पर्यायीकरणात वाढ होते. त्याचा पुरवठा आणि मागणी, स्थिती व्यापारशर्ती ठरविण्यासाठी होतो; जर आयात मागणी वाढली तर तुलनात्मक निर्यात वस्तूंच्या पुरवठ्याच्या देशाच्या दृष्टीने व्यापारशर्ती प्रतिकूल ठरतील. दुसऱ्या बाजूस निर्यात वस्तूचा पुरवठा वाढला तर तुलनात्मकदृष्ट्या आयातीच्या मागणीच्या दृष्टीने व्यापारशर्ती देशाला अनुकूल ठरतील.

२) अन्योन्य मागणी आणि पुरवठा : अन्योन्य किंवा परस्पर मागणी आणि पुरवठ्याच्या व्यापारशर्ती देशावर आधारित असतात किंवा आयात आणि निर्यातीचा पुरवठा आणि मागणी प्रत्येक देशाची लवचिकता आणि कार्यात्मकतेवर अवलंबून असते; जर अवलचिक संबंधित देशाची निर्यातीची मागणी आयातीच्या तुलनात्मकदृष्ट्या असेल तर व्यापारशर्तींचा कल देशाला अनुकूल असेल. तर दुसऱ्या बाजूस प्रतिकूल असेल. त्याचप्रमाणे निर्यातीचा पुरवठा आयातीच्या तुलनेत जास्त लवचीक असेल तर व्यापारशर्तींचा कल प्रतिकूल राहील; मात्र, अनुकूल व्यापारशर्ती असतील तर संबंधित देशाचा निर्यातीचा पुरवठा वाढतो.

३) मागणीचे आकारमान : मागणीचे आकारमान व्यापारशर्तींवर परिणाम

करते. देश आयात आणि निर्यात करत असेल तर जर निर्यातीची मागणी वाढली, इतर वस्तू समतोल असतील असे मानल्यास निर्यात वस्तूंच्या किमती आयात वस्तूंच्या तुलनेत वाढतील. परंतु, जर आयात वस्तूंची मागणी वाढली तर त्यांच्या किमती निर्यात वस्तूंच्या तुलनेत वाढतील म्हणून देशाला व्यापारशर्ती प्रतिकूल ठरतील.

४) पर्यायी वस्तूंची उपलब्धता : देश ज्या वस्तूंची निर्यात करतो त्या वस्तूंना जवळच्या पर्यायी वस्तू उपलब्ध नसतील तर व्यापारशर्ती अनुकूल ठरतील. उदा. जर पेट्रोलला पर्याय सापडला तर भारताला अनुकूल व्यापारशर्ती राहतील.

५) तंत्रज्ञानातील बदल : उत्पादनतंत्रात बदल होत असेल तर व्यापारशर्तींवर त्याचा परिणाम होतो. उत्पादन तंत्रज्ञानात सुधारणा झाली, तर आयात वस्तूंच्या तुलनेत किमती कमी होतील म्हणून व्यापारशर्ती देशाला प्रतिकूल ठरतील. दुसऱ्या बाजूस आयातीची मागणी स्पर्धात्मक वस्तूंच्या मानाने आयातीच्या उत्पादनात कमी झाली तर व्यापारशर्तींचा कल सुधारण्याकडे किंवा अनुकूल असेल.

६) जकाती आणि कोटा : जर देश आयात मालावर परिणामकारक जकाती लादत असेल, आयात कोटा ठरवून देत असेल किंवा अन्य प्रकरणी बंधने घालत असेल तर व्यापारशर्ती देशासाठी अनुकूल होतील आणि जर आयातवस्तूंना पर्यायी वस्तू पुरेशा प्रमाणात उपलब्ध नसतील आणि आयात वस्तूंची मागणी, लवचिकता कमी असेल तर व्यापारशर्ती प्रतिकूल होतील.

७) लोकांच्या वस्तूंच्या पसंतीत बदल : लोकांची वस्तूंबाबत आवड-निवड बदलत असेल तर त्याचाही परिणाम व्यापारशर्तींवर होतो. देश ज्या वस्तूंची निर्यात करतो त्यांची परदेशी ग्राहकांची आवड किंवा पसंती वाढत असेल तर व्यापारशर्ती देशाला अनुकूल होतील. याउलट, देशातील परकीय वस्तूंच्या आवडीत वाढ होत असेल तर व्यापारशर्ती देशास प्रतिकूल ठरतील.

८) उत्पादन घटकांच्या देणगीत बदल : जेव्हा निर्यात उद्योगाच्या पुरवठ्यात वाढ होते तेव्हा निर्यातक्षम वस्तूंच्या उत्पादनात मोठी निर्मिती होते. त्या वस्तू कमी किमतीत विकल्या जातात. परदेशातील लोकांची आवड आणि तंत्रज्ञानामुळे देशासाठी त्या प्रतिकूल बनतात. परंतु, पर्यायी आयातीसाठी उत्पादन पुरवठा घटक जास्त असेल, तर आयातीची मागणी कमी होईल आणि आयातीच्या शर्ती देशाला अनुकूल होतील.

९) अवमूल्यन : अवमूल्यन म्हणजे राष्ट्राच्या चलनाचे मूल्य परकीय चलनाच्या संदर्भात हेतुपूर्वक कमी करणे होय. जेव्हा देश त्याच्या चलनाचे अवमूल्यन करतो तेव्हा दुसऱ्या देशाला पहिल्या देशाचे चलन स्वस्तदरात खरेदी करता येते. परकीय

चलनाच्या शर्तीत देशांतर्गत चलनाच्या मूल्यात घट होते. अवमूल्यनाच्या परिणामी परकीय बाजारात आयात खर्चीक बनते आणि निर्यात स्वस्त होते, म्हणून व्यापारशर्ती देशाला अनुकूल ठरतील. आयात खर्च कमी आणि निर्यातीची उभारणी चांगली होते. परंतु, देशाच्या व्यापारशर्ती ठरविण्यात मागणी आणि पुरवठ्याच्या लवचिकतेची भूमिका महत्त्वाची असते; जर निर्यातीची परकीय मागणी आणि आयातीची देशातील मागणी किंमत बदलाची अलवचिकता अधिक असेल; उलट, व्यापाराच्या शर्ती सुधारण्यासाठी अवमूल्यन मदत करते.

१०) **बाजारस्थिती :** देश ज्या वस्तूची निर्यात करतो त्यात मक्तेदारी किंवा अल्पविक्रेताधिकार शक्ती असेल आणि ज्या वस्तूंची आयात केली जाते त्या बाबतीत अनेक पर्याय उपलब्ध असतील तर देशाच्या बाबतीत व्यापारशर्ती अनुकूल राहतील; परंतु, दुसऱ्या देशाला प्रतिकूल राहतील. उदा. आखाती देशांचा पेट्रोलियम पदार्थात अल्पाधिकार असल्याने त्यांना व्यापारशर्ती अनुकूल राहतात.

११) **व्यवहारतोल :** व्यवहारतोलाकडे कल असेल तर व्यापारशर्तीत सुधारणा होते. व्यापारतोल अधिक्याचा असेल तर चलनाचा विनिमयातील दर व्यापारशर्तीत वाढतो.

१२) **वृद्धी आणि घट :** देशांतर्गत किमती वाढून वृद्धीची स्थिती असेल आणि आयात वाढून निर्यात घटली असेल तर व्यापारशर्तीचा कल प्रतिकूल राहील.

दुसऱ्या बाजूस घटीचा कल असेल, निर्यातीत वाढ होत असेल. अंतर्गत किमती कमी होत असतील आणि आयात कमी होत असेल तर देशास आयातशर्ती अनुकूल राहतील.

१३) **भांडवलाची आवक-जावक :** जेव्हा एखादा देश भांडवल दुसऱ्या देशाकडून घेतो तेव्हा त्या देशाला त्याच चलनात पैसे परत करावे लागतात. त्यासाठी कर्ज घेतलेल्या देशाला निर्यात वाढविणे आवश्यक असते; त्यामुळे व्यापारशर्ती अनुकूल होण्यास मदत होते. याउलट, कर्ज देणाऱ्या देशावर त्याचा वेगळा परिणाम होतो.

१४) **व्यापार चक्र :** आयात-निर्यात करणाऱ्या देशांमध्ये चलनवाढीची स्थिती कशी आहे त्यावर व्यापारशर्ती अवलंबून असतात; जर एखाद्या देशात चलन वाढ होत असेल तर त्या देशात आयातवस्तूंची मागणी वाढते. निर्यात करणाऱ्या देशाला चलनवाढीचा फायदा होतो; व त्या देशाच्या व्यापारशर्ती अनुकूल होतात.

थोडक्यात, जसे व्यापारशर्तीची एखादी संकल्पना घेऊन व्यापारातील लाभ मोजता येत नाहीत तसेच वरील सर्व घटकांचा कोणत्याही एकाच कारणाद्वारे व्यापारशर्ती अनुकूल अथवा प्रतिकूल होतील हे विश्लेषणात्मकरीत्या सांगता येत नाही. या

संदर्भातील विश्लेषणाबाबत अर्थमंत्री, अर्थतज्ज्ञ, वाणिज्य मंत्री आणि रिझर्व्ह बँकेसारख्या मध्यवर्ती बँकेच्या गव्हर्नरचा विनिमयदराबाबत सल्ला घेतला जातो; त्यामुळे व्यापारशर्ती बाबत व त्या घटकांच्या अनुकूल व प्रतिकूलतेबाबत आपण केलेल्या मुद्द्यांची चर्चा महत्त्वाची आहे.

३.६ विकसनशील देशांच्या व्यापारशर्ती प्रतिकूल असण्याची कारणे (Causes of Unfavourable Terms of Trade to Developing Countries)

विकसनशील देशांना विविध समस्यांना तोंड द्यावे लागते. उदा. दारिद्र्य, बेरोजगारी, तंत्रज्ञानाची कमतरता, भांडवलाची कमतरता त्यामुळे आंतरराष्ट्रीय व्यापाराला अर्थव्यवस्थेचे खत आणि जीवन मानले जाते. जलद आर्थिक विकासासाठी 'व्यापार' ही घोषणा तयार करण्यात आली. काही अर्थशास्त्रज्ञांनी विकसनशील आणि विकसित अशा दोन्ही देशांच्या आर्थिक इतिहासाचा अभ्यास केला. त्यांच्या मते, आंतरराष्ट्रीय व्यापार हे आर्थिक वृद्धीचे इंजिन आहे. १९ व्या शतकात विकसित देशांच्या मानाने विकसनशील देशांत आर्थिक वृद्धीचे इंजिन मोठ्या प्रमाणात नव्हते; कारण विकसनशील देश प्रतिकूल परिस्थितीला तोंड देत होते; म्हणून ते परकीय व्यापारात आर्थिकविकास करू शकले नाहीत.

विकसनशील देशांची व्यापारशर्ती प्रतिकूल असण्याची (बिघडण्याची) कारणे पुढील प्रमाणे –

१) तंत्रज्ञानाच्या लाभाचे विभाजन : सिंगर यांच्या मते, विकसनशील देशांनी तंत्रज्ञानाच्या साहाय्याने कमी किमतीत प्राथमिक वस्तूंची निर्यात करून प्रगती साधली परंतु विकसित देशांनी उच्च उत्पादनाच्या साहाय्याने उत्पन्नात प्रगती केली. त्यामुळे विकसित देशांचे नियंत्रण निर्माण होऊन मक्तेदारी निर्माण झाली. विकसित देशांनी आकर्षक पद्धतीने उत्पादनांची निर्मिती केली. त्यामुळे विकसनशील देशांच्या व्यापारशर्ती प्रतिकूल राहण्याला मदत झाली.

२) व्यापारशर्तीत ऐहिक बिघाड : राऊल प्रेबिश (Raul Prebisch) यांच्या मते, "दीर्घकाळ प्राथमिक उत्पादनाच्या किमतीत उतरती कळा दिसून येत होती. विकसनशील देश प्राथमिक उत्पादनाची निर्मिती करतात. कॉफी, चहा, तांदूळ, साखर, तांबे इत्यादींबाबतीत उत्पादनाच्या दर्जात सारखेपणा अनेक दशके होता. दुसऱ्या बाजूस विकसित देशांत निर्मित वस्तू उत्पादनाच्या दर्जात सुधारणा होत होती. प्राथमिक उत्पादनाच्या किमतीपेक्षा संबंधित वस्तूंना उच्च किमती प्राप्त झाल्या; त्यामुळे विकसनशील देशांच्या व्यापारशर्ती प्रतिकूल ठरल्या."

३) उद्योगातील मक्तेदारी : प्राथमिक वस्तूंच्या बाबतीत मक्तेदारी निर्माण करता येत नाही; उदा. तांदूळ, गहू, कापूस इ. बाबत कोणत्याही देशाला मक्तेदारी निर्माण करता येत नाही. याउलट, उद्योग क्षेत्राला मक्तेदारी निर्माण करता येणे शक्य असते. उद्योगक्षेत्रातील वस्तू कृषी उत्पादनापेक्षा जास्त किंमतीला विकल्या जातात; अशी मक्तेदारी विकसनशील देशाच्या व्यापारशर्ती अधिक प्रतिकूल करते. विकसनशील आशियायी देश प्राथमिक वस्तूंची निर्यात करत असल्याने निव्वळ वस्तू व्यापारशर्ती विकसित देशांच्या मानाने आजही प्रतिकूल दिसून येतात.

४) खर्च प्रमाण अधिक : विकसित देशांच्या तुलनेत विकसनशील देशांचे खर्च गुणोत्तर प्रमाण अधिक असते; कारण उत्पादन घटकांची उत्पादकता अल्प असते, तर विकसित देशांची उत्पादन घटकांची उत्पादकता अधिक असते; त्यामुळे विकसनशील देशांना व्यापारशर्ती प्रतिकूल बनतात.

५) आर्थिक मागासलेपणा : विकसनशील देशांचे दरडोई उत्पन्न आणि राष्ट्रीय उत्पन्न पातळी कमी असते त्यामुळे लोकांची खरेदीशक्ती कमी असते; त्यामुळे व्यापारशर्ती विकसनशील देशांना प्रतिकूल ठरतात.

६) गतिशीलतेचा अभाव : उत्पादनघटकांच्या गतिशीलतेच्या अभावामुळे देशातील उपलब्ध साधनसामग्रीचा योग्य वापर होत नाही त्यामुळे उत्पादन खर्च जास्त राहतो. विकसनशील देशात चालीरिती, रूढी-परंपरा, प्रांतिक भिन्नता, धर्म, भाषा, निरक्षरतेचे अधिक प्रमाण इ.चा प्रभाव श्रमाच्या गतिशीलतेवर होतो त्यामुळे व्यापारशर्ती गरीब देशांना प्रतिकूल राहतात.

७) स्पर्धेत वाढ : विकसनशील देशातील ठराविक पद्धतीच्या उत्पादनासाठी इतर देशात बाजारपेठ शोधावी लागते. तसेच जागतिक बाजारपेठेत विकसनशील देशांचे संघटन अतिशय कमी आहे. तसेच बाजारपेठेत निर्यातीत विकसनशील व विकसित देशांत स्पर्धा वाढत आहे. विकसित देशांची उत्पादने पर्यायाने बाहेर जातात. त्यामुळे प्राथमिक उत्पादनाच्या किमती कमी होतात; त्याचा परिणाम विकसनशील देशावर होतो.

८) दारिद्र्यकारी वृद्धी : जगदीश भगवती (Jagdish Bhagwati) यांच्या मते, विकसनशील देशांत व्यापारशर्तीत बिघाड किंवा अधोगती दिसून येते. त्यालाच 'दारिद्र्याची वृद्धी' म्हटले जाते. विकसनशील देशांची वाढ बिगरनिर्यात पायावर (Ultra Export baised) आहे. हे सर्व देशांना माहीत आहे. साधनांची पूर्णत: कमतरता तसेच साधनांसाठी संघर्ष करावा लागतो. विकसनशील देशात आयातीबाबतीत

उद्योगस्पर्धा स्थिती निर्माण झाली आहे.

९) आयात कौशल्य व आयात स्पर्धात्मक उद्योग : लिंडर (Linder) यांच्या मते, ''विकसनशील देशांच्या व्यापारशर्ती प्रतिकूल आहेत कारण त्यांच्यात आयात-कौशल्य नसणे, आयातीला पर्यायी स्पर्धात्मक उद्योग नसणे इ. उदा. ब्रिटिशकाळात ब्रिटिश कापड निर्यातीमुळे भारतीय हस्तउद्योग पूर्णत: नाहीसा झाला.''

१०) पायाभूत तंत्रज्ञानातील बदल आणि घटक वृद्धी : विकसित देशांप्रमाणे तंत्रज्ञानात बदल आणि घटकवृद्धी ही विकसनशील देशात दिसून येत नाही. विकसित देशात भांडवल वृद्धीचा उच्च दर; लोकसंख्या आणि तंत्रज्ञानामुळे भांडवलाच्या साहाय्याने श्रमिकांचा आणि जमिनीचा वापर शक्य होतो. विकसित देशात प्लँटिंग केले जाते. उदा. कृत्रिम रबराचे उत्पादन, कृत्रिम रेशीम, कापूस उद्योग, खते इत्यादी. विकसनशील देशावर त्याचा परिणाम होऊन विकसनशील देशांच्या व्यापारशर्तीत अधोगती दिसून येते; कारण ते विकसित देशांवर अवलंबून असतात. विकसनशील देशांचा नवीन कच्चा माल कमी होत आहे.

११) वस्तूंमधील दुर्मिळता : लिंडर (Linder) यांनी विकसनशील देशांच्या वस्तूंमधील दुर्मीळतेवर भर दिला. दीर्घ काळ विकसनशील देशांच्या व्यापारशर्तीत अधोगती झाली. विभाग विभाजन, वस्तू वाहतुकीची कमतरता, विकसनशील देशांत होती; तर महत्त्वाचे उत्पादन उदा. लोखंड, पोलाद इ. विकसनशील देशांना आवश्यक होते. तसेच विकसनशील देशांच्या अंतर्गत साधनांचा पूर्णपणे उपयोग झाला नाही. आयात व पर्यायी अंतर्गत साधनांची शक्यता मर्यादित असल्याने लोकसंख्या वाढीमुळे आयातीची गरज दीर्घ काळ निर्माण झाली; परिणामी व्यापारशर्ती विकसनशील देशांत प्रतिकूल राहिल्या.

१२) विकसित देशांचा व्यापार आत्मकेंद्री : विकसित देशांचा व्यापार आत्मकेंद्री राहिला. उदा. युरोपीय आर्थिक समुदायाने (EEC) अंतर्गत समझोत्यातून आर्थिक सहकाराची उभारणी केली. या संघटनेमुळे आयातीसाठी विकसनशील देशांवर बंधने आल्याने व्यापाराची उभारणी आत्मकेंद्री बनली.

१३) व्यवसाय अवस्थांवर परिणाम आणि व्यवहारतोलाच्या समस्या: प्रेबिश (Prebish) यांच्या मते, ''जागतिक बाजारात विकसनशील देशांचा सहभाग निर्यातीत वाढत आहे. परंतु, निर्यातक्षेत्रातील योगदान अल्प होते. मात्र, निर्यातीवर अवलंबित्व जास्त होते. विकसित देशात संघटित व्यापार अवस्था वाढला, त्याचा परिणाम विकसनशील देशांच्या व्यापारतोलाच्या स्थितीवर झाला.''

१४) **कर्ज समस्या :** सिंगर (Singer) यांच्या मते, विकसनशील देशांवर परकीय कर्जाचे मोठे ओझे असते; त्याचप्रमाणे त्यांना कर्जफेडीसाठी आणि आयातीसाठी-निर्यातीपासून मिळालेली रक्कम खर्च होते. दुसरे म्हणजे विकसनशील देशाला निर्यात वाढविण्याची गरज असते तसेच स्वतःचा विकासही करावयाचा असतो; परिणामी व्यापारशर्तींत उतरती कळा लागते.

१५) **सौदाशक्ती कमी :** विकसनशील देश प्राथमिक उत्पादनाची निर्यात करतात, ती नाशवंत असते तर विकसित देशांची त्या स्थितीत हुकूमशाही असते. विकसनशील देशांची सौदाशक्ती कमी असते. परिणामी त्याच्या व्यापारशर्ती प्रतिकूल बनतात.

१६) **परकीय गुंतवणुकीचा परिणाम :** सिंगर (Singer) यांच्या मते, विकसनशील देशांच्या प्राथमिक क्षेत्रांत परकीय गुंतवणूक केली जाते. परिणामी मोठ्या प्रमाणातील फायदा परदेशात जातो (Draining). त्यामुळे व्यक्ती, तांत्रिक प्रगती, व्यापारशर्ती यांना उतरती कळा लागते.

१७) **उत्पादन स्वीकारण्याची असमर्थता :** विकसनशील देशांचे उत्पादन व निर्यात, खाणी आणि शेती उत्पादनाशी संबंधित असते. जागतिक बाजारात त्यांच्या किमती जुळवून घेतल्या जात नाहीत. त्यावेळेस त्यांच्या उत्पादनाच्या किमती कमी होण्यास सुरुवात होते; तर त्या वस्तूंचे उत्पादन दुसरीकडे घेतले जाऊ शकत नाही. त्यामुळे उत्पादनात वाढ होत नाही. परिणामी व्यापारी शर्ती विकसनशील देशांना प्रतिकूल बनतात.

१८) **विकसित देशांवर मोठे अवलंबित्व :** विकसनशील देश भांडवलाच्या बाबतीत विकसित देशांवर अवलंबून असतात. विकसित देशांत भांडवली सामग्री, विकसित तंत्रज्ञान, आयात पर्यायी उद्योग, आवश्यक पायाभूत सुविधा उपलब्ध असतात. विकसित देश उच्च किमतीला वस्तूंचा पुरवठा करतात. त्यामुळे आपोआपच व्यापारशर्ती विकसनशील देशांना प्रतिकूल बनतात.

विकसनशील देशातील व्यापारशर्तींतील प्रतिकूलता शोधणे अवघड आहे. व्यापारशर्ती सुधारण्यासाठी आर्थिक विकासाचा दर जलद वाढविणे आवश्यक आहे.

१९) **लोकसंख्येचा उच्च दर :** विकसनशील देशात लोकसंख्या वाढीचा दर जास्त असतो; त्यामुळे त्यांच्या गरजांची पूर्तता होऊ शकत नाहीत. त्यामुळे अन्नधान्य आयात करावे लागते. प्राथमिक उत्पादनाचीच निर्यात केली जाते. त्यामुळे व्यापारशर्ती प्रतिकूल बनतात.

२०) व्यापारशर्ती प्रतिकूल : भांडवल व तंत्रज्ञानाच्या अभावी मुबलक नैसर्गिक साधनसंपत्ती असूनही त्या साधनसामग्रीचा उपयोग करून घेणे अवघड असते त्यामुळे व्यापारशर्ती प्रतिकूल होतात.

२१) अपुरी निर्यातक्षमता : विकसनशील देशांत शिक्षणसुविधा अपुऱ्या असल्याने तसेच सामाजिक, सांस्कृतिक, परंपरागत घटकांशी त्या संबंधित असल्याने विकसनशील देशातील निर्यातक्षमता वाढत नाही; त्यामुळे व्यापारशर्ती प्रतिकूल बनतात.

२२) विकसित देशांकडे संपत्ती : सद्य:स्थितीत बहुसंख्य बहुराष्ट्रीय कंपन्या विकसित देशांतील असल्याने मोठ्या प्रमाणात संपत्ती विकसित देशांकडे जात आहे. हा घटकसुद्धा व्यापारशर्ती प्रतिकूल बनण्याला कारणीभूत आहे.

भारताच्या व्यापारशर्ती :

भारताच्या व्यापारशर्ती तीन सुत्रानुसार दाखविल्या जातात-

१) निव्वळ वस्तू व्यापारशर्ती = $\frac{\text{निर्यात किंमत निर्देशांक}}{\text{आयात किंमत निर्देशांक}} \times १००$

२) स्थूल वस्तू व्यापारशर्ती = $\frac{\text{आयात आकारमान (संख्या) निर्देशांक}}{\text{निर्यात आकार निर्देशांक}} \times १००$

३) उत्पन्न व्यापारशर्ती = $\frac{\text{निर्यात किंमत निर्देशांक}}{\text{आयात किंमत निर्देशांक}} \times$ निर्यात आकारमान निर्देशांक

१) निव्वळ वस्तू व्यापारशर्ती : २००८-०९ मध्ये भारताच्या निव्वळ वस्तू व्यापारशर्ती १९ टक्क्याने घटल्या असल्याचे दिसून येते.

२) स्थूल वस्तू व्यापार शर्ती : २००८-०९ मध्ये १९९९-२००० च्या तुलनेत भारताला निर्यातीच्या मोबदल्यात मिळणारी आयात नगसंख्या दोन टक्क्याने घटल्याचे दिसू येते.

३) उत्पन्न व्यापारशर्ती : भारताचे उत्पन्न व्यापारशर्तीचे मूल्य १९९९-२००० ते २००८-०९ याकाळात १०० वरून २१६ एवढे वाढलेले आहे; निव्वळ वस्तू व्यापार शर्तीत मूल्य घटले तरी निर्यात नगसंख्या वाढली तर उत्पन्न व्यापारशर्तीत सुधारणा झाली.

भारताच्या बाबतीत असे म्हणता येते की, निव्वळ वस्तू व्यापारशर्ती प्रतिकूल असल्यातरी निर्यात आकारमानात (संख्येत) वाढ झाल्यामुळे भारताच्या व्यापारशर्तीत सुधारणा झाली आहे. (हे इकॉनॉमिक सर्व्हेच्या आकडेवारीवरून दिसून येते.)

सरावप्रश्न :

प्र. १. थोडक्यात उत्तरे लिहा. (१०० शब्दांत)

१) आंतरराष्ट्रीय व्यापारापासूनचे लाभ कोणते?

२) व्यापारशर्तीच्या विविध संकल्पना कोणत्या?

३) व्यापारशर्ती म्हणजे काय, थोडक्यात सांगा.

४) विकसनशील देशातील असमतोल व्यापारशर्ती म्हणजे काय?

प्र. २. थोडक्यात उत्तरे लिहा. (२०० ते २५० शब्दांत)

१) आंतरराष्ट्रीय व्यापाराचे स्थितिशील आणि गतिशील लाभ स्पष्ट करा.

२) व्यापारशर्तीचे प्रकार सविस्तर स्पष्ट करा.

३) व्यापारशर्तीचे मोजमापाची चर्चा करा.

४) विकसनशील देशांच्या व्यापारशर्ती प्रतिकूल राहण्याची कारणे सांगा.

प्र. ३. सविस्तर उत्तरे लिहा. (४०० ते ५०० शब्दांत)

१) व्यापाराचे लाभ म्हणजे काय ते सांगून व्यापाराचे स्थितीशील आणि गतिशील लाभ स्पष्ट करा.

२) व्यापारशर्ती म्हणजे काय? व्यापारशर्तीचे महत्त्व सांगा.

३) व्यापारशर्ती म्हणजे काय ते सांगून व्यापारशर्तीचे प्रकार थोडक्यात स्पष्ट करा.

४) व्यापारशर्ती ठरविणारे घटक सविस्तर स्पष्ट करा.

५) विकसनशील देशांना प्रतिकूल व्यापारशर्ती ठरण्याची कारणे स्पष्ट करा.

प्र. ४. टिपा लिहा. (१०० शब्दांत)

१) आंतरराष्ट्रीय व्यापाराचे स्थितीशील लाभ.

२) आंतरराष्ट्रीय व्यापाराचे गतिशील लाभ.

३) व्यापारशर्तींचे महत्त्व सांगा.

४) व्यापारशर्तींचे मोजमाप.

५) व्यापारशर्तींचे लाभ.

६) व्यापारशर्तीं ठरविणारे घटक.

४

व्यवहारतोल
Balance of Payments

४.१ प्रास्ताविक (Introduction)

भारताचे १९९०-९१ मध्ये चालू खात्यातील तुटीचे एकूण अंतर्गत उत्पादनाशी ३.२% एवढे अधिक प्रमाण होते. त्यामुळे भारताला नाणेनिधीकडून सशर्त कर्ज घ्यावे लागले. नाणेनिधीच्या अटीप्रमाणे नवीन सुधारणा कार्यक्रम राबवावा त्यामुळे ताळेबंदातील रचना आणि प्रवृत्ती यांचा अभ्यास करणे अत्यंत महत्त्वाचे ठरते.

आंतरराष्ट्रीय व्यापारातील ताळेबंदाची सांख्यकीय नोंद व्यवहारतोलात असते.

त्यामध्ये सर्व प्रकारची देणी-घेणी एक देश दुसऱ्या देशाबरोबर ठरावीक काळात (एक वर्षासाठी) करतो. या आंतरराष्ट्रीय व्यवहारामध्ये एक देश दुसऱ्या देशांतून वस्तू व सेवांची आयात करतो व दुसऱ्या देशातून वस्तू व सेवांची निर्यात करतो. निर्यातीमुळे देशाला इतर देशांपासून परकीय चलन मिळते; तर आयातीसाठी त्या देशाला इतर देशांना पैसे द्यावे लागतात. त्या देशाचे चलनात आयातमूल्य द्यावे लागते.

आयात-निर्यातीत दोन प्रकारच्या बाबी असतात-

१) दृश्य वस्तू, २) अदृश्य वस्तू किंवा सेवा

दृश्य वस्तूंमध्ये अन्नधान्य, टी.व्ही., घड्याळे इत्यादी प्रकारच्या भांडवली व चैनीच्या, सुखद आणि उपभोग्य वस्तूंचा समावेश होतो. या सर्व वस्तूंना आपण स्पर्श करू शकतो; त्यांना पाहू शकतो. त्यामुळे अशा वस्तूंच्या व्यापाराला 'दृश्य वस्तूंचा व्यापार' असे म्हटले जाते; तर अदृश्य वस्तूंमध्ये मुख्यत: बँका, विमा कंपन्या, जहाज कंपन्या, वाहतूक संस्था यांनी आंतरराष्ट्रीय व्यापार सुलभ व्हावा म्हणून पुरविलेल्या सेवांचा समावेश होतो. याशिवाय अल्पकाळासाठी आणि दीर्घकाळासाठी दिली जाणारी भांडवली कर्जे, एका देशातील व्यक्तींनी दुसऱ्या देशात गुंतविलेले भांडवल, परकीयांकडून मिळालेल्या देणग्या किंवा परकीयांना दिलेल्या देणग्या किंवा हानिपूर्ती म्हणून दिलेल्या देण्या-घेण्याचा विचारही अदृश्य वस्तूंच्या व्यापारात केला जातो; अशा प्रकारे व्यवहार तोलात दृश्य आणि अदृश्य बाबींच्या देण्या-घेण्याचा समावेश केला जातो.

४.२ व्यापारतोल आणि व्यवहारतोल संकल्पना आणि घटक (Balance of Trade and Balance of Payments - Concepts and Components)

आंतरराष्ट्रीय व्यापाराशी संबंधित व्यापारतोल आणि व्यवहारतोल या संकल्पनाचा अर्थ आणि रचना स्पष्ट करावयाची आहे.

आंतरराष्ट्रीय व्यापारात दृश्य वस्तूंचे व अदृश्य सेवांचे व्यवहार केले जात असल्याने देण्या-घेण्याच्या व्यवहारांचे हिशेब दोन प्रकारांनी केले जातात-

१) आंतरराष्ट्रीय व्यापारतोल, २) आंतरराष्ट्रीय व्यवहारतोल

व्यापारतोल (Balance of Trade)

व्यापारतोलात प्रामुख्याने दृश्य वस्तूंच्या व्यापाराचा समावेश होतो. एखाद्या देशाने विशिष्ट कालावधीत (साधारण एक वर्ष) जेवढ्या दृश्य वस्तूंची आयात व निर्यात केली असेल त्याच्या हिशेबाला किंवा आढाव्याला

'व्यापारतोल' असे म्हटले जाते. म्हणजेच व्यापारतोलात वाणिज्य व्यवहारांचा समावेश होतो असे म्हणता येते.

व्याख्या

१) **प्रा. बेनॅहम यांच्या मते,** ''एका विशिष्ट कालावधीत (एक वर्षात) देशाच्या दृश्य आणि अदृश्य वस्तूंची आयात आणि निर्यात यांच्यातील संबंध म्हणजे व्यापारतोल होय.''

२) ''दृश्य वस्तूंच्या आयात निर्यातीच्या बाबत देण्या-घेण्याबाबतचा लेखा म्हणजे व्यापारतोल होय.''

एका वर्षातील देशाच्या आयात वस्तूंची किंमत आणि देशाच्या निर्यात वस्तूंची एकूण किंमत यामधील फरक म्हणजे 'व्यापारतोल' होय.

व्यापारतोलाची रचना आणि स्वरूप

व्यापारतोलात फक्त दृश्य वस्तूंचाच विचार केला जातो. व्यापारतोलात दृश्य वस्तूंची देणी-घेणी निर्माण झाली असतील तर तेवढीच नोंद केली जाते. अदृश्य वस्तूंच्या देण्या-घेण्यांचा विचार केला जात नाही; म्हणजेच दृश्य वस्तूंच्या देण्या-घेण्याचा आढावा व्यापारतोलात असतो. साधारणपणे एक वर्षाच्या काळात निर्यात केलेल्या दृश्य वस्तूंची किंमत आणि आयात केलेल्या दृश्य वस्तूंची किंमत विचारात घेतली जाते. फार वर्षांपासून अर्थशास्त्रात अनुकूल व प्रतिकूल व्यापारतोलाचा उल्लेख आढळून येतो. व्यापारतोलाचे दोन प्रकार दिसून येतात - १) अनुकूल व्यापारतोल २) प्रतिकूल व्यापारतोल.

अ) अनुकूल व्यापारतोल : दृश्य वस्तूंची निर्यात आयातीपेक्षा जास्त असली तर देशात सोन्या-चांदीसारख्या मौल्यवान धातूंचा ओघ मोठ्या प्रमाणात येत असल्याने व्यापारवादी विचारवंतांनी व्यापारतोल अनुकूल असावा असे मत मांडले. व्यापारतोलात जमा-खर्च या दोन बाजूंपैकी एका बाजूचे दुसऱ्या बाजूवर आधिक्य असू शकते. जमा बाजूचे खर्च बाजूवरील आधिक्य म्हणजे 'अनुकूल व्यापार तोल' होय. उदा. 'अ' या देशाने वेगवेगळ्या देशांकडून ३०० कोटी रुपयांच्या वस्तू आयात केल्या आणि वेगवेगळ्या देशांना ५०० कोटी रुपयांच्या वस्तू निर्यात केल्या तर त्या देशाला इतरांचे ३०० कोटी रु. आयातमूल्य दिल्यानंतर २०० कोटी रु. शिल्लक राहतील तेव्हा त्याला व्यापारतोल अनुकूल झाला, असे म्हटले जाते.

ब) प्रतिकूल व्यापारतोल : खर्च बाजूचे जमाबाजूंवरील आधिक्य म्हणजे प्रतिकूल व्यापारतोल होय. उदा. 'अ' देशाने वेगवेगळ्या देशांना ३०० कोटी रु.

किमतीच्या वस्तू निर्यात केल्या इ. वेगवेगळ्या देशांकडून ५०० कोटी रुपयांची आयात केली तर देशाला २०० कोटी रुपयांची तूट होईल; अशा स्थितीला प्रतिकूल व्यापारतोल असे म्हटले जाते; म्हणजेच व्यापारतोलात दृश्य स्वरूपातील वस्तूंचा आयात-निर्यातीत समावेश होतो.

व्यापारतोलात फक्त दृश्य वस्तूंच्या आयात-निर्यातीचा विचार करून आंतरराष्ट्रीय व्यापार अनुकूल का प्रतिकूल आहे हे ठरविता येत नाही; **तर दृश्य वस्तूंच्या आयात-निर्यातीबरोबर अदृश्य वस्तूंच्या आयात-निर्यातीचाही विचार करून एखाद्या देशाच्या परकीय व्यवहारांचा विचार केला जातो आणि या दृष्टिकोनातून व्यापारतोलापेक्षा व्यापक स्वरूपात व्यवहारतोल संकल्पना मांडली जाते. व्यवहारतोलातील घटक – या खात्यावर वस्तूंच्या आयात-निर्यातीचे व्यवहार मांडले जातात.**

४.२.२ व्यवहारतोल (Balance of Payments)

व्यवहारतोलामध्ये एखाद्या देशाचा इतर देशांनी असलेल्या देण्या-घेण्याच्या सर्व व्यवहारांचा तपशील मांडलेला असतो; म्हणून व्यापारतोल हे त्या देशाचे, आंतरराष्ट्रीय व्यवहाराचे 'ताळेबंद पत्रक' असते.

व्यापारतोलात फक्त दृश्य वस्तूंचा समावेश असतो तर व्यवहारतोलात दृश्य वस्तूंबरोबर अदृश्य वस्तूंचा उदा. बँकसेवा, विमासेवा, जहाज सेवा, पर्यटनावरील खर्च इ. चा समावेश होतो. थोडक्यात, व्यवहारतोल तयार करताना सर्व प्रकारची आयात-निर्यात म्हणजे दृश्य व अदृश्य बाबींपासून निर्माण होणारी एकूण देणी-घेणी विचारात घेतली जातात.

व्यवहारतोलाचा अर्थ आणि व्याख्या (Meaning and Definitions of Balance of Payments)

दृश्य वस्तूंच्या आयात-निर्यातीबरोबरच अदृश्य वस्तूंच्या आयात-निर्यातीचाही विचार देशाच्या परकीय व्यापारात केला जातो. त्या बाबींना आंतरराष्ट्रीय व्यापारात व्यवहारतोल संकल्पनेला महत्त्वाचे स्थान आहे;

त्यानुसार आंतरराष्ट्रीय नाणेनिधीने व्यवहारतोलाची व्याख्या पुढीलप्रमाणे केली आहे-

'व्यवहारतोल म्हणजे एखाद्या देशातील रहिवाशांनी इतर देशांच्या रहिवाशांबरोबर एका विशिष्ट कालावधीत केलेल्या सर्व आर्थिक व्यवहारांचा व्यवस्थाबद्ध हिशेब होय.' (The balance of payment for a given period is defined as a systematic record of all economic transactions during the period between residents of the reporting country and residents of other country - IMF).

एल्सवर्थ (Ellsworth) यांच्या मते, 'एका विशिष्ट कालखंडात एखाद्या देशातील नागरिक व इतर जगाच्यामध्ये केलेल्या सर्व देण्या-घेण्याचे व्यवहार होय.'

(This is a summary statement of all the transactions between the residents of one country and the rest of the world. It covers a given period of time usually a year.)

व्यवहारतोल म्हणजे विशिष्ट काळातील देशातील रहिवासी आणि इतर देशांतील लोक यांच्यातील आर्थिक व्यवहाराचा तपशिलाने घेतला आढावा होय.

व्यवहारतोलात वस्तू आणि सेवांच्या देवाण-घेवाणीतून तसेच कर्जे आणि गुंतवणुकीच्या व्यवहारातून निर्माण होणाऱ्या येणी आणि देणी यांचा समावेश होय.

आंतरराष्ट्रीय व्यवहार देणे (debits) आणि येणे (credits) अशा दोन गटांत वर्गीकरण केले जाते. परदेशातून उत्पन्न आपल्या देशात येते त्यावेळेस येणे बाजूला (Receipts Side) येते. देश दुसऱ्या देशाचे देणे लागतो. त्या सर्व बाबी देणे बाजूला (Debits Side) येतात. देशातील आंतरराष्ट्रीय व्यवहारांची केलेली नोंद द्विनोंदी पद्धतीने (Double Entry Book-Keeping System) केली जाते; म्हणजे आंतरराष्ट्रीय विनिमय व्यवहार दोन वेळा नोंदविला जातो. एकदा येणे (Credits) आणि दुसऱ्यांदा देणे (Debit) म्हणून नोंदविला जातो.

देशाचे व्यवहार तोलाचे खाते

$$B = R_f - P_f$$

व्यवहारतोल = परकीय येणे - परकीय खर्च

$$B = व्यवहारतोल$$

$$R_f = परकीय येणे$$

$$P_f = परकीय खर्च$$

परिस्थिती ऋण फरकाची असेल तर तुटीचा व्यवहारतोल असे म्हटले जाते.

४.२.३ व्यवहार तोलात समाविष्ट असणारे घटक/बाबी (Components of Balance of Payemts)

व्यवहारतोल दोन विभागात समाविष्ट केला जातो. १) चालू खाते आणि २) भांडवली खाते. त्या खात्यांची माहिती पुढीलप्रमाणे–

व्यवहारतोल खाते – रचना आणि घटक

जमा (+) (येणे)	खर्च (–) (खर्च)
१) चालू खाते	
आयात	**निर्यात**
१) वस्तू	१) वस्तू
२) सेवा उदा. बँकिंग, विमा, पर्यटन इ.	२) सेवा उदा. बँकिंग, विमा, पर्यटन इ.
३) हस्तांतरण देयता / व्यवहार (Transfer payments)	३) हस्तांतरण देयता (Transfer payments)
२) भांडवली खाते	
अ) कर्जे	अ) कर्जे
१) इतर देशांपासून कर्ज बँकांकडील कर्जे, सरकारी कर्जे	१) इतर देशांना दिलेले कर्ज, परतफेड व्याज इत्यादी
२) परकीय देशांमधून प्रत्यक्ष गुंतवणूक	२) परकीय देशात प्रत्यक्ष गुंतवणूक
३) निधी इत्यादी	३) निधी इ.
३) समायोजन खाते	
१) परकीय सरकारने धारण केलेली वाढ	१) परकीय चलन आणि सोन्याची सरकारकडे वाढती ठेव
४) चूकभूल खाते	

अ) चालू खाते -

चालू खात्यात दृश्य बाबी आणि अदृश्य बाबी असतात.

दृश्य वस्तूंची आयात व निर्यात यांची नोंद असते; तर अदृश्य आयात-निर्यातीमध्ये सेवांचे मोबदले किंवा देणग्या यांचा समावेश होतो. अदृश्य बाबींमध्ये जहाज सेवा, बँकिंग, विमा, कर्जावरील व्याज, पर्यटकांचा खर्च, परकीय मदत इत्यादी. हस्तांतरण व्यवहारात व्यक्तींनी व सरकारांनी परकीयांना दिलेल्या भेटी/मदत.

खर्चाच्या बाजूस देशात आयात होणाऱ्या सोन्याचे मूल्य, जहाज वाहतूक, बँका, विमा कंपन्यांच्या सेवांचे मूल्य; देशातील रहिवाशांनी परदेशात जाऊन केलेला खर्च यांचा समावेश होतो तर जमेच्या बाजूस देशातून निर्यात होणाऱ्या दृश्य वस्तूंचे मूल्य, देशातून निर्यात होणारे सोने, देशातील बँका, विमा कंपन्या, जहाज कंपन्या इत्यादी सेवांचे मूल्य, परकीय प्रवाशांचा खर्च इत्यादींचा समावेश होतो.

चालू खात्यातील व्यवहारतोल संतुलित असतोच असे नाही; तर तो अनुकूलही असतो अथवा प्रतिकूलही असू शकतो. चालू खात्यातील हे असंतुलन व्यवहारतोलातील भांडवली खात्यातील देण्या-घेण्याच्या व्यवहारामुळे दूर होऊन पुन्हा समतोल साधला जातो.

ब) भांडवली खाते

चालू खात्यावरील व्यवहारावर भांडवली खात्यावर परिणाम होतो; जर देशाच्या निर्यातीपेक्षा आयातीचे मूल्य अधिक असेल तर चालू खात्यावर तूट निर्माण होते, ही तूट भरून काढण्यासाठी देशाच्या भांडवली खात्यावर वाढावा निर्माण करावा लागतो त्यासाठी इतर देशाकडून अथवा आंतरराष्ट्रीय संस्थेकडून कर्ज घ्यावे लागते.

भांडवली खात्यावर कर्ज आणि गुंतवणुकीचे व्यवहार केले जातात, ही कर्जे अल्प आणि दीर्घकालीन मुदतीची असतात. तसेच खाजगी व सार्वजनिक ही कर्जे असतात. भांडवली खाते अल्पकालीन आणि दीर्घकालीन असते.

व्यवहारतोलात मुख्यतः अल्प आणि दीर्घ मुदतीच्या कर्जांचा समावेश होतो. त्यामध्ये -

१) बाह्य मदत - परकीय देशांनी कमी सवलतीच्या दराने दिलेली कर्जे.

२) व्यापारी कर्जे - खासगी क्षेत्र आणि सरकारला दिलेली कर्जे, उदा. जगातील वित्त बाजार, उच्च व्याजदराने कर्ज देणे.

३) अल्पकालीन जमा.

४) अनिवासी भारतीयांनी ठेवलेली ठेव.

५)	परकीय गुंतवणूक आणि इतर भांडवली बाबी.

सोन्याचा निव्वळ प्रवाह व अल्पकालीन भांडवलाची आयात किंवा निर्यात अशा प्रकारच्या भांडवली खात्यातील व्यवहारांमुळे व्यवहारतोल समतोल ठेवला जातो. व्यवहारतोल अनुकूल असेल तर तो देश-परदेशात भांडवल गुंतवू शकेल म्हणजेच भांडवल देशाबाहेर जाईल; त्यामुळे चालू खात्यातील आधिक्य व भांडवली खात्यातील तूट यामुळे व्यवहारतोलात समतोल निर्माण होईल. याउलट, जर व्यवहारतोल प्रतिकूल असेल व चालू खात्यातील तूट भरून काढण्यासाठी परदेशातून अल्पकालीन कर्ज घेतले जाईल; म्हणजेच भांडवल देशात येऊन भांडवली खात्यात आधिक्य निर्माण होईल व पुन्हा समतोल साधला जाईल.

अशा रीतीने भांडवली खात्यातील व्यवहार हे व्यवहारतोलात हिशेबी संतुलन घडवून आणत असतात; याच अर्थाने व्यवहारतोल हा नेहमी समतोल असतो असे म्हटले जाते.

क) समायोजन खाते

ह्यालाच सरकारची संरक्षित मालमत्ता असेही म्हटले जाते. इंग्लंड आणि अमेरिकेच्या बाबतीत प्रदेश, देश स्वतंत्र दाखवता येतात. त्यांचे व्यवहार स्वतंत्र असल्याने सरकार निव्वळ सरकारी राखीव संपत्ती ठेवते. सरकार तडजोडीने देयता बदलते. देयकाची जबाबदारी सरकारवर असते. प्रत्येक वर्षी सरकारी राखीव संपत्तीत बदल होतो. सरकारी राखीव संपत्ती परकीय चलनात बदलता येते आणि तशी तरतूद आंतरराष्ट्रीय नाणेनिधी (IMF) मध्ये आहे.

''समायोजन खाते एका वर्षाच्या काळातील देशाची सरकारी गंगाजळीची स्थिती आणि परकीय सरकार जवळील तरल अथवा अतरल देयता यांचे मापन करते.''

ड) चूकभूल खाते

जमाखर्चाची तिन्ही खाती बरोबर असल्यास त्यामुळे समतोल होतो. ही देशाच्या व्यवहारतोल समतोलाची बाब आहे. देशाचा व्यवहारतोल द्विनोंदी लेखाकर्म पद्धतीने तयार केला जातो. त्यामुळे प्रत्येक बाब देणे आणि घेणे बाजूला येते. त्यामुळे लेखाकर्माच्या दृष्टीने देशाचे येणे आणि घेणे दोन्ही सारखे दिसतात.

हे खाते प्रत्येक देशाच्या व्यवहारतोलात दिसून येते. व्यवहारतोलातील प्रत्येक बाबींविषयी संपूर्ण माहिती देणे शक्य होत नाही; त्यामुळे या भागात राहिलेली माहिती व उणिवांचा समावेश केला जातो. चूकभूल खात्यामुळे प्रत्येक देशाची एकूण प्राप्ती व एकूण देणी या बाजू संतुलित राखल्या जातात.

४.३ व्यवहारतोलाचा समतोल आणि असमतोल : कारणे आणि परिणाम (Equilibrium and Disequilibrium in Balance of Payments : Causes and Consequences)

जेव्हा एखाद्या देशाच्या एकूण दृश्य आणि अदृश्य आयातीचे मूल्य हे एकूण निर्यात मूल्यापेक्षा जास्त असते तेव्हा त्या देशाचा व्यवहारतोल प्रतिकूल होतो.

प्रतिकूल व्यवहारतोल होतो त्यावेळेस त्या देशाच्या व्यवहारतोलाच्या चालू खात्यात तूट निर्माण होते. ही तूट भरून काढण्यासाठी भांडवली खात्यावरील येणी वाढवावी लागतात. त्यसाठी सोन्याची निर्यात करणे, परदेशात कर्ज उभारणे, नाणेनिधी सारख्या आंतरराष्ट्रीय संस्थेकडून कर्जे घेणे, गंगाजळीचा वापर करणे इ. बाबींचा वापर केला जातो. भांडवली खात्याच्या साहाय्याने चालू खात्यावरील तुटीचे समायोजन करावे लागते. एखाद्या वेळेस व्यवहारतोल प्रतिकूल असल्यास काही होत नाही. परंतु, सतत व्यवहारतोलात चालू खात्यातून तूट निर्माण होणे देशाच्या दृष्टीने गंभीर असते. देशाच्या दृष्टीने एकूण दृश्य व अदृश्य आयात मूल्यापेक्षा निर्यातमूल्य जास्त असेल तर त्या देशाला व्यवहारतोल अनुकूल आहे असे म्हटले जाते. ज्या वेळी संबंधित देशाच्या व्यवहारतोलाच्या चालू खात्यात वाढावा निर्माण होतो त्या वेळी देशाची जिंदगी वाढते. परदेशातील गुंतवणूक वाढते. परकीय चलनाची गंगाजळी वाढते; परदेशाकडून सोने मिळते अथवा तेवढ्या रकमेचे परदेशी कर्ज दाखवावे लागते, ही रक्कम भांडवली खात्यात खर्च दाखवून व्यवहारतोलाच्या जमा आणि खर्च या दोन्ही बाजूस समतोल साधला जातो.

थोडक्यात, एकूण व्यवहारतोलाचा विचार केल्यास त्यामध्ये नेहमी समतोल असतो, ज्या वेळी परकीय चलनाची मागणी अणि परकीय चलनाचा पुरवठा समान होतात त्या वेळी समतोल साधला जातो. व्यवहारतोल द्विनोंदी लेखाकर्म पद्धतीने तयार केला जातो; त्याच्या दोन्ही बाजूचे जमा आणि खर्च सारखे असतात कारण त्यातील प्रत्येक बाब देणे व येणे बाजूला येत असते त्यामुळे लेख्यात देणे व येणे दोन्ही सारखे दिसतात.

४.३.१ व्यवहारतोलाचे महत्त्व (Importance of Balance of Payments)

व्यवहारतोलावरून देशाच्या आर्थिक स्थितीचे विश्लेषण आणि अभ्यास करता येतो, त्यादृष्टीने व्यवहारतोलाचे महत्त्व पुढीलप्रमाणे सांगता येते –

व्यवहारतोलामुळे सरकारला चलन विषयक तसेच राजकोषीय धोरण ठरविता येते व परकीय व्यापार आणि परकीय चलन नियंत्रणासाठी धोरण ठरविता येते.

व्यवहातोलामुळे परदेशातून किती रक्कम येणे व किती रक्कम देणे हे समजते.

व्यवहारतोलामुळे देशाची सद्य:स्थिती समजते तसेच भविष्यकालीन स्थितीबाबत धोरण ठरविता येते. व्यवहारतोलामुळे देणे देण्यासाठी निर्यात करणे, कर्ज उभारणे किंवा परकीयांकडून देणग्या स्वीकारणे या संदर्भातील धोरण ठरविता येते. व्यवहातोलावरून देशाच्या कर्जाची स्थिती समजते तसेच देशाच्या परकीय चलनाची स्थिती समजते. देशाच्या चलनाच्या बाह्य मूल्याची स्थिती समजते. जर चलनाचे अवमूल्यन केले तर निर्यात वाढ किती होईल याचे अंदाज करता येतात.

व्यवहारतोलावरून देश परकीय भांडवलावर किती अवलंबून आहे, हे समजते तसेच परदेशात केलेल्या गुंतवणुकीतून आपल्या देशाला किती उत्पन्न मिळेल हे सुद्धा समजते जर देशाचा व्यवहारतोल अनुकूल असेल तर काळजी करण्यासारखे नसते मात्र प्रतिकूल व्यवहारतोल असेल तर आर्थिक स्थितीची काळजी करावी लागते व त्यासंदर्भात धोरण ठरवावे लागते म्हणजेच आर्थिक स्थितीचा अंदाज घेणे व्यवहारतोलामुळे शक्य होते.

४.३.२ व्यवहारतोलातील असमतोल /प्रतिकूलता (Disequilibrium of Balance of Payment)

व्यवहारतोलातील चालू खात्यात तूट अगर वाढावा निर्माण झाल्यास त्याला व्यवहारतोलातील 'असमोल' म्हणतात. व्यवहारतोलात आर्थिक, राजकीय, सामाजिक व नैसर्गिक कारणांनी असमतोल होतो. उदा. अर्थव्यवस्थेत व्यापार चक्राच्या स्थित्यंतराने व्यवहारतोलात तूट निर्माण झाल्यास त्याला 'व्यापार चक्रीय असमतोल' म्हणतात. देशाच्या व्यवहारतोलातील विविध बाबींमध्ये बदल होऊन तूट निर्माण झाल्यास त्यास 'मूलभूत असमतोल' असे म्हणतात. 'विकसनशील देशात दीर्घकालीन विकास कार्यक्रमांच्या अंमलबजावणीमुळे व्यवहारतोलात निर्माण होणाऱ्या असमतोलास 'दीर्घकालीन विषमतोल' असे म्हणतात. रचनात्मक बदलाने व्यवहारतोलात तूट निर्माण झाल्यास त्यास 'रचनात्मक असमतोल' असे म्हणतात.

जेव्हा एखाद्या देशाचे वस्तू व सेवांच्या निर्यातीचे मूल्य आयातीच्या मूल्याच्या अधिक असते अशावेळी तूट निर्माण होते. ही तूट चालू खात्यावरील असते; ही समस्या चालू खात्यावरील जमेपेक्षा खर्चाचे प्रमाण अधिक असते तेव्हा अधिकच बिकट होत जाते. त्यामुळे ही तुट भांडवली खात्यावरील परकीय कर्ज किंवा परकीय मदत घेऊन ती भरून काढावी लागते. विकसनशील देशात चालू खात्यावर तूट निर्माण होणे आणि त्या तुटीच्या समायोजनासाठी कर्ज घेणे या समस्या आहेत.

जेव्हा एखाद्या देशाला देणी अधिक असतात तेव्हा त्यांना मोठ्या प्रमाणात सोने द्यावे लागते अथवा परकीयांकडून कर्ज घ्यावे लागते तेव्हा व्यवहारतोलात तूट अथवा प्रतिकूलता आहे असे म्हटले जाते जर उत्पन्न जास्त असेल तर अधिक किंवा अनुकूल व्यवहारतोल आहे, असे म्हटले जाते.

असमतोलात स्वायत्त हा घटक महत्त्वाचा मानला जातो कारण जेव्हा स्वायत्त घटकांसाठी जर देणीच अधिक असतील आणि येणी कमी असतील तर तूट निर्माण होते तर स्वायत्त घटकांची येणी अधिक असतील आणि त्यांची देणी कमी असतील तर आधिक्य निर्माण होऊन असमतोल निर्माण होतो म्हणजेच व्यवहारतोलातील असमतोल हा चालू खात्यावरील असमतोल होय. व्यवहारतोलातील असमतोल हा तूट अथवा आधिक्य यामुळे निर्माण होतो. परिणामी भांडवली स्थिती दुर्बल अथवा सुदृढ बनते. ही तीव्रता तिच्या असमतोलावरून मोजता येते. व्यवहारतोलातील असमतोलाचे तीन प्रकार आहेत–

१) चक्रीय असमतोल : व्यापार चक्रीय बदलामुळे हा असमतोल निर्माण होतो. व्यापारचक्राचा कालावधी व वेळ वेगवेगळ्या देशांत वेगवेगळी असते तसेच आयात मागणीची किंमत आणि उत्पन्न लवचिकता वेगवेगळी असते.

२) दीर्घकालीन असमतोल : हा असमतोल लोकसंख्येतील वाढ, तांत्रिक विकास, प्रादेशिक विस्तार, भांडवल निर्मिती, इ. कारणांमुळे होतो. तो दीर्घ काळ टिकून राहातो तसेच तो सारख्या अनेक कारणांमुळे निर्माण होतो. एखाद्या देशात भांडवल निर्मिती दर कमी असेल तर अशा देशाला भांडवल आयात करावे लागते अशा वेळी असमतोल निर्माण होतो तसेच विकसनशील देशांत लोकसंख्या वाढत असेल तर आयात वाढते त्यामुळेसुध्दा असमतोल निर्माण होतो व तो दीर्घ काळ टिकून राहतो.

३) संरचनात्मक असमतोल : रचनात्मक बदलामुळे आयात व निर्यात वस्तूंच्या पुरवठ्यात बदल झाल्यास व्यवहारतोलात असमतोल निर्माण होतो; तसेच फॅशन, उत्पन्न, सवयी, आर्थिक विकास, लोकांची पसंती इ. मुळेसुद्धा मागणीत बदल होतो व आयात वाढते तर काही वस्तूंच्या बाबतीत मागणी घटते.

४.३.३ व्यवहारतोलातील असमतोलाची कारणे (Causes of Disequilibrium in Balance of Payments)

जेव्हा देशाचा पुरवठा आणि मागणी परकीय विनिमयात तंतोतंत (Exactly) समतोल होईल त्यावेळेस देशाचा व्यवहारतोल समतोल होतो. व्यवहारतोलात असमतोल

केव्हा वाढतो तर जेव्हा मागणी परकीय विनिमयात पुरवठ्यापेक्षा जास्त वाढत असेल किंवा पुरवठा मागणीपेक्षा जास्त वाढत असेल तेव्हा. जेव्हा परकीय विनिमयाची मागणी पुरवठ्यापेक्षा अधिक वाढते तेव्हा व्यवहारतोलात तूट किंवा प्रतिकूलता निर्माण होते. जेव्हा परकीय विनिमयात मागणीपेक्षा पुरवठ्यात वाढ होते त्यावेळेस आधिक्याचे किंवा अनुकूल व्यापारतोल असे म्हटले जाते; अशा रीतीने अधिक्याच्या किंवा तुटीच्या व्यवहारतोलामुळे असमतोलात वाढ होते. सर्वसाधारणपणे असमतोल हा सर्व ठिकाणी दिसून येतो मग तो विकसित देश असो किंवा विकसनशील देश असो. आधिक्याच्या असमतोलापेक्षा तुटीचा असमतोल हा देशाला अधिक अपायकारक ठरतो.

व्यवहारतोलात अनेक घटकांमुळे असमतोल निर्माण होतो, त्याची चर्चा पुढीलप्रमाणे करता येईल –

१) तात्पुरता असमतोल : नैसर्गिक वातावरण जसे दुष्काळ किंवा अल्पपर्जन्य किंवा अतिवृष्टी त्यांचा व्यापाराच्या हंगामावर परिणाम होतो व असमतोल निर्माण होतो. व्यवहारतोलाच्या असमतोलाचे स्वरूप तात्पुरते असते. अल्पकाळात पुन्हा व्यवहारतोल पूर्वपदावर येतो.

२) संरचनात्मक असमतोल : अर्थव्यवस्थेतील काही घटकांमध्ये बदल होत असले तर असमतोल वाढू शकतो. उदा.

१) तांत्रिक बदल – ह्यामुळे उत्पादनांच्या किमती आणि उत्पादनाच्या खर्चात बदल होतो.

२) आयात साधनांची घट.

३) दीर्घकाळात भांडवलाच्या प्रवाहात बदल, इत्यादी.

३) मूलभूत असमतोल : जेव्हा दीर्घकाळात देशाचा व्यवहारतोल असमतोल चालू राहिला तर त्याला 'मूलभूत असमतोल' म्हटले जाते. आंतरराष्ट्रीय नाणेनिधीने त्याला जुनाट असमतोल असे म्हटले आहे;

तो साधारणपणे खालील कारणांमुळे वाढतो–

१) भांडवलाचा बाह्य प्रवाह वाढल्यास.

२) परकीय बाजारात देशी उत्पादकांना कमी प्रतिसाद.

३) चलन अतिवृद्धीमुळे निर्यात खर्चीक होते.

४) उपभोक्त्यांची आवड बदलते. त्या देशापेक्षा इतर देशांना प्राधान्य दिले जाते. परिणामी सतत आयात वाढते किंवा निर्यात घटते, इत्यादी.

४) विनिमय दरात बदल : विनिमय दरातील बदलामुळेसुद्धा व्यवहारतोलात असमतोल निर्माण होतो. जेव्हा चलनाचे मूल्य इतर देशांपेक्षा अधिक असते तेव्हा अधिक मूल्य किंवा उलट (Vice Versa) असे म्हटले जाते. देशांतर्गत चलनाचे अधिक मूल्य झाले असेल तर आयात स्वस्त आणि निर्यात महाग त्यामुळे आयात वाढेल आणि निर्यात घटेल. भांडवलाचा प्रवाह बाहेर जाईल; परिणामी व्यवहारतोलाचा असमतोल होईल.

चलनाचे मूल्य कमी असेल तर आयात घटेल; निर्यात वाढेल त्यामुळे देशाचा व्यवहारतोल अनुकूल होईल.

५) चक्रीय बदल : चक्रीय बदलामुळे व्यवहारतोलात असमतोल निर्माण होतो. उदा. दुसऱ्या देशात सौम्य मंदी असेल त्याचा परिणाम म्हणून सुरुवातीला निर्यात कमी होते. त्यामुळे व्यवहारतोलात असमतोल निर्माण होतो.

६) राष्ट्रीय उत्पन्नात बदल : जेव्हा देशाचे राष्ट्रीय उत्पन्न वाढते त्यावेळेस आयात वस्तूंच्या मागणीत वाढ होते. परिणामी व्यवहारतोलात असमतोल निर्माण होतो.

७) किंमत बदल : चलन वृद्धीच्या स्थितीमध्ये देशाच्या निर्यात किमतीत वाढ होते. त्यामुळे निर्यात घटते व आयात स्वस्त वाटते. त्यामुळे आयातीला मागणी वाढते म्हणून व्यवहारतोलातील असमतोलात वाढ होते.

८) आर्थिक विकासाचा टप्पा : विकसनशील देशाच्या बाबतीत आयात भांडवली वस्तू आणि दुर्मीळ कच्चामाल आणि आवश्यक सेवा यांच्या प्रमाणात वाढ झाली तर त्यामुळे प्राथमिक उत्पादनाची निर्यात वाढणार नाही; परिणामी व्यवहारतोल प्रतिकूल होईल.

९) अनेकविध किंवा संकीर्ण घटक : पूर्वापार वस्तू निर्यातीवर भर देण्याऐवजी नवीन वस्तू निर्यातीवर भर दिला तर निर्यात घटेल. पर्यायी मार्गाचा विकास करणे, इत्यादी. उत्पादनामुळे व्यवहारतोलात असमतोल निर्माण होईल.

उदा. कृत्रिम रबराचा नवीन शोध; त्यामुळे नैसर्गिक रबराच्या निर्यातीत काही रबर उत्पादक देशांनी कमी केली. उदा. मलेशिया, बर्मा (Burma) इत्यादी.

१०) भांडवली हालचाल : भांडवलाचा बाह्य प्रवाह किंवा अंतर्प्रवाह मोठ्या प्रमाणात होणे त्यामुळे व्यवहारतोलाचा असमतोल होतो.

११) राजकीय घटक : राजकीय घटकाने देशाच्या व्यवहारतोलाचा असमतोल निर्माण होतो. उदा. राजकीय अस्थैर्यामुळे देशामध्ये उत्पादन उपक्रमात तुकडे किंवा विभाग होतात, त्यामुळे निर्यातीत घट होते आणि आयात वाढते. आवश्यकता

नसतानाही परकीय गुंतवणुकीचा बाह्य प्रवाह सुरू होतो आणि भांडवलाचा देशांतर्गत प्रवाह कमी होतो. परिणामी व्यवहारतोलात असमतोल निर्माण होतो.

युद्धाच्या काळात किंवा युद्धाच्या धमकीनेसुद्धा देशाच्या व्यवहारतोलावर परिणाम होतो.

१२) विकासाची कामे : विकसनशील देशांत विकासासाठी आर्थिक विकासाचे अनेक कार्यक्रम हाती घेतले जातात. या कार्याक्रमात अनेक मोठे मोठे उद्योगधंदे हाती घेतले जातात. त्यासाठी यंत्रे, भांडवली वस्तू, कच्चामाल तसेच तंत्रज्ञानात मोठ्या प्रमाणात आयात केली जाते. परंतु, त्या तुलनेत निर्यात कमी होते त्यामुळे देणे वाढते आणि व्यवहारासोबत असमतोल निर्माण होतो.

१३) नावलौकिक : इंग्लंड, अमेरिका, जपान, जर्मनी, फ्रान्स, इ. देश औद्योगिकदृष्टीने प्रगत आहेत. त्यांच्या वस्तू टिकाऊ व दर्जेदार असतात; त्यामुळे त्यांनी उत्पादनांविषयी नावलौकिक मिळवला आहे. त्यामुळे त्यांच्या उत्पादनांना जगातून मागणी येते. त्याचा परिणाम अविकसित देशांवर होऊन त्यांची निर्यात कमी होते; त्यामुळे अविकसित देशांचे व्यवहारतोल असंतुलित होण्याला मदत होते.

१४) विकसित देशांचे निर्बंध : विकसित देश गरीब देशांच्या असाहाय्यतेचा फायदा घेऊन आपल्याच देशातील वाहतूक, विमा कंपन्या, बँका यांच्या सेवा वापरण्यास सक्ती करतात त्यामुळे अधिक असमतोल असणारे गरीब देश आणखीनच आडचणीत येतात.

१५) उदारीकरण : जगातील बहुतेक देशांनी उदारीकरणाच्या धोरणाचा स्वीकार केला त्यामुळे अनेक निर्बंध शिथिल करण्यात आले. मात्र, उदारीकरणाच्या धोरणामुळे अल्पविकसित देशांची आयात वाढत असून तुलनेने निर्यात कमी होत आहे; त्यामुळे अनेक देशांच्या व्यवहारतोलात असमतोल निर्माण झाला आहे.

१६) वाढती लोकसंख्या : अविकसितदेशांत सतत वाढणाऱ्या अतिरिक्त लोकसंख्येमुळे उपभोग्य वस्तूंची मागणी वाढते त्यामुळे आयातीत वाढ होते. निर्यातीसाठी वस्तू उपलब्ध होत नाही; त्यामुळे अशा देशांचे येण्यापेक्षा देणेच जास्त असते; त्यामुळे व्यवहारतोलात असंतुलन निर्माण होते.

१७) परकीय वस्तूंबद्दल आकर्षण : आर्थिक, सामाजिक, राजकीय, सांस्कृतिक कार्यक्रमांमुळे परकीय देशांशी लोकांचा संबंध वाढला आहे. परकीय देशातील लोक वापरत असलेल्या वस्तूंबद्दल लोकांच्या मनात कुतूहल आणि आकर्षण निर्माण होत असल्याने आकर्षक, मोहक, नवीन फॅशनच्या वस्तूंची अप्रगत देशात मागणी वाढून आयात वाढते. परंतु, निर्यात न वाढल्याने व्यवहारतोलात असमतोल निर्माण होतो.

१८) तौलनिक खर्चात बदल : देशातील वस्तूंच्या सापेक्ष किमती बदलल्यास तुलनात्मक खर्चात बदल होऊन आयात – निर्यात होणाऱ्या वस्तूंच्या संख्येत आणि प्रकारातही बदल होतो. रस्ते बंदरापर्यंत पोहोचल्याने रेफ्रिजरेशन पद्धतीने असंख्य नाशवंतवस्तू परदेशात निर्माण होतात. संशोधन, नवनवीन साधनांचा शोध, व्यापारी संघटन शक्तीतील बदल इ. मुळे निर्यात वस्तूंच्या प्रकारात बदल होऊन व्यवहारतोलात असमतोल निर्माण होतो.

४.३.४ व्यवहारतोलाच्या असमतोलाचे परिणाम (Consequences of Disequilibrium in Balance of Payments)

व्यवहारतोलाचा असमोल म्हणजे व्यवहारतोलाचे चालू खाते आणि भांडवली खाते या दोन्हींचा एकत्रित विचार केल्यास येणे बाजूपेक्षा देणे बाजू अधिक असेल तर त्याला 'व्यवहारतोलाचा असमतोल' असे म्हणतात. देशाच्या दृष्टीने ही चिंतेची बाब असते, अशी अनेक देशांची चिंतेची समस्या बनली आहे; अशा विषमतोलाचे अर्थव्यवस्थेवर पुढील परिणाम संभवतात.

१) देशातील टंचाई व भाववाढ : परकीय देणी देण्यासाठी सक्तीने निर्यात करावी लागल्यामुळे संबंधित वस्तूचा देशांतर्गत मागणीच्या मानाने पुरवठा कमी पडतो व त्यामुळे त्या वस्तूची टंचाई भासते. संबंधित वस्तूचे उत्पादन पुरेसे होऊनसुद्धा ते देशातील नागरिकांना पुरेशा प्रमाणात उपलब्ध होत नाही; मागणीच्या मानाने पुरवठा कमी पडला की, त्या वस्तूंच्या किमतीत वाढ घडून येते.

२) परदेशातून स्वस्त आयात : आंतरराष्ट्रीय व्यापारात मोठ्या प्रमाणात परकीय वस्तू स्वस्त दरात उपलब्ध होतात आणि जर मुक्तव्यापार असेल तर आयातीला काहीच निर्बंध नसेल तर जागतिक मंदी आपल्या देशात निर्माण होण्याचा धोका असतो.

३) दारिद्र्यात वाढ : जीवनावश्यक गरजा ज्यांना भागवता येत नाहीत अशा लोकांना कामधंदा न मिळाल्यास त्यांचे उत्पन्न घटते व त्यातून दारिद्र्याची समस्या निर्माण होते.

४) बेरोजगारी : मुक्त व्यापार धोरणात विकसित देश अल्पविकसित देशात सर्वच बाबातीत स्पर्धा निर्माण होते. या स्पर्धेत अल्पविकसित देशांची स्पर्धाशक्ती कमी पडते; यामुळे परकीय वस्तूंची आयात मोठ्या प्रमाणात होऊन देशी उद्योगांचा ऱ्हास होतो अशा वेळी संबंधित देशांत बेकारी निर्माण होण्याची समस्या निर्माण होते.

५) आयातीसाठी निर्यात वाढ : अल्पविकसित देशात उपभोग्य वस्तूंबरोबर

भांडवली वस्तूंचीही मोठ्या प्रमाणात वाढ होते. त्यामुळे आंतरराष्ट्रीय देणी निर्माण होतात व व्यवहारतोलात तूट निर्माण होते. अशा वेळी देणी भागविण्यासाठी देशातून मोठी निर्यात करावी लागते; ही निर्यात कच्चामाल अथवा उपभोग्य वस्तूंची असते.

६) सोन्याची निर्यात : विशेषत: व्यवहारतोलाच्या भांडवली खात्यात सुवर्णाच्या आयात – निर्यातीपासून मिळणारे उत्पन्न महत्त्वाचे मानले जाते. जेव्हा चालू खात्यावरील देणी वस्तू व सेवांच्या निर्यातीतून भागविणे कठीण होते. तेव्हा देणी भागविण्यासाठी देशातून सोन्याची निर्यात मोठ्या प्रमाणात होते.

७) अर्थव्यवस्थेचे अवलंबित्व : आंतरराष्ट्रीय नाणेनिधी, जागतिक बँक, आशियाई विकास बँक इ. तसेच इतर आंतरराष्ट्रीय वित्त संस्थांकडून जास्तीत जास्त अर्थसाहाय्य व देणग्या मिळविण्याचा प्रयत्न केला जातो व त्यातून परकीय देणी भागविली जातात; त्यामुळे देशाला परकीय देणग्यांवर अवलंबून रहावे लागते.

८) आंतरराष्ट्रीय पत धोक्यात : देशाच्या व्यवहारतोलात सतत तूट निर्माण होत असेल तर धनको देश अशा देशाला कर्ज देण्यास अथवा देशातील उद्योग व्यवसायात मोठी गुंतवणूक करण्यास तयार नसतात; आंतरराष्ट्रीय बाजारात त्यांची पत धोक्यात येते.

९) भांडवलाचे उड्डाण : दुसऱ्या देशातून आपल्या देशात मोठ्या प्रमाणात भांडवल आले असेल तर त्यावरील व्याज, लाभांश, नफा या स्वरूपातील देणी वाढतात.

१०) कर्जाचा सापळा : परकीय देणी भागविण्यासाठी आंतरराष्ट्रीय वित्तीय संस्थांकडून मोठ्या प्रमाणात अधिक व्याजदरात कर्ज उभारणी केली जाते. या कर्जातून उत्पादक कार्यासाठी कर्जाचा उपयोग केला तरी त्यातून मिळणाऱ्या उत्पन्नाचा अधिक हिस्सा हा कर्जाचे हप्ते आणि व्याज देण्यासाठी खर्च होतो; त्यासाठी नवीन कर्ज उभारणीचा प्रयत्न केला जातो त्यातून अर्थव्यवस्था कर्जाच्या सापळ्यात अडकते.

११) खर्च – किंमत संरचनेत बिघाड : व्यवहारतोलाच्या असमतोलामुळे वस्तूंची किंमत रचनाही उत्पादन खर्चावर अवलंबून रहात नाही. प्रशासकीय किमती प्रभावी ठरतात. त्यामुळे उत्पादन खर्चापेक्षा वस्तूंच्या किमती कमी राहण्याची शक्यता असते.

१२) चलनमूल्य घट : व्यवहारतोलातील तूट भरून काढण्यासाठी परकीय चलनाची मागणी वाढते उलट स्वदेशी चलनाचा पुरवठा वाढतो अशा वेळी परकीय चलनाच्या संदर्भात आपल्या चलनाचे बाजार मूल्य कमी होण्याचा धोका असतो.

१३) पर्यावरणीय बिघाड : व्यापारतोलातील तूट भरून काढण्यासाठी भूगर्भातील पाणी, खनिज तेल, खनिज धातू इ. चा अमर्याद वापर केला जातो. त्यांच्यापासून अधिकाअधिक उत्पन्न मिळविण्याचा प्रयत्न केला जातो. त्यामुळे पर्यावरणीय समस्या अधिक गंभीर समस्या निर्माण होते.

१४) विकासकार्यात अडसर : व्यवहारतोलातील तुटीमुळे विकास योजनांवरील उपलब्ध होणारा पैसा कमी होतो; त्यामुळे पायाभूत सोईसुविधा उपलब्ध करून देण्यात अडचणी येतात.

१५) सट्टेबाजीत वाढ : बहुराष्ट्रीय कंपन्या, शेअर्स व रोखे व्यवहारात मोठी गुंतवणूक करतात. त्यामधून अल्पावधीत श्रीमंत होण्याचा त्यांचा प्रयत्न असतो त्यामुळे शेअर बाजार व रोखे बाजारातील सट्टेबाजीचे व्यवहार वाढतात.

१६) सेवा व्यवसायावर प्रतिकूल परिणाम : अनेक विकसित देशांत अशी स्थिती जाणवते की, दृश्य वस्तूंपासून मिळणारे उत्पन्न कमी असल्याने व्यापारतोल तुटीचा असतो मात्र व्यवहारतोल अनुकूल असतो म्हणजेच या देशांच्या एकूण निर्यातीत सेवा व्यवसायापासून मिळालेले उत्पन्न अधिक असते. प्रतिकूल व्यवहारतोल असणाऱ्या देशांत सेवा व्यवसायाच्या आयतीचे देणे अधिक असते. स्वरूप, कार्यक्षमसेवा उपलब्ध असल्याने त्याचा अल्प विकसित देशातील सेवांवर प्रतिकूल परिणाम होतो.

१७) इतर परिणाम : सरकारी खर्चाची उधळपट्टी, परकीय प्रवाशांसाठीचा खर्च अधिक इ. मुळे व्यवहारतोलाचा असमतोल वाढतो.

४.३.५ व्यवहारतोलातील तूट दुरुस्त करण्याचे उपाय (Measures to Correct Deficit in the Balance of Payment)

एखाद्या देशात सतत तूट निर्माण होत असेल तर ती अर्थव्यवस्थेच्या दृष्टीने गंभीर समस्या बनते; त्यामुळे भाववाढ, विदेशी चलनाचा साठा कमी होणे, कर्जाचा बोजा वाढणे, परकीय गुंतवणुकीवर प्रतिकूल परिणाम इ. परिणाम होतात. त्यासाठी निर्यात वाढवावी लागते व आयात कमी करावी लागते. या दृष्टीने व्यवहारतोलातील तूट दुरुस्त करण्यासाठी पुढील उपाययोजना कराव्या लागतात–

अ) निर्यातीला प्रोत्साहन : निर्यात करून देश तूट दुरुस्त करू शकतो. त्यासाठी निर्यातशुल्क कमी करणे किंवा देशातील निर्यात उद्योगाला अनुदाने देऊन मदत करणे. त्यांची परकीय बाजारात स्पर्धात्मक किमतीत विक्री करणे.

ब) आयातीत घट : व्यवहारतोलातील तूट कमी करण्यासाठी देशाने आयात कमी करणे. आयात कमी करण्याच्या हेतूसाठी खालील उपाय योजले जातात –

१) आयात शुल्कात वाढ : देश नवीन आयात शुल्क लादेल आणि त्यामुळे देशात आयात माल महाग होईल. त्यामुळे आयात वस्तूंची मागणी कमी होईल.

२) आयात कोटा पद्धत : आयात कोटा पद्धतीनुसार आयात कोटा कमी करणे, देश त्या पद्धतीचा अवलंब करू शकतो.

३) परकीय कर्ज वाढविणे : व्यवहारतोलातील तूट भरून काढण्यासाठी सरकार कर्ज परकीय सरकारकडून किंवा बँकांकडून घेते. या सुविधांचा फायदा देशाला साहाय्य करणारा ठरतो.

४) परकीय गुंतवणुकीला आकर्षित करणे : सरकार अनेक गुंतवणुकदारांना प्रोत्साहित करते. देश परकीय गुंतवणुकदारांना सवलती देऊन गुंतवणूक करण्यास आकर्षित करते. व्यवहार तोलाच्या असमतोलाची समस्या सरकार कमी करते. त्यामुळे परकीय विनिमय (चलन) अधिक उपलब्ध होते.

५) परकीय पर्यटकांना प्रोत्साहन देणे : सरकार परकीय पर्यटकांना आकर्षित करण्यासाठी विविध सुविधा, सवलती उपलब्ध करून देते; त्यामुळे भेटी देणारे परकीय पर्यटक मोठ्या प्रमाणात येतात. त्यामुळे देशाचे परकीय चलन वाढते. व्यवहारतोलातील तूट कमी करण्याला मदत होते.

६) खर्च कमी करणे : उत्पन्नापेक्षा खर्च अधिक वाढतो त्यामुळे व्यवहारतोलातील तूट कमी होते. व्यवहारतोलातील समतोल राखण्यासाठी उत्पन्नाच्या पातळीपेक्षा खर्च कमी करणे गरजेचे असते. या हेतूने सरकार चलन आणि वित्तीय धोरणाचा अवलंब करते आणि सरासरी पातळी कमी करते. परिणामी सरासरी खर्च कमी होऊन अर्थव्यवस्थेची सर्वसाधारण किंमत पातळी कमी होते. त्यामुळे निर्यातीला उत्तेजन मिळते आणि आयातीला प्रतिबंध बसतो किंवा होतो.

७) चलनसंकोच : देशातील चलनाचे प्रमाण कमी करणे म्हणजे 'चलनसंकोच' होय. देशातील चलन कमी झाल्यामुळे पैशांचे मूल्य वाढते व वस्तूंच्या किमती कमी होतात. देशातील उत्पन्न पातळी, रोजगार पातळी, गुंतवणूक व उत्पादन खर्च कमी होऊन वस्तूंच्या किमती कमी होतात. देशातील वस्तू परकीय वस्तूंपेक्षा स्वस्त झाल्याने स्वदेशी वस्तूंचा उपयोग वाढतो. सापेक्षतेने महाग असणाऱ्या परकीय वस्तूंची मागणी कमी होऊन आयात घटते याउलट आपल्या देशातील कमी किमतीच्या वस्तूंची परदेशात मागणी वाढते. निर्यात वाढते आणि व्यवहारतोलातील तूट भरून काढणे शक्य होते.

८) मूल्यघट : एका देशाच्या चलनाचे मूल्य परकीय चलनात कमी होणे याला 'मूल्यघट' असे म्हणतात. मूल्य घटीमुळे निर्यात वाढते त्यामुळे व्यवहारतोलातील तूट

भरून काढण्यास मदत होते. उदा. अमेरिकेतून एक पेन खरेदी करण्यासाठी पूर्वी ४० रुपये द्यावे लागत असतील तर १ डॉलर = ४० रुपये हा हुंडणावळीचा दर असेल जर डॉलरची मागणी वाढली असेल, तर डॉलर रुपयाच्या तुलनेने महाग होईल. रुपयाचे बाह्यमूल्य कमी होईल. समजा, १ डॉलर = ४५ रुपये हा विनिमयदर निश्चित झाला असेल तर अमेरिकन पेनसाठी आता ४० रुपयांऐवजी ४५ रुपये द्यावे लागतील त्यामुळे अमेरिकेकडून मिळणाऱ्या वस्तू तुलनेने महाग होतील आणि आपली आयात कमी होईल; याउलट, अमेरिकेतील लोकांना भारतीय वस्तू स्वस्त पडतील म्हणजे भारताची निर्यात वाढेल व आयात घटेल व्यवहारतोलातील तूट असमतोल कमी होण्याला मदत होईल.

९) **अवमूल्यन करणे :** अवमूल्यन म्हणजे आपल्या देशातील चलनाची दुसऱ्या देशातील चलनाच्या संदर्भात किंमत कमी करणे. अवमूल्यामुळे देशाचे चलन परकीयांसाठी स्वस्त होते, परकीय चलन महाग होते. देशांतर्गत किंमतपातळी तीच असल्याने त्या देशाची निर्यात वाढून आयात घटते त्यामुळे व्यवहारतोलातील तूट कमी होते.

१०) **विनिमय नियंत्रण :** विनिमय नियंत्रण हा व्यवहारतोलातील तूट भरून काढण्याचा विश्वसनीय उपाय आहे. मध्यवर्ती बँक सरकारद्वारे परकीय चलनाच्या उपयोगावर नियंत्रण घालून जास्तीत जास्त चांगला उपयोग करण्याचा प्रयत्न करते. निर्यातीद्वारे मिळालेले परकीय चलन मध्यवर्ती बँकेकडे जमा केले जाते. मध्यवर्ती बँक आवश्यकतेनुसार हे चलन आयात परवाना धारक व्यापाऱ्यांना नियंत्रित प्रमाणात वितरित करते; कोणत्या वस्तू किती प्रमाणात खरेदी करावयाच्या हे ठरवून दिले जाते. आयात कमी झाल्याने देणी कमी होतात. निर्यातीच्या मोबदल्यात तेवढ्याच किमतीच्या वस्तूंची आयात करून व्यवहारतोल समतोल ठेवण्याचा प्रयत्न केला जातो. व्यवहारतोलातील तूट भरून काढण्यासाठी तात्पुरता उपाय म्हणून योग्य ठरत असली, तरी त्यामुळे व्यवहारतोलातील मूलभूत तूट नाहीशी करणारी कारणे नाहीशी होत नाहीत.

११) **नाणे निधीचे साहाय्य :** सभासद देशाच्या व्यवहारतोलातील अल्पकालीन बिघाड दुरुस्त करण्यासाठी आंतरराष्ट्रीय नाणेनिधी मदत करते; १९४६ च्या नाणेनिधीच्या स्थापनेनंतर सभासद देशाला स्वदेशी चलनाच्या मोबदल्यात आवश्यक ते परकीय चलन दिले जाते. संबंधित देशाला व्यवहारतोलातील तूट भरून काढण्यासाठी सल्ला देण्याचे कार्यही नाणेनिधी करते. अल्पकालीन कर्ज पुरवठा करून सभासद देशांना दुसऱ्या देशाचे चलन अडचणीच्यावेळी उपलब्ध करून देते. १९७० पासून नाणेनिधीने

विशेष उचल पद्धतीचा अवलंब करून रोखतेचा प्रश्न सोडविण्याचा प्रयत्न केला त्यामुळे व्यवहारतोलातील तूट भरून निघण्यास मदत होते.

४.४ भारताचा व्यवहारतोल अथवा भारताचा तुटीचा व्यवहारतोल (India's Balance of Payments or India's deficit Balance of Payments)

यापूर्वी व्यवहारतोलाच्या स्थितीबाबत विश्लेषण केले आहे. भारताच्या बाबतीत व्यवहार तोलाची स्थिती जाणून घेणे महत्त्वाचे आहे त्या दृष्टीने भारताच्या व्यवहारतोलाचे विश्लेषण पुढीलप्रमाणे करता येते-

भारताच्या व्यवहारतोलात चालू खात्यावरील व्यवहारतोल आणि भांडवली खात्यावरील व्यवहारतोल यांचा समावेश होतो. चालू खात्यात दृश्य वस्तूंच्या मूल्यांबरोबर अदृश्य वस्तू उदा. सेवा यामध्ये वाहतूक सेवा, विमा, प्रवासी सेवा, खाजगी व सरकारी हस्तांतरण, गुंतवणूक उत्पन्न इ.चा समावेश होतो. व्यापारतोल अनुकूल की प्रतिकूल हे चालू खात्यावरून समजते तर भांडवली खात्यावर विदेशी गुंतवणूक, कर्ज, बँकिंग भांडवल, रुपयातील कर्जसेवा, इतर भांडवल इ.चा समावेश होतो; चालू खात्यातील व्यवहारांमुळे देशाच्या आंतरराष्ट्रीय आर्थिक स्थितीवर काय परिणाम होतो हे भांडवली खात्यावरून समजते; भारताची आंतरराष्ट्रीय पातळीवरील आर्थिक स्थिती समजते.

अ) १९५१-५२ ते १९८९-९० : पहिली पंचवार्षिक योजना ते सातवी पंचवार्षिक योजना या कालखंडातील व्यवहारतोल पुढीलप्रमाणे-

तक्ता क्र. ४.१ चालू खात्यावरील व्यवहारतोल - योजना काळ (कोटी रुपये)

योजना	व्यापारतोल	निव्वळ अदृश्यबाबी	व्यवहारतोल
पहिली योजना	-५४२	+५००	-४२
दुसरी योजना	-२३३९	+६१४	+१७२५
तिसरी योजना	-२३८२	+४३२	-१९५०
वार्षिक योजना	-२०६७	+५२	-२०१५
चौथी योजना	-१५६४	+१६६४	+१००
पाचवी योजना	-३१७९	+६२६१	+३०८२
सहावी योजना	-३०४५६	+१९०७२	-११३८४
सातवी योजना	-५४२०४	+१३१५७	-४१०४७

आठवी योजना	-१४९००४	+८६०९०	-६२९१४
नववी योजना	-३१६४४५	+२४५७७५	-७०६७०
दहावी योजना	-७८२७८८	+७७६१७७	-३०६६०
अकरावी योजना	-२९८२७१६	+२०२५९०६	-९५६९१०

(स्रोत - विविध आर्थिक सर्वेक्षण अहवाल - भारतीय रिझर्व्ह बँक अहवाल)

तक्ता क्र. ४.२

नवीन आर्थिक सुधारणा काळातील चालू खात्यावरील व्यवहारतोल १९९०-९१ पासून

(कोटी रुपये)

वर्ष	व्यापारतोल	निव्वळ अदृश्य बाबी	व्यवहारतोल
१९९०-९१	-१६९३४	-४३३	-१७३६७
१९९१-९२	-६४९४	+४३५९	-२३३५
१९९२-९३	-१७२३९	+४४७५	-१२७६४
१९९३-९४	-१२७२३	+४०८९	-३६३४
१९९४-९५	-२८४२०	+१७८३५	-१०५८५
१९९५-९६	-३८०६१	+१८४१५	-१९६४६
१९९६-९७	-५२५६१	+३६२७९	-१६२८६
१९९७-९८	-५५८०५	+३६९२२	-२०८८३
१९९८-९९	-५५४७८	+३८६९१	-१६३३१
१९९९-२०००	-७७३५९	+५७०२८	-२०३३१
२०००-०१	-६५३७६	+४८७५	-१६४१०
२००१-०२	-६०४३७	+६४१६१	+३७३४
२००२-०३	-५१६९७	+८२३५७	+३०६६०
२००३-०४	-६३३८६	+१२७३६९	+६३९८३
२००४-०५	-१५१७६५	+१३९९५१	-१२१७४
२००५-०६	-२२९६६४	+१८८४२७	-४३७९७
२००६-०७	-२८६२७६	+२४०९३३	-४५३४३

२००७-०८	-३६७६६४	+३०४१८५	-६३४७९
२००८-०९	-५७७४४५२	+४१९८२१	-९५६९१०
२००९-१०	-५५९९००	+३८०२००	-१७९७००
२०१०-११	-५९५६००	+३८५५००	-२१०१००
२०११-१२	-९१२१००	+५३६२००	-३७६०००

(संदर्भ : आर्थिक सर्वेक्षण विविध अहवाल)

पहिली योजना (१९५१-५२ ते १९५५-५६) : पहिल्या पंचवार्षिक योजनाकाळात व्यवहारतोलातील तूट ४२ कोटी रुपये होती. पर्जन्यमान समाधानकारक असल्याने भारताची अन्नधान्य आयात कमी झाली; मात्र, सरकारने आयात धोरण स्वीकारल्याने आयातीत वाढ झाली; व्यवहार तोलात ५४२ कोटी रु. तूट झाली; मात्र५०० कोटी रु. अदृश्य बाबींमुळे आधिक्य निर्माण झाले त्यामुळे ४२ कोटी रुपयांची तूट निर्माण झाली.

दुसरी योजना (१९५६-५७ ते १९६०-६१) : दुसऱ्या योजनेत व्यापारतोलातील तूट २३३१ कोटी रुपयांची होती तर अदृश्य प्राप्तीत ६१४ कोटी रु. वाढावा निर्माण झाल्याने १७२५ कोटी रुपयांची तूट झाली. व्यवहारतोलात तूट निर्माण होण्याची कारणे म्हणजे- १) कृषी उत्पन्नात घट, वाढती लोकसंख्या त्यामुळे अन्नधान्याची आयात करावी लागली. २) पायाभूत उद्योगांच्या विकासासाठी यंत्र सामग्रीची आयात करावी लागली. ३) निर्यात करण्यात पुरेसे प्रयत्न करण्यात अपयश आले, ४) विकास करण्यासाठी काही वस्तूंची आयात वाढली.

तिसरी योजना (१९६१-६२ ते १९६५-६६) : तिसऱ्या योजनेत १९६२ मधील चीनचे भारतावरील आक्रमण, भारत-पाक युद्ध (१९६५), शेती उत्पादनातील घट, त्यामुळे अन्नधान्याची आयात वाढली. विकास आणि संरक्षण यामुळे आयातीत वाढ झाली, या कारणांमुळे व्यवहारतोलात २३८२ कोटी रुपयांची तूट झाली. अदृश्य बाबींपासून ४३२ कोटी रुपये प्राप्त झाले त्यामुळे व्यवहारतोलात १९५० कोटी रुपयांची तूट झाली; त्यासाठी सरकारला परदेशी मदत घ्यावी लागली.

तीन वार्षिक योजना (१९६६-६७ ते १९६८-६९) : भारताने रुपयाचे अवमूल्यन १९६६ मध्ये केले. त्यामुळे निर्यातीत थोड्या फार प्रमाणात वाढ झाली. माल निर्यातीच्या मानाने आयात अधिक वाढल्याने या तीन वर्षात व्यवहारतोलात

२०६७ कोटी रु. तूट झाली. अदृश्य प्राप्ती ५२ कोटी रु.ची होती. परिणामी व्यवहारतोलात २०१५ कोटी रुपयांची तूट झाली.

चौथी योजना (१९६९-७० ते १९७३-७४) : चौथ्या योजनेत आयात पर्यायीकरण आणि निर्यात प्रोत्साहनाला चालना दिली. तसेच स्वावलंबन हे या योजनेचे उद्दिष्ट ठेवले होते. १९६० च्या दशकातील हरितक्रांतीमुळे उत्पादनात वाढ झाली; त्यामुळे अन्नधान्य आयातीत घट झाली. अमेरिकेने भारताला केले. त्या मदतीमुळे अदृश्यप्राप्तीत वाढ झाली. त्यामुळे व्यापारतोलातील तूट १५६४ कोटी रुपयांची होती. परंतु, अदृश्य वाढावा १६६४ कोटी रुपयांचा झाल्याने १०० कोटी रुपयांचा व्यवहारतोलाच्या चालू खात्यावर वाढावा निर्माण झाला.

पाचवी योजना (१९७५-७६ ते १९७८-७९) : पाचव्या योजनेत तेलाच्या किमतीत सतत होणारी वाढ आणि निर्यात मूल्यातही होणारी वाढ यामुळे निर्यात प्रोत्साहनासाठी बराच खर्च करण्यात आला. परिणामी व्यापारतोलातील तूट हळूहळू कमी होत गेली. परकीय गंगाजळीच्या साठ्यातसुद्धा वाढ झाली. व्यवहारतोलात चालू खात्यावर वाढावा निर्माण झाला. परदेशातील पर्यटकांची संख्या वाढली त्यामुळे अदृश्य प्राप्ती वाढली; तसेच भारतातील अधिक तेल निर्यातक देशात गेल्याने ते आपल्या कुटुंबासाठी रकमा पाठवू लागले. त्याबरोबरच निर्यात उत्पन्नात वाढ झाली. रुपयाच्या मूल्यात स्थैर्य प्राप्त झाले; खनिज तेलाबरोबरच नायट्रोजन खतात देशांतर्गत उत्पादनात वाढ झाली. आयात पर्यायी वस्तूंच्या उत्पादनात वाढ झाली. भारतात सोन्याच्या किमती कमी झाल्या. त्यामुळे सोन्याची तस्करी कमी झाली. परकीय साहाय्यतेत वाढ झाली. या सर्व कारणांनी व्यापारतोलाच्या चालू खात्यावरील तूट ३१४९ कोटी रुपयांची झाली; तर अदृश्य बाबींपासून ६२६१ कोटी रुपयांचा मोठा वाढावा निर्माण झाला; त्यामुळे ३०८२ कोटी रुपयांचा वाढावा निर्माण झाला.

सहावी योजना (१९८०-८१ ते १९८४ -८५) : सहाव्या योजनेत आयातीत वाढ झाली परंतु त्या तुलनेत निर्यातीतील वाढ अतिशय कमी होती त्यामुळे व्यवहारतोलात फार मोठी तूट निर्माण झाली. ही तूट ३०४५६ कोटी रुपयांची होती. अदृश्य प्राप्तीतील वाढ १९०७२ कोटी रूपयांची होती तर ११३८४ कोटी रूपयांची खूप मोठी तूट निर्माण झाली; त्यामुळे नाणेनिधीकडून भारताला कर्ज घ्यावे लागले.

सातवी योजना (१९८५-८६ ते १९८९-९०) : या काळात भारताच्या व्यवहारतोलात सर्वांत वाईट स्थिती निर्माण झाली. व्यापारातील तूट ५४२०४ कोटी रुपयांची होती. अदृश्य प्राप्तीत १३१५७ कोटी रुपयांचा वाढावा निर्माण झाला. व्यवहारतोलात ४१०४७ कोटी रुपयांची प्रचंड तूट निर्माण झाली. या काळात तेल

उत्पादक देशांकडून येणारी अदृश्य प्राप्ती काही प्रमाणात कमी झाली.

१९९०-९१ या वर्षी व्यवहारतोलात १६९३४ कोटी रुपयांची तूट झाली. आखाती युद्धामळे भारताला त्याची झळ पोहोचली. आखाती देशातून भारतीय लोक माघारी आल्याने अदृश्य प्राप्तीत फार मोठी घट झाली आणि अदृश्यप्राप्ती प्रथमच ऋणात्मक झाली. ४३३ कोटी रुपयांची तूट झाल्याने व्यवहार तोलातील चालू खात्यावरील तूट १७३६७ कोटी रुपये झाली.

ब) १९९१-९२ आणि नंतरची स्थिती : १९९१-९२ या वर्षी व्यापारतोलातील तूट ६४९४ कोटी रुपयांपर्यंत कमी झाली कारण सरकारने १९९०-९१ ची तूट भरून काढण्यासाठी आयातीवरील निर्बंध वाढविले त्यामळे आयातीत घट झाली. १९९१-९२ मध्ये अदृश्य प्राप्ती ४२५९ कोटी रु. होती, त्यामुळे चालू खात्यातील तूट २३३५ कोटी रुपये शिल्लक राहिली.

आठवी योजना (१९९२-९३ ते १९९६-९७) : आठव्या योजनेमध्ये निर्यात प्रोत्साहन रुपयांचे अवमूल्यनाचे परिणाम, तसेच चालू खात्यावरील रुपयांची परिवर्तनीयता इ.मुळे निर्यातीमध्ये वाढ झाली परंतु आयात मूल्य हे निर्यात मूल्यापेक्षा अधिक झाल्याने १४९००४ कोटी रूपयांची व्यापारतोल तूट निर्माण झाली. अदृश्य बाबींपासून ८६०९० कोटी रुपयांचा वाढावा निर्माण झाला. त्यामुळे चालू खात्यातील तूट ६२९१४ कोटी रुपये झाली.

नववी योजना (१९९७-९८ ते २००१-०२) : २००१-०२ मध्ये मागील वर्षाच्या तुलनेत निर्यातीत २७.६% वाढ झाली तर आयात फक्त ७.३% ने वाढली. या वर्षात अदृश्य प्राप्तीत वाढ झाली त्यामुळे व्यवहारतोलातील तूट भरून निघाली; ३७३४ कोटी रुपयांचा वाढावा चालू खात्यावर निर्माण झाला. याचे कारण म्हणजे निर्यातीत उत्साहवर्धक वातावरण, सॉफ्टवेअर सेवांपासून मिळालेली मोठे उत्पन्न, खाजगी हस्तांतरणात झालेली वाढ इ. कारणे सांगता येतात. नवव्या योजनेत व्यवहारतोलातील तूट ७०६७० कोटी रुपये एवढी झाली. व्यवहारतोलात ३१६४४५ कोटी रुपयांची तूट होती तर अदृश्य बाबींपासून २४५७७५ कोटी रुपयांचे उत्पन्न प्राप्त झाले.

दहावी योजना (२००२-०३ ते २००६-०७) : दहाव्या योजनेत व्यापारतोलातील तूट ७८२७८८ कोटी रुपयांची होती तर अदृश्य बाबींपासून ७७६१७७ कोटी रुपयांची प्राप्ती झाली तर व्यवहारतोलातील तूट ६६११ कोटी रुपयांपर्यंत कमी झाल्याचे दिसून येते. २००२-०३ आणि २००३-०४ या वर्षामध्ये वस्तू निर्यात मूल्यापेक्षा अदृश्य वस्तूंच्या निर्यात मूल्याचे आधिक्य जास्त होते. त्यामुळे

व्यवहारतोलाच्या चालू खात्यावर वाढावा निर्माण झाला. परंतु २००४-०५ मध्ये आयात मूल्यात मोठ्या प्रमाणात वाढ झाली त्यामुळे चालू खात्यावर १२१७४ कोटी रुपयांची तूट निर्माण झाली.

अकरावी योजना (२००७-०८ ते २०११-१२) : अकराव्या योजनेत प्रत्येक वर्षी चालू खात्यावरील तूट वाढत गेली. त्यामुळे व्यवहारतोलातील तूट ९५६९१० कोटी रुपयांची एवढी प्रचंड वाढली ही तूट दहाव्या योजनेच्या तुलनेत १४४५८ एवढी जास्त होती.

२००१-०२ पर्यंत ऋणको म्हणून भारताची प्रतिमा होती; व्यवहारतोलाच्या चालू खात्यावर वाढावा निर्माण झाल्याने भारताची प्रतिमा सध्या उंचावलेली आहे.

तक्ता क्र. ४.३

भारताचा व्यवहारतोल (१९९०-९१नंतर)

वर्ष	व्यापारतोल	अदृश्य बाबी	चालू खात्या-वरील तोल	भांडवली खाते तोल
१९९०-९१	-९४३८	-२४२	-९६८०	+८४०२
१९९१-९२	-२७९८	+१६२०	-११७८	+४७५४
१९९२-९३	-४३६८	+८४२	-३५२६	+४२५४
१९९३-९४	+४०५६	+२८९८	-११५८	+९८८२
१९९४-९५	-९०४९	+५६८०	-३३६९	+८०१३
१९९५-९६	-११३५९	+५४४९	-५९१०	+२९७४
१९९६-९७	-१४८१५	+१०१९६	-४६१९	+१०४३७
१९९७-९८	-१५५०७	+१०००७	-५५००	+९३९३
१९९८-९९	**-१३२४६**	**+९२०८**	**-४०३८**	**+७८६७**
१९९९-२०००	-१७८४१	+१३१४३	-४६९८	+१०८४०
२०००-२००१	-१४३७०	+११७९१	-२५७९	+९४२०
२००१-०२	-११५७४	+१४९७४	+३४००	+८३५७
२००२-०३	-१०६९०	+१७०३५	+६३४५	+१०६४०
२००३-०४	-१३७१८	+२७८०१	+१४०८३	+१७३३८
२००४-०५	-३३७०२	+३१२३२	-२४७०	+२८६२९
२००५-०६	-५१९०८	+४२००२	-९९०२	+२५४७०

२००६-०७	-६१७८२	+५२२१७	-९५६५	+४५२०३
२००७-०८	-९१४६७	+७५७३९	-१५७३७	+१०६५८५
२००८-०९	-११९५१९	+९१६०४	-२७९१४	+७३९५
२००९-१०	-११८२०३	+८००२२	-३८१८१	+५१६३४
२०१०-११	-१३०५९३	+८४६४७	-४५९४५	+६१९८९
२०११-१२	-१८९७५९	+६४०९४	-७८१५५	+६७७५५

(स्रोत : आर्थिक सर्वेक्षण विविध अहवाल)

भांडवली खाते :

१९९१ पासून भारतात आर्थिक सुधारणा कार्यक्रम राबविला जात आहे त्यामुळे भांडवली खात्यावर सतत वाढावा निर्माण होत असल्याचे वरील तक्त्यावरून दिसून येत आहे. व्यवहारतोल हा नेहमी संतुलित असतो; चालू खात्यावर तूट निर्माण झाल्यास, ती तूट भांडवली खात्यातून भरून काढली जाते, ही तूट भरून काढण्यासाठी नाणेनिधीकडून उचल घेतली जाते अथवा परकीय चलनसाठ्याचासुद्धा वापर केला जातो.

भारताच्या भांडवली खात्याचा देण्या-घेण्याचा विचार करता चालू खात्या वरील तूट भरून काढण्यासाठी १९५१ ते १९८० या काळात सवलतीच्या दराच्या कर्जाचा सरकारने वापर केला. १९८० नंतर चालू खात्यातील तूट भरून काढण्यासाठी बाजार व्याजदराने कर्जे घेतली त्यामुळे भारताची व्यवहारतोलाची स्थिती नाजूक बनत गेली. अनिवासी भारतीयांच्या ठेवी, नाणेनिधीचे कर्ज, परदेशी कर्ज इ.चा वापर केला, ही कर्जे महाग असल्याने व्याजामध्ये वाढ झाली तूट भरून काढण्यासाठी परकीय चलनसाठा वापरला त्यामुळे परकीय चलनसाठ्यात घट झाली; तसेच अनिवासी भारतीय ठेवी काढून घेऊ लागले. त्यामुळे १९९० मध्ये व्यवहारतोलाची स्थिती कमकुवत झाली. १९९१ साली भारताने नवीन आर्थिक धोरण स्वीकारले व भांडवली खात्यात वाढ होण्यास सुरुवात झाली.

१) वरील तक्त्यात असे दिसून येते की, १९९१ नंतर आयातीचे मूल्य निर्यात मूल्यापेक्षा जास्त राहिले त्यामुळे१९९१-९२ मध्ये २७९८दशलक्ष डॉलर असणारी तूट २०११-१२ पर्यंत १८९७५९ दशलक्ष डॉलरपर्यंत वाढली. ही तूट ६८ पट वाढली.

२) वाहतूक सेवा, प्रवासी सेवा, बांधकाम, वित्तीय सेवा, विमा, पेन्शनसेवा,

कॉम्प्युटर सॉफ्टवेअर सेवा, व्यावसायिक सेवा, कला व मनोरंजन इ. अदृश्य बाबींपासून वाढावा निर्माण झाला. १९९१-९२ मध्ये १६२० दशलक्ष डॉलरपासून २०११-१२ पर्यंत ६४०९४ दशलक्ष डॉलरपर्यंत उत्पन्न मिळाले हे जवळजवळ ४० पटीने वाढले.

३) २००१-०२ ते २००३-०४ म्हणजे सलग तीन वर्षे चालू खात्यावर वाढावा निर्माण झाला परंतु चालू खात्यावर २००४ पासून पुन्हा तूट निर्माण झाली १९९१ पासून २००१पर्यंत सुद्धा चालू खात्यावर तूट निर्माण झाली.

४) भांडवली खात्यात परदेशी गुंतवणूक, परकीय कर्जे, बँकिंग, रुपयातील कर्जे व इतर भांडवली देण्या-घेण्याचा समावेश होतो. १९९१-९२ मध्ये एकूण भांडवली उत्पन्नातून भांडवली देणी वजा करून ४७५४ दशलक्ष डॉलर वाढावा भांडवली खात्यात निर्माण झाली त्यानंतर तो १९९९-२००० पर्यंत वाढत राहिला त्यानंत तो कमी-जास्त होत राहिला. भारताची परकीय गुंतवणूक १९९१-९२ मध्ये ६८ दशलक्ष डॉलर होती ती २०११-१२ पर्यंत ३९२३१दशलक्ष डॉलर पर्यंत वाढली २०११-१२ मध्ये भारताचा भांडवली खात्यावरील वाढावा देशांतर्गत उत्पादनाच्या ३.६% एवढा होता.

५) १९९५-९६, २००८-०९, २०११-१२ ही वर्षे वगळून उर्वरित वर्षात परकीय चलन साठ्यात १९९१पासून सतत वाढ झालेली आहे.

४.४.१ भारताच्या व्यवहातोलात असमतोल निर्माण होण्याची कारणे व्यापारतोलात तूट निर्माण होण्याची कारणे (Causes of Persistent Deficit in the Balance of Payments)

देशांतर्गत आणि बाह्य घटकांच्या दबावामुळे भारताला व्यवहारतोलाच्या समस्येला तोंड द्यावे लागत आहे. भारतात १९७५-७६ पर्यंतचा काळ हा अवनतीचा काळ होता. १९७६-७७ ते १९८० पर्यंतचा व्यवहारांचा आणि सुधारणांचा काळ होता तर १९८०-८१ ते १९९० पर्यंतचा काळ संरचनात्मक असमतोलाचा मानला जातो.

भारतातील व्यवहारतोलाची स्थिती चौथ्या योजनेपर्यंत आटोक्यात आणण्यात मर्यादा होत्या. पाचव्या योजनेपासून आत्तापर्यंत व्यवहारतोलात कठीण स्थितीत उतरती कळा लागली, त्याला व्यवहारतोलातील वाढणारे अडथळे जबाबदार आहेत. ते पुढीलप्रमाणे-

१) उदारीकरणाचे धोरण : आंतरराष्ट्रीय संघटना उदा. नाणेनिधी,

आय.बी.आर.डी.इ.चा दबाव तसेच आयातीला उदारीकरण करावयास लावणारे धोरण व भेदभावाचे धोरण इ.मुळे व्यापारतोलावर परिणाम झाला.

२) **आयातीत वाढ :** नियोजन काळात भारतात आयात मोठ्या प्रमाणात झाली. १९६७-६८ पूर्वी अन्नधान्य आयात मोठ्या प्रमाणात केली व सध्या गरजेनुसार अन्नधान्याची आयात केली जाते; तसेच औद्योगिक विकासासाठी यंत्रसामग्री यंत्राचे सुटेभाग, अवजारे, कच्चामाल, औद्योगिक साधने तंत्रज्ञान इ.ची आयात केली तसेच पेट्रोलजन्य पदार्थांची आयात केली जाते. तसेच वंगण, खाद्यतेल, रासायनिक खते यांचा एकूण आयातीत ३०% वाटा आहे. युद्ध साहित्य व तंत्रज्ञान आयातीबरोबरच आयात उदारीकरण धोरण, रुपयाचे अवमूल्यन इ.मुळे आयात वाढत आहे त्यामुळे व्यापारतोलात तूट निर्माण झाली.

३) **उपभोगात वाढ :** भारताची लोकसंख्या वेगाने वाढत आहे. त्यामुळे लोकांचा उपभोग वाढत आहे. लोकांचा उपभोग वाढल्याने निर्यात योग्य वाढावा कमी झाला. त्यामुळे व्यवहारतोल प्रतिकूल झाला.

४) **देशाचा आर्थिक विकास :** भारत सरकारने आर्थिक विकासासाठी नियोजनाद्वारे प्रयत्न केले. प्राथमिक क्षेत्र, द्वितीय क्षेत्र आणि सेवाक्षेत्रांत विविध कार्यक्रम हाती घेतले त्यामुळे कच्चा माल, यंत्रे, तंत्रज्ञान इ.ची आयात वाढून व्यवहारतोल तुटीचा झाला. देशाच्या आर्थिक विकासामुळे लोकांचे उत्पन्न वाढले गरजेच्या व चैनीच्या वस्तूंना मागणी वाढली अशा वस्तूंच्या आयातीवर मोठ्या प्रमाणात विदेशी चलन खर्च झाले त्यामुळे व्यवहारतोलात तूट निर्माण झाली.

५) **चालू खात्यावरील तूट :** भारताचा चालू खात्यावरील वाढणाऱ्या तुटीमुळे व्यवहारतोल बिघडल्याचे दिसून येते. आयात-निर्यात व्यापारातील तूट चालू खात्यावरील तुटीला जबाबदार असणारा घटक आहे. अदृश्य वस्तूंच्या व्यवहाराच्या खात्यावर वाढावा अधिक वाढण्याची गरज आहे. सहाव्या योजनेत चालू खात्यावरील तुटीचे स्थूल राष्ट्रीय उत्पन्नाशी असलेले प्रमाण १.३टक्के होते ते १९९०-९१ मध्ये ३.२ टक्के झाले, तर १९९९-२००० मध्ये ते ०.९ टक्के झाले.

६) **निर्यात वाढीचा कमी वेग :** भारताच्या निर्यातीत वाढ झाली असली तरी प्राथमिक वस्तूंची जागतिक बाजारात कमी मागणी दिसून येते तसेच भारताची वाढती लोकसंख्या त्यामुळे निर्यात वाढाव्यात होणारी घट, जगातील अप्रत्यक्ष नियंत्रणे, उपभोग्य व भांडवली वस्तूंच्या जागतिक स्पर्धा, अवमूल्यन, पायाभूत सुविधांचा अपुरा प्रभाव वस्तूंच्या दर्जाविषयी साशंकता, आर्थिक सुधारणांचा कमी प्रभाव २००३-०४ मध्ये रुपयांचे मजबूत होणे इ. अनेक कारणांनी निर्यातीचा वेग

कमी दिसून येतो. निर्यात वाढीचादर आयात वाढीच्या मानाने कमी आहे त्यामुळे व्यवहारतोलात तूट निर्माण झाली.

७) परकीय कर्जात वाढ : भारताचे आयात मूल्य निर्यातमूल्यापेक्षा अधिक आहे. आयातमालाचे पैसे चुकते करण्यासाठी विदेशी गंगाजळीचा वारंवार वापर करावा लागतो; तसेच विविध देशांकडून व जागतिक वित्तीय संस्थाकडून भारताला कर्ज घ्यावे लागते. १९९० मध्ये भारतावर ७५८५७ दशलक्ष डॉलर्स कर्ज होते ते २०१०पर्यंत २६२.३ शतकोटी डॉलर्स पर्यंत वाढले. परकीय कर्जामुळे भारताच्या व्यवहारतोलात तूट निर्माण झाली

८) विकसित देशांचे धोरण : विकसित देश इतर देशांकडून येणाऱ्या मालावर बंधने घालतात. आयातीचे प्रमाण कमी व्हावे म्हणून निर्बंध लादले जातात, काहीवेळा अप्रत्यक्षपणे संरक्षणाचे धोरण स्वीकारतात त्यामुळे भारतासारख्या विकसनशील देशाला पुरेशा प्रमाणात मालाची निर्यात करता येत नाही त्यामुळे व्यवहारतोलात असमतोल निर्माण होतो.

९) देशांतर्गत भाववाढ : आर्थिक विकासासाठी सरकारने विकासाचे प्रकल्प राबविले व त्यासाठी मोठा खर्च केला तसेच तुटीच्या अर्थभरण्याचे साधन वापरले. त्यामुळे चलनवाढ व भाववाढ घडून आली. त्यामुळे कच्चा माल, साधने, उत्पादने घटक इ. च्या किमती वाढल्या, उत्पादन खर्च वाढला. परिणामी वस्तू परदेशात महाग झाल्या. भाववाढीमुळे निर्यात वाढविता आली नाही त्याचा परिणाम व्यवहारतोलात तूट निर्माण झाली. १९९३-९४ च्या किमतीनुसार २००४-०५ मध्ये ठोक किंमत निर्देशांकात ८७ ने वाढ झाली.

१०) परकीय गुंतवणूक व सहयोगी करार : मुक्त आर्थिक धोरणाचा भाग म्हणून उदारीकरणात भारताने मुक्त परकीय भांडवल गुंतवणूक करण्यास परवानगी दिली आहे. थेट परकीय गुंतवणूक व भांडवल बाजारात रोखारूपी गुंतवणूक वाढत आहे तसेच परकीय तांत्रिक सहयोगी कराराला परवानगी देण्यात येत आहे. त्यामुळे परकीय गुंतवणुकदारांना नफा, व्याज, रॉयल्टी, लाभांश इ. मिळत आहे. या देण्यांच्या प्रमाणात वाढ झाल्याने अदृश्य बाबींचा वाढावा कमी होत आहे व व्यवहारतोलात असमतोल निर्माण होत आहे.

११) रुपयाचे अवमूल्यन : रुपयाचे टप्पाटप्प्याने अवमूल्यन केल्याने डॉलर आणि इतर चलनांच्या मूल्यात वाढ झाली. १९८७ मध्ये विनिमयाचा दर प्रति डॉलर १२.८७ रुपये होता. एप्रिल १९९३ मध्ये तो प्रति डॉलर ३१.३६ रुपयांपर्यंत घसरला,

विदेशी चलन महाग झाल्याने अयातमूल्यात वाढ झाली. १९९४ नंतर रुपया चालू खात्यावर परिवर्तनीय झाला. विदेशी चलन विनिमय दर खुल्या बाजारात ठरू लागला. या प्रक्रियेमध्ये भारतीय रुपयाच्या मूल्यात घट झाली व निर्यात फार वाढली नाही. त्यामुळे व्यवहारतोलात तूट वाढली.

१२) पेट्रोलजन्य उत्पादनांच्या वाढत्या किमती : गल्फ युद्धामुळे पेट्रोलजन्य उत्पादनांच्या किमती वाढल्या. पेट्रोलियम क्रुडतेल, वंगण इ. च्या किमती १९९१ मध्ये वाढल्या. त्याचा परिणाम व्यवहार तोलावर झाला तसेच पेट्रोलजन्य उत्पादनांच्या किमती सतत वाढत असल्याने भारताच्या परकीय चलनात घट होत आहे.

१३) वित्तीय तूट वाढली : १९८५-९१ या काळात चालू खात्यावरील मुख्यत: वित्तीय तूट वाढली. तसेच राजकीय अस्थैर्य, वाढणाऱ्या किमती आणि कमी होणारा आंतरराष्ट्रीय विश्वास ठेवीचा बाह्य प्रवाह, तसेच आंतरराष्ट्रीय नाणेनिधीची मोठी कर्जे तसेच आंतरराष्ट्रीय भांडवलबाजारातून मध्यम शर्तीची कर्जे इ.मुळे व्यवहारतोलातील तूट वाढली, तसेच १९९१ मध्ये रुपयाचे अवमूल्यन करावे लागले.

१४) सेवांच्या खर्चाचे वाढते ओझे : सेवांचा खर्च वाढत गेला; सेवांवरील खर्च १९८९-९० मध्ये ७.६ बिलीयन डॉलरवरून १९९९-२००० पर्यंत १०.९३ बिलीयन डॉलर पर्यंत वाढला.

१५) सवलतीच्या मदतीत घट : भारताला विकसित देश विकासासाठी मदत करण्यास आणि नवीन मदतीत वाढ करण्यास उत्सुक नव्हते; परिणामी मोठ्या प्रमाणात सवलती कमी झाल्या. त्याचा परिणाम व्यवहारतोलावर झाला.

१६) भांडवली खात्याचे व्यवस्थापन : भारताची बाह्य कर्जे अल्प मुदतीची होती; तसेच परकीय भारतीयांच्या ठेवी अस्थिर होत्या. त्यामुळे भांडवली खात्याचे व्यवस्थापन करणे अवघड झाले, चालू खात्यावरील वित्तीय तूट वाढत होती आणि कर्जासाठी पुन्हा खर्च वाढत होता; वर्षाला १० बिलीयनची स्थूल देशांतर्गत आवश्यकता निर्माण झाली. भारताला जवळपास ३/४ एवढी बाह्य वित्ताची गरज होती, तडजोडीसाठी द्विपक्षीय, बहुपक्षीय आणि खाजगी धनकोंची गरज होती. अपवादात्मक परिस्थितीतच भारताचा व्यवहारतोल समतोल पातळीवर होता. त्यामुळे भारताला भांडवली खात्याचे व्यवस्थापन करणे कठीण बनले होते.

अशा रितीने अनेक कारणांनी व्यवहारतोलात तूट निर्माण झाली आणि ती वाढत गेली.

ब) व्यवहारतोलातील तुटीचे परिणाम

१) आर्थिक अस्थैर्य : व्यवहारतोलातील तूट कमी करण्यासाठी चलनाचे अवमूल्यन केले जाते; त्याचा परिणाम आर्थिक अस्थैर्यात होतो त्यामुळे व्यापारातील प्रतिकूलता सतत वाढत जाते.

२) परदेशात भांडवल जाणे : परदेशात व्याजाचे दर जास्त असल्याने भांडवल गुंतवणुकीपासून नफा मिळत असल्याने हा वाढीव नफा मिळविण्यासाठी देशी भांडवलाचे परकीय देशात उड्डाण होते.

३) परकीय कर्जात वाढ : तूट वाढत गेल्याने दीर्घकालीन परकीय कर्ज वाढत जाते, भारताच्या संदर्भात विशेषतः दिसून येते.

४) भांडवलाचा तुटवडा : तूट वाढत गेल्याने परकीय भांडवल कमी पडते. तसेच मोठे उद्योगधंदे देशात उभारण्यासाठी मोठ्या भांडवल गुंतवणुकीची कमतरता दिसून येते.

५) प्रतिकूल व्यवहारतोल : व्यवहारतोलात निर्माण होणाऱ्या त्रुटीचा दृश्य परिणाम म्हणजे प्रतिकूल व्यवहारतोल होय. निर्यातीच्या मूल्यापेक्षा आयातीचे मूल्य अधिक होत असल्याने 'प्रतिकूल व्यवहारतोल' निर्माण होऊन अस्थिरता निर्माण होते.

६) परकीय चलनात घट : व्यवहारतोलातील तुटीमुळे परकीय चलनाचा साठा आयातीसाठी वापरावा लागतो. त्यामुळे परकीय चलन गंगाजळीत घट झाल्याचे दिसून येते.

४.४.२ तूट भरून काढण्यासाठी सरकारने केलेल्या उपाययोजना आणि सूचना (Measures Adopted by the Government to Correct the Deficit)

तूट भरून काढण्यासाठी अगर व्यवहारतोल राखण्यासाठी (Maintaining) सर्वसाधारणपणे पुढील उपाययोजना केल्या जातात-

१) परकीय मदत.

२) मोठ्या प्रमाणात खासगी भरणा किंवा वित्तप्रेष.

३) बाह्य व्यापारी कर्जे आणि अनिवासी भारतीयांच्या (NRI's) ठेवी.

४) परकीय प्रत्यक्ष गुंतवणूक (FDI) आणि

५) व्यापार धोरण-ह्यामध्ये आयात धोरण आणि निर्यात धोरणांचा समावेश होतो.

भारत स्वतंत्र झाल्यानंतर सरकारने ताबडतोब तुटीच्या व्यवहारतोलासाठी स्टर्लिंगचा (Stearling) उपयोग केला. पहिल्या पंचवार्षिक योजनेच्या शेवटी समतोल तुटीचा झाला, त्यामुळे सरकारने विविध पद्धतींचा व्यवहारतोलाच्या तुटीसाठी अवलंब केला.

त्यासाठी भारताने परकीय मदतीचे पुनरुज्जीवन केले. नियोजनकाळात अनेक देशांनी मदत केली. विशेषत: अमेरिका, इंग्लंड, रशिया, फ्रान्स, जर्मनी इत्यादी. तसेच आंतरराष्ट्रीय संघटनांनी जसे आंतरराष्ट्रीय नाणेनिधी (IMF), जागतिक बँक आणि आंतरराष्ट्रीय विकास संघटना (IDA) यांनी मदत केली. या मुदतीच्या सवलतीमुळे भारताच्या व्यवहारतोलात तुटीच्या समस्येला मदत झाली. उदा. १९८० च्या दशकात ८९% भारताचा बाह्य खर्च कार्यालयीन, द्विपक्षीय, बहुपक्षीय धनकोंचा होता. मुदतीच्या कर्जाचा व्याजाचा दर २.२% होता आणि त्याचा कालावधी ३५ वर्षांचा होता.

१९७६-७७ ते ७९-८० च्या दरम्यान भारतीय श्रमिक श्रीमंत देशात स्थिरावले. या काळात सवलतीच्या मदतीचे मार्ग आणि खासगी श्रमिक भरणा यांची सांगड घालण्याशिवाय पर्याय नव्हता. परंतु, १९८० च्या दशकात संपूर्ण उच्च खर्च पद्धतीमुळे वित्तीय तुटीचे धोरण स्वीकारले गेले. त्यात अधिक भर म्हणून बाह्य निधी सुविधा, बाह्य व्यापारी कर्ज सुविधा आणि अनिवासियांच्या ठेवी यांच्या भरीव वाढीने अर्थव्यवस्थेवर खर्चाचे ओझे झाले. ह्या मार्गाने व्यवहारतोलाची समस्या सुटू शकली नाही; म्हणून सरकारने परकीय प्रत्यक्ष गुंतवणुकीला सुरुवात केली. आयात-निर्यात धोरणात त्यामुळे व्यापार धोरणात सोईस्करपणा आला.

व्यापारातील व्यवहारतोलाची तुटीची समस्या सोडविण्यासाठी दोन प्रकारच्या व्यूहरचनेचा अवलंब केला. एक बाह्य स्थित किंवा निर्यात प्रोत्साहन व्यूहरचना आणि दुसरी देशांतर्गत स्थित किंवा आयात पर्याय व्यूहरचना. बाह्यस्थित व्यूहरचनेबाबतीत व्यापार आणि औद्योगिक धोरण देशांतर्गत वस्तूंच्या उत्पादनामध्ये परकीय वस्तूत भेद न करणे; तर देशांतर्गत स्थित व्यूहरचनेत व्यापार आणि औद्योगिक उत्तेजनाचा अवलंब करणे. देशांतर्गत बाजाराच्या उत्पादनाला अनुकूल ठरेल त्यानुसार जागतिक बँक अहवालात (१९८७) असे म्हटले आहे की, 'देशांतर्गत स्थित व्यूहरचना आणि विनिमय दर धोरण ही सर्वसाधारण धोरणे आहेत. देशांतर्गत स्थित व्यवस्थेत आयातीवर प्रत्यक्ष नियंत्रण, कारखान्यांना उच्च पातळीवर संरक्षण त्याविरुद्ध बाह्यस्थित मार्ग जागतिक अर्थव्यवस्थेत आणि देशांतर्गत अर्थव्यवस्था यामध्ये जकाती, गुंतवणूक परवाना, कर, पत, अनुदान ह्याप्रमाणे भेदाचा वापर करणे; या बाह्य स्थित व्यूहरचना काटेकोर पाळणे.' भारताने दोन्ही पर्याय म्हणजे आयात पर्याय आणि निर्यात प्रोत्साहन व्यूहरचना व्यवहारतोलाच्या तुटीच्या समस्येसाठी स्वीकारले.

१) आयात पर्याय : आयात पर्यायासाठी देशांतर्गत कच्च्या मालाचे उत्पादन, मध्यम उत्पादने, अंतिम ग्राहक वस्तू व भांडवली वस्तू ह्या लवकरात लवकर तयार

करणे. सुरुवातीस भारत सरकारने आयात पर्यायासाठी, विशेषत: पहिल्या तीन पंचवार्षिक योजना काळात परकीय व्यापार धोरणाच्या महत्त्वाच्या गुणांवर भर दिला. त्यामध्ये भांडवली वस्तूंची मोठ्या प्रमाणात आयात आणि सामग्री ह्या उत्पादनाच्या पायासाठी व अर्थव्यवस्थेच्या विस्तारीकरणाच्या मदतीसाठी आणि देशांतर्गत उत्पादनक्षमता वाढवण्यासाठी उपयोगी ठरेल म्हणून महत्त्वाची वित्तीय बाह्य मदत मोठ्या आयातीसाठी केली. परिणामी भारताची महत्त्वपूर्ण प्रगती आणि आत्मनिर्भरतेसाठी उपभोक्त्यांच्या वस्तूंचे विविध प्रकारचे उत्पादन, भांडवली वस्तूंचे उत्पादन करणे तसेच भारतीय उपभोक्त्यांच्या वस्तू आंतरराष्ट्रीय बाजारात स्पर्धेला परिणामकारक ठरतात म्हणून भारतीय अर्थव्यवस्था आत्मनिर्भर आणि स्वावलंबी बनत आहे. भारताच्या आयातीच्या वाढीत व जागतिक पातळीवर तंत्रज्ञानाच्या प्रगतीच्या स्पर्धेत इतर देशांना भारताने मागे टाकले आहे. परंतु भारताने आयात पर्यायावर खर्च, निर्यातीला उत्तेजन देणे, उपेक्षित क्षेत्र, उच्च खर्च, अकार्यक्षम अर्थव्यवस्थेत वाढ यावरती लक्ष अधिक देणे गरजेचे आहे.

२) निर्यात प्रोत्साहन : आयात पर्याय आणि निर्यात प्रोत्साहन हे आता स्पर्धात्मक नाही. परंतु, प्रत्येक धोरणाची स्वतंत्र व्यवस्था करणे गरजेचे आहे. भारताच्या दृष्टिकोनातून तीन टप्प्यांत निर्यातीला प्रोत्साहन दिले. सुरुवातीच्या टप्प्यात १९७२-७३ पर्यंतचे वैशिष्ट्य म्हणजे निराशावादी निर्यात आणि आयात होय. प्रथम १९७३ मध्ये तेलाची कठीण स्थिती निर्माण झाली. आवश्यक आयात खर्च आणि सुरुवातीस निर्यातीसाठी आवश्यक विस्तार इतर देशांत कमी केला गेला. त्याचबरोबर देशांतर्गत बाजारात अनेक वस्तू पुरेशा नव्हत्या तर देशांतर्गत उत्पन्न शोषून घेतले जात होते. तसेच नवीन बाजारपेठा शोधण्याची गरज होती; त्यामुळे सरकारने निर्यातीला प्रोत्साहन दिले. त्यासाठी राजकोषीय आणि इतर उपाय योजले. खर्च सेवांची बंधने आणि आत्मनिर्भरतेसाठी निर्यातीला प्रोत्साहन देण्याला प्राधान्य दिले. तसेच आयात पर्यायावरसुद्धा जोर दिला; परंतु, कायमस्वरूपी व्यवहारतोलाची समस्या सुटू शकली नाही.

तिसरा टप्पा १९८० च्या दशकाच्या मध्यास महत्त्वाचे वैशिष्ट्य म्हणजे उद्योगाच्या एकत्रीकरणाला मान्यता आणि विकासासाठी निर्यात धोरणाची गरज निर्माण झाली होती.

गरजांच्या मागणीसाठी बहुविधता आवश्यक होती; तसेच निर्यात वाढीच्या श्वासाची (Oxygen) गरज होती; म्हणून निर्यात क्षेत्राची दुसरी व्याख्या तयार केली. दीर्घकाळासाठी व्यवहारतोलाच्या तुटीवर एकच साधन म्हणजे निर्यातीला प्रोत्साहन मोठ्या प्रमाणात देणे.

निर्यात प्रोत्साहन उपाय

३) निर्यात उत्पादन : निर्यात प्रोत्साहन म्हणून बहुविध उपक्रमांना साहाय्य म्हणून पॅकेज (Package) उपयोग करणे व त्या क्षेत्रात प्रगती करणे म्हणून सरकारने उपाय योजले; जसे निर्यात उत्पादन, दर्जा नियंत्रण, निर्यात पत, वित्तीय पॅकेज, निर्यात उत्तेजन, निर्यात साहाय्य, निर्यात बाजारपेठेची संघटना इत्यादी.

निर्यात उत्पादनासाठी सरकारने उत्तेजन देऊन निर्यात उत्पादनांना सुविधा निर्माण करून देण्याचे प्रयत्न केले. निर्यातक्षम औद्योगिक कारखान्यांचा विस्तार करणे, त्यांना आवश्यक पुरवठा करणे, जसे लोखंड, कमी किमतीत डिझेल, निर्यातक्षम कारखान्याच्या ठिकाणी योग्य भांडवली वस्तूंची शुल्कमुक्त आयात, कच्चा माल इत्यादी. तसेच निर्यात प्रक्रिया क्षेत्र (Export Processing Zone- EPZs) स्थापन करून, आयातीची आणि निर्यातीची सुविधा उपलब्ध करून देणे. प्रत्येक क्षेत्रांत पायाभूत सुविधा उपलब्ध करून देणे आणि राजकोषीय सुविधा उपलब्ध करून देणे.

ऑगस्ट १९९४ मध्ये औद्योगिक पार्क योजना राज्य सरकारच्या सहकार्याने सुरू झाली. त्याद्वारे निर्यातक्षम उत्पादनांसाठी पायाभूत सुविधा उपलब्ध करून दिल्या जात आहेत. आंतरराष्ट्रीय पातळीवर स्पर्धात्मक उभारणीसाठी सरकारने निर्यात कायदा १९८३ (दर्जानियंत्रण आणि तपासणी) नुसार दर्जानियंत्रण आणि तपासणी अमलात आणली.

जागतिक व्यापार संघटना (WTO) नुसार ऑक्टोबर १९९५ मध्ये सरकारने सुसंगतवार आचार संहितेनुसार आयात १२००० बाबींसंदर्भात अधिकार तयार केले; या संहितेची आयात परवाना धोरणात पारदर्शकता टिकविण्यासाठी मदत होणार आहे. इ. स. २००० मध्ये भारतात SEZ ची स्थापना केली.

४) निर्यात पत आणि वित्त धोरण : (Export Credit and Finance) : अल्पकाळात निर्यातीसाठी पतपुरवठा सोयीच्या पद्धतीने उपलब्ध होण्यासाठी व्यापारी बँकांकडून वित्तपुरवठा केला जातो; तसेच मध्यवर्ती बँक पुनर्वित्त योजना राबवते. तसेच मध्यम आणि दीर्घ मुदतीची कर्जे एक्झिम बँक (Exim Bank) आणि व्यापारी बँका; IDBI पुनर्वित्त देते. १९८२ मध्ये एक्झिम बँकेची स्थापना झाली. ही बँक निर्यातक्षेत्रासाठी वित्तीय साहाय्य करण्याला आघाडीवर आहे. तसेच परकीय व्यापारात उपक्रमांना साहाय्य करते. भारतीय वित्तीय प्रवाहासाठी एक्झिम बँक वित्तीय मदत करते. निर्यात उत्पादकांना पतपुरवठा मुदतीनुसार करते. हुंड्यावरती पुनर्वित्त पुरवठा केला जातो. ही बँक निर्यात विस्तारासाठी साहाय्य करते.

५) निर्यात प्रेरक किंवा उत्तेजन आणि मदत (Export Incentives and Assistance)**:** सरकार विविध प्रकारची निर्यात प्रोत्साहने उपलब्ध करून देत आहे. तसेच वेळोवेळी गरजेनुसार त्यात बदल केले जातात. राजकोषीय प्रोत्साहन हा महत्त्वाचा उपाय आहे. त्यामध्ये उत्पन्न कर सवलत, सीमाशुल्क कमी करणे, अबकारी करात सवलत किंवा कमी करणे, विक्रीकरात सवलत, कारखान्यांना निर्यात सुविधेसाठी बाँडची तरतूद करणे.

वित्तीय प्रोत्साहनात रोख मदतीसाठी विशेष निर्यात प्रोत्साहनानुसार निर्यातीला सुविधा देण्याचा प्रयत्न केला जातो.

विशेष प्रोत्साहन योजनासुद्धा सहकार्यासाठी उपयोगी ठरते. त्यामध्ये भांडवली वस्तू योजना, शुल्क सूट, पास बुक इत्यादी.

तसेच अनेक भारतीय सार्वजनिक संस्था निर्यात उभारणीत कार्यरत आहेत. उदा. राज्य व्यापार महामंडळ, खनिजे आणि धातू महामंडळ, ट्रेड पॉइंट इत्यादी. सरकारने निर्यातीला मोठ्या प्रमाणात चालना देऊन क्षेत्रांच्या विस्ताराला प्रोत्साहन देणे आवश्यक आहे.

६) चलनाचे अवमूल्यन : वस्तूंची निर्यात वाढवावयाची असेल तर चलनाचे अवमूल्यन करावे लागते. चलनाच्या अवमूल्यनामुळे देशी चलन परकीय चलनाच्या तुलनेने स्वस्त होते. परदेशात वस्तू स्वस्त होतात. त्यामुळे निर्यात वाढून परकीय चलनात वाढ होते. भारताने १९६६-१९९१ मध्ये डॉलरबरोबर रुपयाचे अवमूल्यन केले त्यामुळे निर्यातीत वाढ झाल्याचे दिसून येते.

७) पर्यटन सेवा : पर्यटन सेवांद्वारे परकीय चलन मिळविता येते. भारताला पर्यटनामुळे मोठ्याप्रमाणात परकीय चलन मिळू शकेल. अदृश्य वस्तुंपासून उत्पन्न वाढत आहे, त्यामुळे व्यवहार तोलातील तूट काही प्रमाणात भरून निघण्यास मदत होईल.

८) व्यापारसंस्था उभारणे : निर्यात वाढण्यासाठी फल उत्पादन निर्यात संघ, विदेशी व्यापार संस्था इ. सारख्या संस्थांना प्रोत्साहन दिल्यास व्यवहारतोलातील तूट कमी करणे शक्य होईल.

९) विविध देशांशी करार : भारताने निर्यातीबाबत अनेक देशांनी करार केलेले आहेत जसे हाँगकाँग, दक्षिण कोरिया, फ्रान्स, मलेशिया इ. करार करून निर्यात वाढविण्याचे प्रयत्न चालू आहेत त्यामुळे व्यवहारतोलात तूट कमी होण्यास मदत होणार आहे.

१०) पतपुरवठ्याचा सुविधा : उत्पादन प्रक्रिया, मालाचे पॅकिंग, कच्च्यामालाची खरेदी आणि विपणन इ.साठी पतपुरवठा केला जातो. त्यामुळे निर्यातक्षम उद्योगांना चालना मिळते. तसेच भांडवली यंत्रसामग्रीसाठी दीर्घमुदतीचा कर्जपुरवठा केला जातो. आयडीबीआय इ. संस्था कर्जपुरवठा करतात, त्यामुळे निर्यात व्यापाराला चालना मिळत आहे.

११) निर्यात प्रोसेसिंग झोनची स्थापना : देशात निर्माण होणाऱ्या वस्तूंची निर्यात वाढावी यासाठी सरकारने निर्यात प्रोसेसिंग झोनची निर्मिती केली. तसेच विशेष आर्थिक क्षेत्राची इ.स. २००० मध्ये सुरुवात केली. देशात सात सार्वजनिक क्षेत्रातील व दोन खाजगी क्षेत्रातील प्रोसेसिंग झोन आहेत. सरकारने कांडला, सुरत, सांताक्रूझ , कोच्ची, चेन्नई, नोइडा, फ्रान्स, विशाखापट्टणम् या आठ निर्यातप्रक्रिया झोनचे विशेष आर्थिक क्षेत्रांत रूपांतर केले आहे तसेच मार्च २०११ पर्यंत खासगी, संयुक्त आणि राज्य सरकार यांच्याकडून स्थापन होणाऱ्या ५८३ SEZ ला मान्यता देण्यात आली. २०११ पर्यंत SEZ मध्ये ३४०० उद्योगसंस्था स्थापन झाल्या.

तसेच औद्योगिक पार्क, निर्यात प्रोत्साहन, निर्यातोन्मुख उद्योगसंस्था स्थापण्यास प्रोत्साहन दिले.

१२) गुंतवणूक धोरणात उदारीकरण : भारतात उद्योग स्थापन करण्यासाठी ५१% पर्यंत थेट परकीय गुंतवणूक करण्यास परवानगी दिली. काही उद्योगांना १००% तर काही उद्योगांना ७४% परकीय गुंतवणूक करण्यास परवानगी देण्यात आली. सेवाक्षेत्रात २६% पासून १००% पर्यंत थेट विदेशी गुंतवणुकीला परवानगी दिली. जसे सिंगल ब्रॅडरिटेल, मल्टी ब्रॅडरिटेल, बँकिंग, विमा पेन्शन योजना, दूरसंचार इ. गुंतवणूकीत वाढ होण्यासाठी गुंतवणुकदारांना कर, सीमाशुल्क इ. मध्ये अनेक सवलती दिल्या आहे.

१३) निर्यातगृह व व्यापारगृहांना सुविधा : सरकारने निर्यातीला उत्तेजन देण्यासाठी परकीय निर्यातगृहांना ५१% पर्यंत परकीय भाग भांडवलासह निर्यातगृह स्थापन करण्याची परवानगी दिली तसेच परकीय व्यापार गृहांना देशी व्यापार गृहांप्रमाणेच सवलती देण्याचे धोरण स्वीकारले. मार्च २००२ पर्यंत १८३२ व्यापारगृह, ६० सुपरस्टार व्यापारगृह आणि ३९ स्टार व्यापारगृह कार्यरत होती.

या बरोबरच अनिवासी भारतीयांना आपल्या नातेवाइकांना थेट कपात शेअर्सदान योजना, तसेच सेवा क्षेत्रासाठी निर्यात प्रोत्साहन योजना आणि अनिवासी भारतीयांसाठी स्टेट बँकेने १९९८-९९ मध्ये इंडिया रिसर्जन्ट बाँड योजना सुरू करून ४.२ अब्ज डॉलर उभारले; तर युनिट ट्रस्ट ऑफ इंडियानेसुद्धा अनिवासी भारतीयांसाठी इंडिया मिलेनियम ठेव योजना राबविली, त्यामुळे भारताला परकीय चलन प्राप्त झाले.

सरावप्रश्न :

प्र. १. थोडक्यात उत्तरे लिहा (१०० शब्दांत)

१) व्यापारतोल संकल्पना स्पष्ट करा.

२) व्यवहारतोल संकल्पना स्पष्ट करा.

३) व्यवहारतोलाचा समतोल म्हणजे काय?

४) व्यवहारतोल असमतोलाची कारणे स्पष्ट करा.

५) व्यापारतोल आणि व्यवहारतोलातील फरक सांगा.

प्र. २. थोडक्यात उत्तरे लिहा (२०० – २५० शब्दांत)

१) व्यवहारतोलात समाविष्ट करणाऱ्या विविध घटकांची चर्चा करा.

२) व्यवहारतोल असमतोलाचे परिणाम स्पष्ट करा?

३) व्यवहारतोल असमतोल दुरुस्त करण्याचे उपाय कोणते?

४) व्यवहारतोलाचे महत्त्व स्पष्ट करा.

५) भारतातील व्यवहारतोलाबाबत थोडक्यात विवेचन करा.

६) व्यवहारतोलातील असमतोल थोडक्यात स्पष्ट करा.

प्र. ३. खालील प्रश्नांची प्रत्येकी ४०० ते ५०० शब्दांत उत्तरे लिहा.

१) व्यवहारतोल म्हणजे काय? व्यवहारतोलातील घटकांचे विवेचन करा.

२) व्यापारतोलातील असमतोलाची कारणे स्पष्ट करा.

३) व्यवहारतोल दुरुस्त करण्याचे उपाय सुचवा.

४) भारताच्या तुटीच्या व्यवहारतोलाची कारणे स्पष्ट करा.

५) सरकारने व्यवहारतोलातील तूट कमी करण्यासाठी योजलेल्या उपाययोजना स्पष्ट करा.

प्र. ४. टिपा लिहा. (१०० शब्दांत)

१) व्यवहारतोलाची संरचना.

२) व्यापारतोल आणि व्यवहारतोल.

३) व्यवहारतोल असमतोलाचे परिणाम.

४) व्यवहारतोलातील असमतोल दुरुस्त करण्याचे उपाय.

५) भारतातील व्यवहारतोल.

६) भारतातील व्यवहारतोल दुरूस्त करण्याचे उपाय.

५

आंतरराष्ट्रीय व्यापार धोरणे आणि विनिमयदर
International Trade Policy and Exchange Rate

५.१ **प्रास्ताविक** (Introduction)
५.२ **मुक्त व्यापार धोरणाचा अर्थ** (Meaning of Free Trade Policy)
५.५ **परकीय विनिमयदर निश्चिती** (Determination of Foreign Exchange Rate)

५.१ प्रास्ताविक (Introduction)

सनातनवादी अर्थशास्त्रज्ञ ॲडम स्मिथ, रिकार्डो, जे.एस.मिल. इत्यादींनी खुल्या व्यापार धोराणाचा पुरस्कार केला; तर आयातीवर निर्बंध घालावेत अशी शिफारस व्यापारवाद्यांनी केली. त्यांचा जोर प्रत्येकाने वस्तूच्या उत्पादनात विशेषीकरण करण्यावर होता. त्यांनी तुलनात्मक खर्च-लाभ सिद्धान्त मांडला. त्याचप्रमाणे जगाच्या उत्पन्नात जास्तीत जास्त वाढ करणे आणि आंतरराष्ट्रीय व्यापारात सहभागी देशांना जास्तीत जास्त फायदे मिळावेत या मताचे अर्थशास्त्रज्ञ जसे, एल्सवर्थ (Ellesworth), विनर (Viner), हॅबर्लर (Harberler), जॉन्सन इत्यादींनी मुक्त व्यापाराचा युक्तिवाद चांगले धोरण म्हणून केला.

५.२ मुक्त व्यापार धोरणाचा अर्थ (Meaning of Free Trade Policy)

परकीय व्यापारात सरकारची कोणत्याही प्रकारची बंधने नसतात त्याला मुक्त व्यापार म्हटले जाते. तसेच निरनिराळ्या देशांनी परस्परांशी होणारी वस्तू व सेवांची व्यापारी स्वरूपाची देव-घेव कोणत्याही सरकारी बंधनावाचून केली की, अशा देव-घेवीला 'मुक्त' किंवा 'खुला व्यापार' म्हटले जाते. सरकारच्या या व्यापारविषयक धोरणास 'मुक्त व्यापाराचे धोरण' असे म्हणतात. मुक्त व्यापार धोरणांत देशांतर्गत व्यापार आणि आंतरराष्ट्रीय व्यापार असा भेद केला जात नाही. ॲडम स्मिथ यांच्या मते, मुक्त व्यापारात देशी आणि परदेशी वस्तूंमध्ये कोणताही भेदभाव केला जात नाही. त्यांना कोणत्याही प्रकारे विशेष प्राधान्य दिले जात नाही. (Free trade policy is that commercial policy under which the domestic and foreign goods are treated alike and noneof them is given a preferential treatment.) लिप्से यांच्या मते, ''जगात मुक्त व्यापारात कोणतीही एक जकात नसते आणि आयात किंवा निर्यातीवर कोणतेही निर्बंध नसतात. जगातील देश सर्व वस्तूंची आयात करू शकतात. ते त्यांच्या देशातील उत्पादनाचा खर्च हस्तांतरणासाठी कमीकिमतीत मोठ्या प्रमाणावर खरेदी करू शकतात.''

("A world of free trade would be one with no tariffs and no restrictions of any kind on importing or exporting. In such a world a country would import all those commodities that it could buy from abroad at a delivered price lower than the cost of producing them at home.")

जगदीश भगवती (Jagdish Bhagwati) **यांच्या मते,** ज्या व्यापाराच्या धोरणात जकाती किंवा आयात-निर्यात जकाती नसतील, ठरावीक परिमाणे (Quotas) ठरवले जात नाहीत, चलनाच्या देवाण-घेवाणीवर कसलेही निर्बंध नसतील, कोणतेही कर नसतील आणि सरकारकडून कोणतेही अर्थसाहाय्य मिळत नसेल त्यास 'मुक्त व्यापाराचे धोरण' असे म्हणतात.

("Free trade policy, as absence of tariffs, Quotas, exchange restrictions, taxes and subsidies on production, factors use and consumption.")

व्यवहारात असे दिसून येते की, आयात शुल्क ताबडतोब उत्पन्नाचा चालू मार्ग आहे आणि कडक संरक्षण, मुक्त व्यापार धोरणात दिसून येते. सर्वसाधारणपणे आयात शुल्क कमी दराने चालू राहते. परकीय वस्तूचा कमी खर्च व त्या कमी खर्चात उपभोगता येतात.

५.२.१ मुक्त व्यापाराची बाजू (The case of free Trade)

आधुनिक अर्थशास्त्रज्ञ हॅबर्लर (Haberler) आणि त्यांचे सहकारी यांनी मुक्त व्यापाराच्या बाजूचे समर्थन करताना पुढील युक्तिवाद मांडले आहेत.

१) महत्तम एकूण उत्पादन : ॲडम स्मिथ यांच्या मते, 'अदृश्य शक्ती'च्या कृतीने मुक्त व्यापारात देशाला विशेषीकरण आणि श्रमविभागणी तत्त्वाचे मोठ्या प्रमाणात फायदे उपलब्ध होतात; त्यामुळे देश मोठ्या प्रमाणात उत्पादन करून उत्पन्न मिळवितो; त्यामुळे साधनांचा कार्यक्षमतेने आणि परिणामकारक उपयोग होतो.

२) स्वस्त आयात : मुक्त व्यापारामुळे देशाला आयात वस्तू स्वस्त दरात उपलब्ध होतात; त्यामुळे अर्थव्यवस्थेत सामाजिक कल्याणात वाढ होते.

३) स्पर्धेत वाढ : मुक्त व्यापारात विस्तारित मक्तेदाराच्य विकासाला पायबंद बसतो. मुक्त व्यापारामुळे निरोगी स्पर्धा निर्माण होते. चांगल्या गुणवत्तेच्या वस्तू उत्पादित होतात. त्यामुळे उत्पादनाचा सरासरी खर्च कमी होतो व उत्पादनाची गुणवत्ता सुधारते. साधनांचा जास्तीत जास्त कार्यक्षमतेने वापर केला जातो. देशात तयार झालेल्या वस्तूंची कमी किमतीत दुसऱ्यास देशात निर्यात करता येते.

४) बाजारपेठांचा विस्तार : मुक्त व्यापार धोरणामुळे श्रमविभागणी आणि विशेषीकरणाच्या वापरामुळे बाजारपेठांच्या कक्षा विस्तारतात. जेव्हा व्यापारावर बंधने येतात त्या वेळेस विशेषीकरणाची व्याप्ती कमी होते. त्यामुळे उत्पन्न कमी होते आणि रोजगार घटतो.

५) खर्चाचे स्थानांतर : मुक्त स्पर्धा धोरणामध्ये वस्तूच्या देव-घेवीसाठी ऋणको देशातून धनको देशात खर्चाचे स्थानांतर करू शकतो; म्हणून मुक्त व्यापारामध्ये निर्यातदार धनको देश आयात करणारा ऋणको देशात खर्च स्थानांतर करू शकतो.

६) चांगले मूल्य : हॅबर्लर यांनी असे म्हटले आहे की, मुक्त व्यापारात योग्य मूल्य प्राप्त होते. देशाच्या उत्पादनात आपोआप, आंतरराष्ट्रीय स्पर्धा निर्माण होते. उत्पादनाची नवी पद्धत, संघटनात्मक सुधारणा, उत्पादनात नवीन शोध त्यामुळे उत्पादकतेत वाढ होते.

७) संशोधन आणि विकसनशील उपक्रमात प्रेरणा : मुक्त व्यापार आणि स्पर्धेमुळे देश संशोधन आणि विकास उपक्रम राबवत असतो; त्यामुळे चांगल्या दर्जाचे उत्पादन कमी किमतीत उपलब्ध होते. जास्तीत जास्त नफा होतो. आपोआपच नवीन उत्पादन विकास, नवीन पद्धत आणि प्रक्रिया, नवीन उत्पादने विकसित केली जातात.

८) दळणवळण आणि वाहतुकीचा विकास : मुक्त व्यापारामुळे दळणवळण आणि वाहतुकीचा विकास दोन्ही देशात आणि देशांच्यामध्ये होतो. मोठ्या प्रमाणावर दृश्य वस्तू, रेल्वे, रस्ते, हवाई वाहतूक इत्यादी सुविधांच्या विकासामुळे विकासाचा दर जलद वाढतो.

९) आंतरराष्ट्रीय सहकार्यात वाढ : आपापसातील जवळच्या संबंधांमुळे देशाच्या विविध उभयपक्षी आणि बहुपक्षीय समस्या सोडविल्या जातात; त्यामुळे एक-दुसऱ्याबरोबरचे जवळचे संबंध निर्माण होतात. त्यांच्यात वाटाघाटी आणि करार होतात. आंतरराष्ट्रीय संघटनेमुळे जसे जागतिक व्यापार संघटना (WTO) अस्तित्वात आल्याने समस्या सोडविण्यास मदत होत आहे; त्यामुळे आंतरराष्ट्रीय सहकार्य आणि जागतिक व्यापारात वाढ होत आहे.

१०) घटकांच्या उत्पन्नात वाढ : मुक्त व्यापारामुळे शोधांच्या साहाय्याने उत्पन्नात वाढ होते तसेच उत्पादनाच्या घटकांच्या गतिक्षमतेत वाढ होते. उत्पादन घटकांचा मोबदला वाढतो. वेतन व नफ्यात वाढ होते. देशाच्या वास्तव उत्पन्नात वाढ होते; त्याचप्रमाणे जगाच्या उत्पन्नातसुद्धा वाढ होते.

११) सर्व देशांच्या संबंधांना संरक्षण : मुक्त व्यापारात सर्व व्यापारी देशांच्या आर्थिक संबंधांना संरक्षण मिळते.

१२) विकसनशील देशांच्या आर्थिक विकासात वाढ : जगामध्ये राहात असलेल्या लोकसंख्येच्या जवळजवळ दोन तृतीयांश लोकांच्या विकसनशील देशात आर्थिक वाढ होत आहे.

हॅबर्लर यांच्या मते, विकसनशील देशांचा आर्थिक विकासात मुक्त व्यापाराचा सहभाग चार मार्गाने होतो.

अ) मुक्त व्यापारात विकसनशील देशांना भांडवली वस्तूंची आयात करता येते आणि आवश्यक उपलब्ध कच्च्या मालापासून आर्थिक विकास करता येतो.

ब) मुक्त व्यापारामुळे देशांना गरजेनुसार आवश्यक भांडवल, तांत्रिक ज्ञान, व्यवस्थापकीय कौशल्य, उद्योगशीलता इत्यादी विकसित देशातून स्पर्धात्मक शर्तीवर आयात करता येते.

क) मुक्त व्यापारामुळे आंतरराष्ट्रीय भांडवलाची आवक-जावक विकसनशील देशांच्या आर्थिक विकासाला मदत करते.

ड) मुक्त व्यापारात मक्तेदारीमुळे दुखावणारी आणि अकार्यक्षमतेची वाढ होते;

तसेच स्पर्धा आणि नियंत्रण करणारी वाढ निर्माण होते.

१३) जगाच्या शांततेची निर्मिती : मुक्त व्यापार हा जगाच्या शांततेसाठी कायमस्वरूपी उपाय आहे. जेव्हा जगाचे आर्थिकदृष्ट्या विभागांचे विभाजन होते त्या वेळेस जगात शांतता वाढत नाही. त्या भागात स्वत:च्या स्वार्थासाठी धोरणे आखली जातात. जगात शांतता राहाणे आवश्यक आहे. त्यासाठी सर्व देशांना समान बंधने घालणे आवश्यक असते. मुक्त व्यापार भावासमान खऱ्या भावनांनी मदत करू शकतो.

१४) जागृतीची भावना : मुक्त व्यापार पूर्ण स्पर्धा निर्माण करू शकत नाही, परंतु जबाबदारी आणि जागृतीच्या भावनांचा विकास करू शकते. त्यांचा पाहण्याचा दृष्टिकोन देशांतर्गत उत्पादनासाठी प्रेरणादायी, त्यांच्या व्यवस्थापनाची पद्धत आणि नवीन तंत्रज्ञान स्वीकारणे, ते जास्त परिणामकारक आणि खर्चावर परिणाम करणारे ठरते.

५.२.२ मुक्त व्यापार धोरणाच्या विरोधातील युक्तिवाद (Argument against Free Trade)

अनेक अर्थशास्त्रज्ञांनी मुक्त व्यापार धोरणावर टीका केली आहे, ती खालीलप्रमाणे-

१) निरंकुश धोरण आणि पूर्ण स्पर्धा : मुक्त व्यापार धोरणात पूर्ण स्पर्धा, किंमत यंत्रणेचे काम, मुक्तपणे चालते. परंतु सध्याच्या स्थितीत वस्तूंच्या बाबतीत ही गृहीते अवास्तव वाटतात. मक्तेदारी, प्रशुल्क, अपूर्ण श्रमिक बाजारपेठ, जकाती, इत्यादी मोठ्या प्रमाणात मुक्त व्यापारात दिसून येतात.

२) एकांगी विकास : मुक्त व्यापार धोरणानुसार काही देश त्यांच्या उत्पादनाचे विशेषीकरण करतात. त्यांना तुलनात्मक फायदे मिळतात. अर्थव्यवस्थेच्या इतर घटकांना नाकारले जाते. परिणामी देशाचा विकास कललेला दिसतो.

३) उपद्रवी आणि गौण वस्तूंचे उत्पादन : मुक्त व्यापार धोरणात उपद्रवी आणि गौण वस्तूंची आयात-निर्यात मोठ्या प्रमाणावर होते; त्यामुळे सामाजिक कल्याणाला हानी पोहोचते; त्यासाठी अशा अनावश्यक वस्तूंच्या आयात-निर्यातीला पायबंद घालण्यासाठी मुक्त व्यापार ठेवण्याऐवजी त्यावर सरकारने नियंत्रणे ठेवली पाहिजेत.

४) विकसनशील देशांची पिळवणूक : मुक्त व्यापारामध्ये विकसित देश नेहमीच विकसनशील देशांची पिळवणूक करण्याचा प्रयत्न करतात; त्यासाठी प्रगत देश आपले उत्पादन विकसनशील देशांना विकण्यासाठी अवपुंजनाचा (Dumping)

अवलंब करतात. या व्यूहरचनेमुळे अल्पविकसित देशाचे उत्पादन टिकू शकत नसल्याने विशिष्ट वस्तूच्या उत्पादनात एखाद्या देशाची मक्तेदारी निर्माण होते.

५) गळेकापू स्पर्धा आणि अवपुंजन : देशामधील मोठ्या घटक देणग्यांमुळे जागतिक बाजारपेठ काबीज करण्यासाठी गळेकापू स्पर्धा निर्माण होते. ते स्थानिक उद्योगात अवपुंजनाचा (Dumping) वापर करून उत्पादन स्वस्त दरात इतर देशांच्या बाजारपेठेत मोठ्या प्रमाणात विकतात. आपले बस्तान बाजारपेठेत बसल्यावर उत्पादक मक्तेदारी निर्माण करून वस्तूच्या किमती वाढवितात. परिणामी इतर देशांची पिळवणूक होते.

६) राष्ट्रीय आणि आंतरराष्ट्रीय मक्तेदारी : प्रसिद्ध अर्थशास्त्रज्ञ प्रा. हॅबर्लर यांनी असे मत व्यक्त केले आहे की, सर्वसाधारणपणे मुक्त व्यापार धोरणामुळे राष्ट्रीय आणि आंतरराष्ट्रीय मक्तेदारी अस्तित्वात येते. आंतरराष्ट्रीय मक्तेदारीचा कल देशांतर्गत उद्योगांच्या विकासात अडथळा आणण्याकडे असतो. मक्तेदारीमुळे समाजाची पिळवणूक होते आणि समाजाच्या कल्याणाला हानी पोहोचते किंवा घट होते.

७) आर्थिक अवलंबित्व : मुक्त व्यापार धोरणामुळे, भांडवल आयातीमुळे विकसनशील देशांचे अवलंबित्व वाढण्याकडे कल असतो. भांडवली वस्तू, आधुनिक तंत्रज्ञान, उपभोग वस्तू, कच्चा माल इत्यादी विकसनशील देशांना दीर्घ काळापासून अडथळा निर्माण करतात.

८) व्यापारचक्र : मुक्त व्यापार धोरणामुळे विकसनशील देशात व्यापारचक्राची सुरुवात होते. परिणामी चलनजन्य भाववाढ आणि चलनसंकोच निर्माण होतो. व्यापारचक्रामुळे अर्थव्यवस्थेत असमतोल निर्माण होतो; तसेच विकसनशील देशांच्या विकासाच्या प्रक्रियेत अडथळा निर्माण होतो.

९) देशांची पिळवणूक आणि वसाहतवाद : अनेक विकसनशील देशांच्या आर्थिक इतिहासावरून वस्तुस्थिती अशी दिसून येते की, मुक्त व्यापारामुळे जगाच्या अनेक देशांची पिळवणूक वसाहतवादामुळे १९व्या आणि २०व्या शतकाच्या दरम्यान झाली; असा विकसित देशाच्या आर्थिक विकासावर आरोप केला जातो व विकसनशील देशांची पिळवणूक केल्याचे म्हटले जाते.

१०) व्यापारापासून लाभाची असमतोल विभागणी : मुक्त व्यापारधोरणामुळे व्यापारापासूनचे लाभ समप्रमाणात झाले नाहीत. वेगवेगळ्या देशांच्या आर्थिक विकासामध्ये देशात असमतोलपणा दिसून येतो. सर्वसाधारणपणे असे दिसून येते की,

मुक्त व्यापार धोरणाचा कल विकसनशील देशांना प्रतिकूल दिसून येतो.

५.२.३ मुक्त व्यापार धोरणाचा त्याग (Abandance of Free Trade Policy)

मुक्त व्यापार धोरण आंतरराष्ट्रीय सुवर्ण परिमाणांसाठी योग्य ठरले आहे; कारण वेगवेगळ्या चलनांची खरेदी आणि विक्री मुक्तपणे आंतरराष्ट्रीय सुवर्ण परिमाणांवर अवलंबून होती. त्या चलनांचे रूपांतर मुक्तपणे होत होते. १९३० च्या दशकात आंतरराष्ट्रीय सुवर्ण परिमाणांचा अस्त झाला. मुक्त व्यापारपद्धती कोसळली किंवा कोलमडली. महामंदी आणि आंतरराष्ट्रीय आर्थिक संबंध विस्कळीत झाले. त्या परिणामी १९३९ मध्ये दुसरे महायुद्ध सुरू झाले; म्हणून असा निष्कर्ष निघतो की, शांतता आणि आंतरराष्ट्रीय बंधुभावाची पूर्वमागणी मुक्त व्यापारापासून केली.

१९३९ ची जागतिक महामंदीची झळ देशांना बसली. मंदीची झळ व्यापारात सहभागी झालेल्या सर्व देशांना बसल्याने त्या देशांनी मुक्त व्यापार धोरणाचा त्याग केला आणि त्यानंतरच्या काळात संरक्षित व्यापाराच्या धोरणाचा स्वीकार केला. विकसित देशांनीसुद्धा त्यांच्या उद्योगांवर बंधने घालण्याचे ठरविले.

मुक्त व्यापार धोरणाच्या त्यागाची मुख्य कारणे पुढीलप्रमाणे–

१) मुक्त व्यापार धोरणाच्या परिणामी देशाला उपद्रव आणि कमी प्रतीच्या वस्तूंची आयात-निर्यात होऊ लागली. त्या उत्पादनामुळे सामाजिक कल्याणावर परिणाम झाला; म्हणून व्यापारावर बंधने असणे आवश्यक वाटले.

२) गळेकापूस्पर्धा निर्माण झाल्याने देशांनी अवपुंजनाचा मार्ग स्वीकारला; त्यावर सरकारचे कोणतेही नियंत्रण नव्हते; म्हणून व्यापार निर्बंध गरजेचे वाटले.

३) मुक्त धोरणाच्या परिणामी आर्थिक शक्तीचे लक्ष प्रादेशिक आणि आंतरराष्ट्रीय मक्तेदारीवर होते. प्रादेशिक आणि आंतरराष्ट्रीय पातळीवर अवर्षण किंवा हितसंबंध निर्माण होऊन मोठ्या प्रमाणात नैसर्गिक पिळवणूक केली; त्यामुळे मुक्त व्यापार कोसळून त्याचा त्याग केला गेला.

४) मुक्त व्यापारामुळे अवलंबित्व वाढले. परिणामी राजकीय अपंगत्व आले असे म्हटले जाते. राजकीय, आर्थिक स्वातंत्र्य गरजेचे आहे म्हणून अनेक देशांनी त्यांच्या मुक्त धोरणाचा त्याग केला.

५) विकसनशील देशांनी कठीण आणि कष्टाची कामे मोठ्या प्रमाणात केली. मुक्त व्यापार धोरणात विकसित देशांबरोबर मोठी स्पर्धा निर्माण झाल्याने अनेक विकसनशील देशांच्या लघुउद्योग आणि कुटीरोद्योगावर अवकळा आली किंवा ते बंद झाले; म्हणून त्यांनी मुक्त व्यापार धोरणाचा त्याग केला.

६)   विकसनशील देशांनी त्यांच्या बालोद्योगांना संरक्षण देण्यासाठी मुक्त व्यापार धोरणाचा स्वीकार केला नाही.

५.३ संरक्षित धोरण (Protection Policy)

देशाच्या उद्योगांना संरक्षणासाठी परकीय व्यापारवर मोठ्या प्रमाणावर निर्बंध घालण्याच्या पाठीमागे सरकारचे ध्येय-धोरण संरक्षणाचे असते. सरकारचे ध्येय देशांतर्गत उद्योगांना प्रोत्साहन देणे, उच्च किंमत उत्पादनाविरुद्ध स्वस्त वस्तू स्पर्धेमुळे आयातशुल्क मोठ्या स्वरूपात आकारणे किंवा आयातीची पूर्णपणे खबरदारी घेऊन निर्बंध घालणे किंवा संबंधित आयात ठरावीक परिमाणे Quotas ठरविणे. सर्वसाधारणपणे जकाती किंवा आयात प्रशुल्क ही सामान्य पद्धत संरक्षणासाठी अवलंबिली जाते.

व्याख्या

१)   ज्या व्यापारात आयातीवर निर्बंध असतात, त्यास 'संरक्षण व्यापार धोरण' असे म्हणतात.

२)   देशातील उद्योगांना परदेशी स्पर्धेपासून संरक्षण देण्यासाठी आंतरराष्ट्रीय व्यापारावर वेगवेगळी बंधने घातली जातात, त्याला 'संरक्षित व्यापार धोरण' म्हणतात.

संरक्षण धोरणाच्या बाजूने युक्तिवाद (Argument for Protection Policy)

देशातील उद्योगांना प्रोत्साहन, मोठ्या आर्थिक वाढीसाठी संरक्षणाचा अवलंब (१९७१मध्ये) अमेरिकन अर्थशास्त्रज्ञ ॲलेक्झांडर हॅमिल्टन (Alexander Hamilton) यांनी उत्पादकांच्या अहवालात (Report on Manufacturers) नमूद केले. हेन्री कॅरी (Henry Ciary) या अर्थशास्त्रज्ञाने रोजगाराच्या विविधीकरणासाठी संरक्षण साहाय्य केले जाते, असे म्हटले आहे. फ्रेडरिक लिस्ट या जर्मन अर्थशास्त्रज्ञाने बालोद्योगांना संरक्षण देण्याचे मान्य केले. या लेखकांच्या कल्पना लवकरच लोकप्रिय झाल्या आणि अनेक देशांनी संरक्षणवादी व्यापार धोरणाचा स्वीकार केला. संरक्षित व्यापार धोरणाबाबत अनेक युक्तिवाद केले जातात.

त्याची विभागणी तीन गटात केली जाते-

अ) फसवे युक्तिवाद

ब) आर्थिक युक्तिवाद आणि

क) आर्थिकेतर युक्तिवाद

त्यांची सविस्तर चर्चा पुढीलप्रमाणे-

अ) फसवे युक्तिवाद (Fallacious Agruments)

वैश्य आणि सिंग (Vaish and Sing) यांच्या मते, मुक्त व्यापारासंबंधी मांडण्यात आलेले युक्तिवाद फसवे किंवा दिशाभूल करणारे आहेत. त्याच्या फक्त वैशिष्ट्यांच्या बाजूचे युक्तिवाद केले. ते शास्त्रीय पातळीवर न टिकणारे, त्यांच्या श्रेणीकडे गांभीर्याने पाहिले जात नाही म्हणून संरक्षणासारख्या दुसऱ्या चांगल्या बाबी नाहीत. फक्त शास्त्रीयदृष्ट्या आणि चांगल्या घटकांचे पृथक्करण करण्यासाठी त्याचा उपयोग केला आहे.

लेखकांच्या मते खालीलप्रमाणे फसवे युक्तिवाद केले जातात-

१) स्वस्त श्रम युक्तिवाद : अमेरिका आणि युरोपमध्ये या युक्तिवादाचे समर्थन केले जाते. विकसित देशात श्रमिकांना जास्त वेतन दिले जाते. स्पर्धेमध्ये परकीय श्रम स्वस्त असल्याने अमेरिकेने स्वस्त परकीय श्रमाच्या संरक्षणासाठी ओरड करण्यास सुरुवात केली. अमेरिकेच्या उच्च कार्यक्षमता विरोधी विकसनशील देशांनी संरक्षण धोरणाची सुरुवात केली. हा दिशाभूल करणारा युक्तिवाद आहे असे हॅबर्लर यांनी म्हटले आहे. त्यांच्या मते, वेतनाचा समतोल फक्त श्रमाची गतिमानता, कमी वेतनाच्या प्रदेशातून जास्त वेतनाच्या प्रदेशाकडे आवक-जावक असते. परंतु श्रमांच्या गतिमानतेचा अंदाज येत नाही.

अल्पविकसित देशात श्रम स्वस्त असतात व वेतन कमी असते. या परिस्थितीत उत्पादकांच्या काही वस्तूंच्या उत्पादनाची निर्यात फार कमी किमतीत होते; जर विकसित देश अशा वस्तूंना आयातीसाठी परवानगी देत असतील तर त्या वस्तूंचे उत्पादन देशात कमी होईल; त्यामुळे उत्पादनातील श्रमिक बेकार होतील; वेतने कमी होतील. देशातील उद्योगधंदे बंद पडतील.

जर स्वस्त श्रम स्पर्धेपासून देशातील श्रमिकांना संरक्षण द्यावयाचे असेल तर संरक्षणात्मक धोरणाद्वारे आयातीवर जकाती बसवाव्यात.

२) देशातील बाजार खर्चीक : अशी बाजू मांडली जाते की, जकातीमुळे देशातील बाजारपेठेत खर्चीक वस्तूंना फक्त देशातील बाजारात संरक्षण मिळते. शेतीउत्पादने देशी बाजारपेठेत विस्तारतात. त्या तुलनेत उत्पादित वस्तूंना मागणी (Manufactured Goods) असते. देशी बाजारपेठेचा आकार महत्त्वपूर्णरीत्या वाढू शकतो.

या युक्तिवादावर टीका केली जाते. देशातील बाजारपेठांचा विस्तार निर्यात

बाजार करारावरती असतो; म्हणून परिणामी संरक्षण धोरणात महत्त्वपूर्ण लाभ होत नाही.

३) आपला पैसा आपल्या देशात ठेवणे : देशातील लोकांनी परदेशी वस्तू खरेदी केल्यावर देशातील पैसा देशाबाहेर जातो व देश गरीब बनतो. परंतु आंतरराष्ट्रीय व्यापारात वस्तूच्या मोबदल्यात वस्तू आणि पैसा किंवा सोने एक देश दुसऱ्या देशाला देण्याबाबत देत असल्याने व्यवहार असमतोलासाठी जुळवून घेतले जाते. खरेदीसाठी देश खर्च करत असतो. नाहीतर देशाचे चलन निरुपयोगी ठरले असते.

४) उत्पादन खर्चातील समानता : सर्वसाधारणपणे विकसित देशात उत्पादनासाठी सरासरी खर्च कमी येतो; तर विकसनशील देशात जास्त येतो; म्हणून विकसनशील देशांनी उत्पादन खर्चातील तफावत भरून काढण्यासाठी आयात जकाती आकाराव्यात. त्यामुळे स्पर्धा निर्माण होईल असा युक्तिवाद केला जातो. परंतु हा युक्तिवाद दिशाभूल करणारा ठरतो. तौलनिक खर्च सिद्धान्तात उत्पादन खर्चातील फरकामुळे दोन देशांच्या व्यापारास चालना मिळते; म्हणून आयात पद्धती किंवा शुल्क आकारून उत्पादन खर्चातील तफावत दूर केल्यास आंतरराष्ट्रीय व्यापार वाढण्याऐवजी कमी होईल; म्हणून हा युक्तिवाद फसवा ठरतो.

५) पूर्ण रोजगार : देशात बेरोजगारीची समस्या सोडविण्यासाठी उपाय म्हणून जकाती मान्य केल्या जातात. अर्थशास्त्रज्ञांनी मुक्त व्यापाराची बाजू मांडली. देशातील बेरोजगारी जकाती कमी करू शकणार नाहीत असे त्यांचे मत होते; कारण निर्यातीपासून आयातीला पैसा उपलब्ध होतो. आयात घटल्यास जकाती हे निर्यातीस असमतोलाचे किंवा कमी समानतेचे कारण होईल. अधिक रोजगार निर्मिती ही आयातीला पर्याय निर्माण करून निर्यात कमी होऊन जास्त बेकारीत वाढ होते; दोन्हीत समानता होईल. सर्वसाधारणपणे संरक्षणाचे धोरण अल्पकाळात रोजगारात वाढ करेल. परंतु दीर्घ काळात जकातीचा व्यवहारात कमी उपयोग होईल.

ब) संरक्षण धोरणाबाबत आर्थिक युक्तिवाद (Case for Protection Policy)

संरक्षणवादाबाबतच्या धोरणाचे समर्थन करताना पुढील विचार मांडले जातात–

१) बालोद्योग युक्तिवाद : अर्थशास्त्रज्ञांनी बालोद्योग हा सर्वांत जुना युक्तिवाद म्हणून मान्य केला आहे. जे देश नव्यानेच स्थापन झालेले असतात, अशा उद्योगांना 'बालोद्योग' असे म्हणतात. नव्याने सुरू झालेल्या उद्योगांना उत्पादन खर्च अधिक असतो, त्यामुळे त्यांना दुसऱ्या देशातील प्रगत उद्योगाशी स्पर्धा करणे शक्य नसते;

कारण सुरुवातीच्या काळात बालोद्योगाची स्पर्धा करण्याची क्षमता नसते; म्हणून आयातीवर जकाती आकारून आयात वस्तूंची किंमत वाढविल्यास देशातील उद्योगात तयार झालेली मागणी वाढून त्याचा विकास होतो. बालोद्योगाची क्षमता स्पर्धा करण्यासारखी झाल्यास उद्योगांना देण्यात आलेले संरक्षण काढून घेण्यास हरकत नसावी असे बालोद्योगाचा युक्तिवाद करताना समर्थन केले जाते.

जर्मन अर्थशास्त्रज्ञ फ्रेडरिक लिस्ट (Fredrich List) यांनी १८४० च्या दशकात जर्मनीच्या औद्योगिक विकासासाठी बालोद्योगांना संरक्षण देण्याचा युक्तिवाद केला. त्यांच्या मते, नव्याने सुरू होणाऱ्या देशी उद्योगांना परकीय प्रगत उद्योगांशी स्पर्धा करणे शक्य नसते. ते बाल्यावस्थेत असल्याने सरकारने त्यांना संरक्षण देणे गरजेचे आहे. सरकारने जर आयातीवर निर्बंध लादले तर देशी उद्योगांना देशी बाजारपेठेची खात्री मिळते व उद्योगांना उच्च किमतीत स्वत:च्या वस्तू विकता येतील; त्यातून या उद्योगांना नफा झाल्यास हे उद्योग गुंतवणूक वाढवतील, त्यांचे उत्पादनाचे प्रमाण वाढेल. परकीय स्पर्धेत ते टिकू शकतील व ते उद्योग हळूहळू कार्यक्षम होतील; त्यांचा उत्पादन खर्च कमी होईल. परिणामी हे उद्योग कमी किमतीला वस्तू विकू शकतील; मग त्यांना संरक्षणाची गरज पडणार नाही.

बालोद्योग युक्तिवादावर घेण्यात येणारे आक्षेप पुढीलप्रमाणे-

अ) निर्णय घेणे अवघड : बाल्यावस्थेतील उद्योगांना संरक्षण देताना कोणत्या उद्योगांना संरक्षण देण्याची गरज आहे हे ठरविणे अवघड आहे; कारण नव्याने स्थापन झालेला प्रत्येक उद्योग बाल्यावस्थेत असतो. कोणत्या उद्योगांना खरोखरच संरक्षणाची गरज आहे हे ठरविणे अवघड आहे.

ब) कसोटी ठरविण्याची क्षमता : बालोद्योगांना संरक्षण देणे आणि ते प्रौढावस्थेत म्हणजेच सक्षम झाल्यास त्यांचे संरक्षण काढून घ्यावे, परंतु हे ठरवावयाचे कसे ते ठरविण्याची कसोटी ठरविणे अवघड आहे.

क) जकाती काढून टाकणे अवघड : एकदा संरक्षणाचे धोरण सुरू झाल्यास कमी कार्यक्षमतेच्या उद्योगांची मोठ्या कार्यक्षमतेपर्यंत क्षमता वाढते. परंतु त्यांना लाभलेले संरक्षक जकातीचे धोरण काढून टाकणे अवघड होते.

ड) व्यर्थ निर्बंध : एकदा उद्योगाला संरक्षण दिल्यास बालोद्योग वृद्धी नाकारतो. त्यांची संरक्षणाची प्रवृत्ती वाढीस लागते; म्हणून हॅबर्लर हे तात्पुरते बालोद्योगांना संरक्षण जकाती या कायमस्वरूपी जकातीतून सूट देऊन त्यांना संरक्षण

देणे. यासाठी ते सहमत नाहीत; त्यामुळे व्यर्थ निर्बंध ठरतात.

इ) बाह्य अनुपस्थिती : हॅबर्लर हे बाल्यावस्थेतील उद्योगांना संरक्षण दिल्यामुळे कालांतराने त्यांना अंतर्गत आणि बाह्य बचतीचा फायदा होतो यासंदर्भात सहमत नाहीत.

बालोद्योग युक्तिवादावर आक्षेप घेतले जात असले तरी उद्योगाच्या सुरुवातीच्या काळात मदत आणि संरक्षणाचा आधार दिला नाही तर परकीय स्पर्धेत ते टिकू शकणार नाहीत.

२) उद्योगांचे विविधीकरण युक्तिवाद : लिस्ट आणि इतर अर्थशास्त्रज्ञांनी असा युक्तिवाद केला आहे की, विविध उद्योगांना संरक्षण द्यावे. जेव्हा अर्थव्यवस्थेचा असमतोल विशेषीकरणातून जास्त होत असेल त्यांनी असाही युक्तिवाद केला की, जास्तीत जास्त विशेषीकरणपरिणामी इतर देशांवरचे अवलंबित्व वाढते. ते राजकीय आणि आर्थिक दृष्टीने अयोग्य ठरते. सर्व उद्योगांची समतोल वाढ आणि स्वत: कार्यक्षम होणे आवश्यक आहे. उद्योगांचे विविधीकरण साध्य करणे गरजेचे आहे; त्यासाठी संरक्षण देणे आवश्यक आहे. कोणत्याही देशाच्या समतोल विकासासाठी इतर लहान-मोठ्या उद्योगांचा विकास होणे आवश्यक आहे. देशाच्या विविध उद्योगांचा व क्षेत्रांचा विकास होण्यासाठी उद्योगांचे विविधीकरण झाले पाहिजे.

३) व्यापारशर्तीचा युक्तिवाद : देशाचा व्यवहारतोल वर्षानुवर्षे प्रतिकूल असेल तर तो अनुकूल करण्यासाठी संरक्षित व्यापार धोरणाचे समर्थन केले जाते; तर जकात प्रशुल्क वाढविण्यास आयात वस्तूंच्या किमतीत वाढ होईल आणि निर्यात वस्तूंच्या किमती कमी होतील. परकीय देशाला नवीन जकात प्रशुल्काचा भार वाढेल. निर्यात देशाच्या उत्पादनाची मागणी लवचीक होईल. त्यांच्या किमती मोठ्या प्रमाणात कमी होतील. अशा रीतीने मोठ्या जकातींचा प्रदेशावर परिणाम होईल.

४) अवपुंजन विरोधी युक्तिवाद : देशातील उत्पादित वस्तू देशातील बाजारपेठेतील किमतीपक्षा दुसऱ्या देशातील बाजारात कमी किमतीला विकली जाते; तेव्हा त्या धोरणास अवपुंजन (Dumping) म्हणतात. अवपुंजनाविरुद्ध उपाययोजनेसाठी संरक्षित व्यापारधोरणाचे समर्थन केले जाते. जेव्हा परकीय देश आपल्या देशाची बाजारपेठ काबीज करण्यासाठी अवपुंजनाचा वापर करतात, तेव्हा अवपुंजनाविरुद्ध आयात जकाती आकारल्या जातात. परिणामी आयात वस्तूंच्या किमती वाढतात व आयात वस्तूंची मागणी कमी होते; म्हणून अवपुंजनाविरोधी उपाय म्हणून संरक्षित

धोरणांचा पुरस्कार केला जातो.

५) मूलभूत उद्योग युक्तिवाद : देशाचा विकास होण्यासाठी पायाभूत उद्योगांचा विकास होणे आवश्यक आहे; त्यासाठी संरक्षित धोरणाची आवश्यकता असते. जसे लोखंड, पोलाद, वीजनिर्मिती, रसायने, खाणकाम, भांडवली वस्तू, उत्पादन उद्योग, इत्यादी; त्याचप्रमाणे महत्त्वाचे उद्योग जसे कृषी आणि लघुउद्योगांनासुद्धा संरक्षणाची गरज असते. त्यामुळे जलद आर्थिक प्रगती होते. देशाला तुलनात्मक लाभ होत नसतील तर पायाभूत उद्योगांचा विकास करण्यासाठी देशाने संरक्षण देणे आवश्यक आहे तरच आर्थिक विकासाचा उच्च दर गाठू शकू.

६) उगवत्या उद्योगांचा युक्तिवाद : १९७०च्या दशकात निरीक्षणावरून असे दिसून येते की, युरोपात काही श्रमप्रधान उद्योग स्थापन झाले जसे कापड, विणलेले कापड, पादत्राणे इत्यादींमुळे जपान, मलेशिया, भारत आणि इतर पूर्ण आशियन देशात तोट्याची स्पर्धा निर्माण झाली; असा युक्तिवाद केला जातो की, नुकत्याच स्थापन झालेल्या उद्योगांना युरोपमध्ये तात्पुरत्या संरक्षणाची गरज निर्माण झाली. स्पर्धेसाठी, उत्पादनासाठी त्याची गरज निर्माण झाली. संरक्षण दिले गेले नसल्याने श्रमिक आणि भांडवलाचे दुसऱ्या उद्योगात स्थलांतर झाले. त्यामुळे अनेक युरोपीय देशांनी मोठ्या जकाती कापड, विणलेले कापड, पादत्राणे इत्यादी उत्पादनांवर बसविल्या.

७) उत्पन्न युक्तिवाद : इतर देशातून आयात केल्या जाणाऱ्या वस्तूंवर आयात जकातीत वाढ करून सरकारला आपल्या उत्पन्नात वाढ करता येते. तसेच आयात जकातीमुळे आयात कमी झाल्यास देशातील लोकांकडून देशातील वस्तूंना मागणी वाढते. वाढत्या मागणीमुळे उद्योग स्थापन होऊन रोजगाराच्या संधी निर्माण होतात. लोकांचे उत्पन्न वाढते व सरकारला वस्तूंच्या विक्रीपासून व इतर करांपासून उत्पन्न मिळते. संरक्षित धोरणाचा स्वीकार केल्यास सरकारच्या महसुली उत्पन्नात वाढ होते.

८) देशांतर्गत विरूपण (Distortions) **युक्तिवाद :** सर्वसाधारण देशांतर्गत घटक बाजार आणि वस्तू बाजारपेठ स्पर्धात्मक स्थितीत कार्य करीत नाहीत; त्यामुळे बाजारपेठेत अपूर्णता राहते. परिणामी देशात विरूपण होते. बाजार विरूपणामुळे मक्तेदारी, वेगवेगळे वेतन, व्यापार संघटनांची कृती, शासन नियमितता इत्यादींमध्ये वाढ होते. काही विरूपणाचे परिणाम जकाती मोठ्या प्रमाणात कमी होतात.

वस्तू बाजारात उत्पादनाचे देशात विरूपण परिव्ययवर्धक बाह्य प्रतिकूलता

वाढते. उत्पादनाचा सामाजिक खर्च, खाजगी खर्चामध्ये ओळवला जातो; म्हणून देशातील उद्योगांना संरक्षणाची गरज असते. देशातील विरूपण घटक बाजारात वाढ वेगवेगळी वेतने, श्रमिक अगतिमान, भांडवल बाजारात नियत पतवाटपमध्ये वाढ होते. साधनांच्या वाटणीत अकार्यक्षमता असते म्हणून संरक्षणाच्या धोरणांचा पुरस्कार केला जातो.

९) उत्पन्न घटकांची पुनर्विभागणी : विकसनशील देशात मोठ्या प्रमाणात श्रमप्रधान क्षेत्र आहे. त्याबरोबरच कमी उत्पन्न आणि कमी भांडवलप्रधान क्षेत्राबरोबर उच्च उत्पन्न, आयातीवर अवलंबित्व असते. जेव्हा मोठ्या प्रमाणात जकाती लादल्या जातात किंवा भांडवलप्रधान क्षेत्राची आयात केली जाते तेव्हा श्रमप्रधान क्षेत्रात उत्पादनाचा प्रवाह सुरू होतो. वास्तव वेतनाची पातळी वाढते आणि उत्पन्न घटकांची आवक-जावक श्रमप्रधान क्षेत्रात होते. परंतु भांडवलप्रधान क्षेत्रात मोठ्या भांडवलाची गुंतवणूक होते. परंतु कमी श्रमप्रधान क्षेत्रात जास्त खर्च होतो. त्या क्षेत्रातील वेतने वाढतात. त्याचवेळेस भांडवलप्रधान क्षेत्रात श्रमिकांची दुर्मिळता होते. अशा रीतीने तोसुद्धा वेतन वाढवण्याचा कल असतो म्हणून दोन्ही उद्योगात समान वेतन होते. देशाच्या आर्थिक वाढीची प्रक्रिया दरम्यान सुरू होते.

१०) देशातील साधनांची जपणूक : कॅरे आणि पॅटर (Cary and Patter) यांनी युक्तिवाद केला आहे की, मुक्त व्यापार परिणामी देशांमधील नैसर्गिक साधने रिकामी किंवा कमी झाली. इंग्लंडमध्ये कोळसा क्षेत्राची मोठी निर्यात झाली. काही निर्यातदार देशातून अनेक वर्षांपासून मोठ्या संख्येने सतत कच्चा माल निर्यात झाला. त्यामुळे काही साधने कमी किंवा रिकामी झाली आणि देश खरोखरच अपंग बनले.

११) आर्थिक वसुली युक्तिवाद : संरक्षणासाठी अर्थव्यवस्थेतील मंदीच्या काळात अधिक उत्पन्नासाठी किंवा जमेसाठी आयात शुल्क आकारले जाते. मंदीच्या काळात उत्पादनाचे घटक बेकार राहतात त्यामुळे अर्थव्यवस्था भरकटत मागे जाते. त्यासाठी संरक्षण हे परिणामकारक शस्त्र आहे; त्यामुळे मंदीच्या बाहेर अर्थव्यवस्था निघते. १९३० च्या दशकाच्या महामंदीच्या काळात इंग्लंडने संरक्षणाचे धोरण स्वीकारले आणि त्यानंतर ते अतिशय लोकप्रिय शस्त्र मंदीच्या काळासाठी ठरले.

१२) डावपेच किंवा व्यूहरचना व्यापार धोरण युक्तिवाद : असा युक्तिवाद केला जातो की, आधुनिक उद्योग त्या क्षेत्रात संदेश वहन, माहिती तंत्रज्ञान, संगणक हे भांडवलप्रधान असून त्यात मोठ्या प्रमाणात संशोधन व विकासासाठी गुंतवणूक

करावी लागते. ते सुद्धा मोठ्या जबाबदारीचे आहे; त्यातून आवश्यक ती मोठ्या प्रमाणात वृद्धी होते आणि अर्थव्यवस्थेची बाह्य वाढ मोठ्या प्रमाणात होते; म्हणून असा युक्तिवाद केला जातो की त्या उद्योगांना इतर स्पर्धात्मक देशांपासून संरक्षण देण्याची गरज असते.

क) आर्थिकेतर युक्तिवाद :

संरक्षण धोरणात आर्थिकेतर युक्तिवाद पुढीलप्रमाणे केला जातो-

१) संरक्षण युक्तिवाद : राष्ट्रीय संरक्षणाचा हेतू त्यावर असा युक्तिवाद केला जातो. देशाचे सार्वभौमत्व टिकवून ठेवणे आणि इतर देशांवरचे अवलंबित्व कमी करणे, त्यासाठी संरक्षणासाठी गरज असते. ॲडम स्मिथ यांच्या मते, ''संरक्षण हे फार महत्त्वाचे आहे ते श्रीमंतीपेक्षाही'' म्हणजेच संरक्षण हे श्रीमंतीपेक्षाही महत्त्वाचे आहे. उद्योग हे संरक्षण साहित्याचा पुरवठा करतात म्हणून शांततेच्या दरम्यान स्पर्धेला तोंड द्यावे लागते. संरक्षणासाठी देशांना मोठा आर्थिक तोटा होतो.

राष्ट्राच्या संरक्षणाच्या दृष्टीने महत्त्वाचे असणारे युद्धसाहित्य, दारूगोळा, शस्त्रास्त्रांची निर्मिती, देशातच करणे फायद्याचे असते. कोणत्याही देशाने युद्धसाहित्यासाठी दुसऱ्या देशाच्या मदतीवर अवलंबून राहणे देशाच्या सार्वभौमत्वाला बाधा पोहोचविणारे ठरते; म्हणून संरक्षण साहित्याची निर्मिती करणारे उद्योग सरकारी नियंत्रणाखाली विकसित केले पाहिजेत. केवळ नफ्या-तोट्याचा विचार करता कामा नये.

२) संवर्धन युक्तिवाद : काही व्यवसायाच्या आणि लोकसंख्येच्या काही वर्गाचे संवर्धन करणे हा हेतू संरक्षणाचा असतो. उदा. शेतकऱ्यांच्या किंवा शेती करणाऱ्यांच्या हितसंबंधाचे संरक्षण करण्यासाठी जकातीचे उपयोग करणे.

इंग्लंडमध्ये धान्यासाठी नियम केला. १८१९ मध्ये मोठ्या जकाती आकारल्या, गव्हाच्या किमती समतोल ठेवण्यासाठी आणि उत्पादनाचे लाभ कमी होऊ नये म्हणून नियम केला.

३) देशभक्ती व स्वाभिमान युक्तिवाद : देशभक्ती व स्वाभिमानासाठी प्रत्येक देशाने आवश्यक असणाऱ्या जास्तीत जास्त वस्तूंचे उत्पादन देशातच केले पाहिजे. देशातील प्रत्येक नागरिकाने देशभक्तीसाठी इतर देशातील आयात होणाऱ्या वस्तूंचा उपभोग घेण्याऐवजी स्वदेशात तयार झालेल्या वस्तूंचाच उपभोग घेतला पाहिजे; म्हणून स्वदेशी वस्तूंचे उत्पादन वाढविले पाहिजे; त्यासाठी सरकारने आवश्यक मदत दिली पाहिजे.

परकीय आयात वस्तूंवर उच्च दराने आयातशुल्क आकारावे व देशी वस्तूंना संरक्षण द्यावे. भारतात स्थानिक उत्पादनांना उत्तेजन दिले आणि रोजगार वाढला. गांधींची स्वदेशी चळवळ इत्यादी. विशेषत: आत्मविश्वास किंवा स्वातंत्र्य महत्त्वाचे असते.

५.३.१ संरक्षित व्यापार धोरणाच्या विरोधातील युक्तिवाद (Argument Against Protection)

संरक्षित व्यापार धोरणाला विरोध करताना पुढील युक्तिवाद करण्यात येतात-

१) सुस्त देशी उत्पादने : परकीय व्यापाराच्या धमकीमुळे देशी उत्पादनांना संरक्षण दिल्यामुळे आळशी किंवा अकार्यक्षम बनतात. त्यामुळे त्यांची सुधारणा करण्यासाठी आणि विकासासाठी धैर्य खचते आणि कार्यक्षमता कमी होते.

२) नाहक सवयी लागतात : जेव्हा संरक्षण दिले जाते, तेव्हा विकास आणि बालोद्योगांना नाहक सवय लागते. बाल्यावस्थेपासून हक्काच्या संरक्षणासाठी सवय लागते; त्यानंतरही तीच सवय राहते; कारण त्यांचे संरक्षण कमी करणे अवघड आणि एकदा कायमस्वरूपी मिळाल्यास उद्योगांना नेहमीच आधार घेण्याची सवय लागते. त्यामुळे पंगुत्व येण्याची शक्यता असते.

३) भ्रष्टाचाराचा विकास : संरक्षण उपलब्ध झाल्यास त्या आधारे भ्रष्टाचाराचा विकास होतो. उद्योगांना संरक्षण टिकून राहण्यासाठी तसेच त्याचा व्यापार मोठा आणि चांगला चालण्यासाठी अधिकारी वर्गावर राजकीय दबाव व भ्रष्ट मार्गाचा अवलंब केला जातो; त्यामुळे भ्रष्टाचार वाढतो.

४) मक्तेदारीची निर्मिती : देशातील उत्पादकांना संरक्षण दिल्यास एकत्रित स्वार्थीपणा वाढतो आणि

आयात जकातीचे प्रकार आणि आयात कोटा (Types of Import Tariffs and Import Quota)

व्यापारावर मोठ्या स्वरूपात निर्बंधाचा वापर विविध तंत्राने केला जातो. परंतु तो देशाची गरज आणि उद्दिष्टांवर आधारित आहे. सामान्य पद्धतीची चर्चा खालीलप्रमाणे केली आहे.

५.४ जकाती (Tariffs)

अर्थ (Meaning) : जकाती हे व्यापार धोरणाचे महत्त्वाचे साधन आहे. जकाती किंवा शुल्क अधिक वसुलीसाठी राष्ट्राच्या सीमा ओलांडल्यानंतर लादले जाते.

साधारणपणे सरकार आयातीवर वसुलीसाठी जकात लादतेङ म्हणून जकात आणि आयातशुल्काचा वापर अंतर्बदलासाठी केला जातो. आयातीवर लादण्यात येणाऱ्या कराला 'जकाती' म्हणतात. जकाती किंवा आयात शुल्क आयातीवर आणि निर्यातीवर लादले जाते. दुसऱ्या देशाच्या वस्तू आपल्या देशातून जाताना संक्रमण शुल्क लादण्यात येते.

१) आयात शुल्क म्हणजे विदेशात उत्पादित होणाऱ्या वस्तू ज्या शुल्क लावणाऱ्या देशांमध्ये येणार आहेत ते शुल्क.

२) निर्यात शुल्क म्हणजे विदेशात उत्पादित होणाऱ्या वस्तू की ज्यांची परदेशात निर्यात केली जाणार आहे त्यावर लावण्यात येणारे शुल्क.

३) संक्रमण शुल्क (Transit Duty) म्हणजे दुसऱ्या देशाच्या वस्तू आपल्या देशामधून तिसऱ्याच देशात जाणाऱ्या असतात. अशा वस्तूंवर आकारलेले शुल्क. उदा. जेव्हा भारताच्या सीमेतून नेपाळने इंग्लंडमधून केलेल्या आयात-निर्यात वस्तू जातात तेव्हा भारत या वस्तूच्या प्रवेशाच्या व जाणाऱ्या स्थळावर शुल्क आकारतो.

अ) जकातीचे प्रकार

जकातीचे विविध प्रकार आहेत. त्याचे संख्येत वर्गीकरण केले आहे.

१) हेतूवर आधारित : सर्वसाधारणपणे दोन हेतूंसाठी जकाती लादल्या जातात. त्यांचे वर्गीकरण-

अ) महसुली जकात ब) संरक्षक जकात.

अ) महसुली जकात : देशाच्या सरकार महसूल मिळावा या एकाच हेतूने जकाती निश्चिती केल्या जातात. देशाच्या वस्तूंच्या आयात उत्पादनावर शुल्क आकारले जात नाही. देशाच्या उत्पन्नात आयात जकातीपासून मोठे उत्पन्न मिळावे या हेतूने जकाती आकारल्या जातात. उपभोक्ता संबंधित आयात वस्तूंची मागणी पूर्णपणे दुसऱ्या वस्तूकडे संक्रमित करीत असेल तेव्हा संरक्षित परिणाम घडून येतो. त्यामुळे महसुली जकातीचा काही प्रमाणात संरक्षण परिणाम होत असतो. महसुली जकात श्रीमंत लोकांच्या चैनीच्या वस्तूंवर लादल्या जातात; कारण त्या वस्तूंची मागणी अलवचिक असते. महसुली जकाती उत्पादक ठराव्यात म्हणून महसूल जकातींचे दर कमी करावेत.

ब) संरक्षक जकाती : स्वस्त आयातीच्या गळेकापू स्पर्धेपासून देशी उद्योगांचे संरक्षण करण्यासाठी परकीय आयात वस्तूंवर संरक्षक जकाती लादल्या जातात.

संरक्षक जकातीचा दर जसजसा वाढतो तसतसा संरक्षक परिणाम अधिक होतो. आयातीचा फायदा मिळवावयाचा असेल तर अधिक दराने लादलेले आयात शुल्क काढून टाकले पाहिजे किंवा कमी केले पाहिजे. फ्रेडरिक लिस्ट (Fredrich List) या जर्मन अर्थशास्त्रज्ञाने अशी शिफारस केली की, इतर देशापासून स्वस्त आयात वस्तूंना अटकाव करण्यासाठी किंवा रोखण्यासाठी संरक्षक जकाती लादल्या पाहिजेत. आज देशातील उद्योगांचा विकास व्हावा म्हणून परकीय वस्तूंवर संरक्षक जकाती लादल्या जातात.

२) जकातींचेसुद्धा वेगवेगळ्या प्रकारे वर्गीकरण करून जकाती बसविल्या जातात.

१) मूल्यानुसारी शुल्क, २) विशिष्ट शुल्क ३) संयुक्त शुल्क ४) सरकते प्रमाण शुल्क.

१) मूल्यानुसारी शुल्क : सीमा शुल्काची ही सर्वसामान्य पद्धत आहे. वस्तूच्या एकूण मूल्याच्यानुसार बसवली जाते. खर्च, विमा, भाडे, माल यांच्या निश्चित टक्क्यांवर आयात शुल्क आकारले जाते. वस्तूच्या भौतिक प्रमाणापेक्षा वस्तूचे मूल्य हाच मूल्यानुसारी शुल्काचा आधार आहे. शुल्क हे वस्तूचे वजन किंवा इतर मोजमापावर आधारित नसते. मौल्यवान वस्तूवर अधिक शुल्क आकारले जाते. या वस्तूंची आयात आणि उपभोग श्रीमंत लोकांकडून घेतला जातो.

२) विशिष्ट शुल्क : विशिष्ट शुल्क हे आयात वस्तूच्या भौतिक दर एककावर आकारले जाते. उदा. सर्व प्रकारच्या दूरदर्शन संचांवर त्याच्या किमती लक्षात न घेता नगानुसार शुल्क आकारले जाते. या शुल्काची अंमलबजावणी करणे सोपे असते. त्यात वस्तूचे मूल्य विचारात घेण्याची गरज नसते. अशा वस्तूंचे मूल्य ठरविणे सोपे नसते. उदा. कलाकृती, कलाकुसरीच्या विशिष्ट वस्तूंवर जकाती आकारता येत नाहीत; तसेच वजनानुसार किंवा आकारमानानुसार कर आकारता येत नाहीत.

३) संयुक्त विशिष्ट आणि मूल्यानुसारी शुल्क : काही वेळा सरकार संयुक्त विशिष्ट आणि अधिक मूल्यानुसारीचे संयुक्त शुल्क वस्तूवर आकारले जाते. या पद्धतीनुसार आयात वस्तूंच्या वसुली टक्के मूल्यानुसार आणि संयुक्त विशिष्ट शुल्क प्रत्येक वस्तूवर आकारले जाते. उदा. मोटारीवर (car) आयात शुल्क निश्चित दर मोटारीच्या किमतीच्या १०% + दोन लाख हा निश्चित दर. ही संरक्षित उपायांची आदर्श नमुना पद्धत मान्य केली जाते.

४) सरकते प्रमाण शुल्क : सरकते प्रमाण शुल्क म्हणजे वस्तूंच्या बदलणाऱ्या किमतीनुसार आयात शुल्कही बदलते. हे शुल्क विशिष्ट किंवा मूल्यानुसारीशुल्क असू शकते. व्यवहारात विशिष्ट शुल्कच असते. अन्नधान्याच्या बाबतीत असे शुल्क आकारले जाते.

३) या जकातींचे वर्गीकरण देशांच्या आधारे केले जाते. या पायाभूत जकातींचे वर्गीकरण – अ) एक रचना जकाती, ब) दोन रकाना जकाती, क) बहु रकाना जकाती.

अ) एक रकाना जकाती (Single Column Tariff) : या पद्धतीनुसार कोणत्याही प्रकारचा भेदभाव न करता सर्वच देशातील सर्वच वस्तूंवर कायद्याने एकाच दराने जकाती आकारल्या जातात; ही पद्धत अत्यंत सोपी आहे. या पद्धतीचा आकृतिबंध आणि अंमलबजावणी करणे सोपे असते. संबंधित देशाच्या उद्योगाच्या बदलणाऱ्या गरजेची तडतोड करण्यासंदर्भात ती पुरेशी लवचीक नाही.

ब) दोन रकाना पद्धती (Double Column Tariff) : या पद्धतीत सरकार सुरुवातीस आयात शुल्क दोन दराने आकारेल असे जाहीर करते किंवा एक दर सुरुवतीस जाहीर करते आणि दुसरा दर पहिला दर स्थिर झाल्यानंतर आकारला जातो. हे व्यापार करारानुसार केले जाते. या जकातीचे वर्गीकरण पुढीलप्रमाणे केले जाते.

१) सर्वसाधारण आणि पारंपरिक जकाती : सर्वसाधारण जकाती वर्षाच्या सुरुवातीस 'वार्षिक जकाती धोरणा'नुसार सरकार जकातीची यादी जाहीर करते. हे दर वस्तूंसाठी कोणत्याही सबबीशिवाय लागू होतात.

पारंपरिक जकातीचे दर व्यापारी करारानुसार तयार होतात. या सूचीमध्ये देशातल्या बदलत्या परिस्थितीनुसार बदल करता येत नाही. पारंपरिक जकात पद्धत लवचीक नसते त्यामुळे व्यापार विस्तारण्यावर त्याचा परिणाम होतो.

क) तीन किंवा बहू रकाना जकाती (Three or More Column Tariff): या पद्धतीनुसार जकातीचे तीन दर निश्चित केले जातात-

अ) साधारण दर ब) विशेष आंतरराष्ट्रीय दर क) प्राधान्य दर

पहिल्या दोन दरांच्या जकाती महत्तम आणि किमान अशा सारख्याच असतात. साधारणपणे हा दर महत्तम या दराने आकारला जातो. आंतरराष्ट्रीय दर किमान दराने आकारला जातो. प्राधान्य दर साधारणपणे काही कमी दराने आकारला जातो. उदा. स्वातंत्र्यापूर्वी ब्रिटनमधून वस्तू आयात करताना कमी दर आकारले जात असत

किंवा ते नि:शुल्क होते. आताच्या स्थितीत सार्क देशांमधील सदस्य एक देश दुसऱ्या देशांवर प्राधान्य शुल्क आकारतो.

निर्धारिततेच्या आधारावर जकातीचे वर्गीकरण केले जाते–

अ) प्रत्याघाती जकाती (Rationalitory Tariffs) : प्रत्याघाती जकात शुल्क एक देश दुसऱ्या देशामधून आयात करत असेल तर त्यानुसार शिक्षा इतर देशांना या व्यापार धोरणानुसार होते; त्यामुळे निर्यात घटते.

ब) प्रतिशुल्क : ज्यांची निर्यात किंमत दुसऱ्या देशापेक्षा कमी असेल त्यांना अनुदान मिळत असेल तर त्यांच्या वस्तूंवर अधिक प्रशुल्क आकारले जाते. काही वस्तूंचे देशांतर्गत उत्पादनांना संरक्षण लाभले तर अधिकतम प्रशुल्कामध्ये काही आयात वस्तूंच्या किमती वाढतात.

ब) कोटा/वाटा (Quotas)

अर्थ (Meaning) **:** व्यापारवर नियंत्रण ठेवण्याचा हा एक महत्त्वाचा प्रकार आहे. जेव्हा देशाचा परकीय व्यापाराच्या पद्धतीत मनासारखा परिणाम बाजारात घडवून आणण्यासाठी सरकार अनेकविध प्रकारचे बंधनकारक उपाय योजते, काही उद्दिष्टे साध्य करण्यासाठी परकीय व्यापारावर प्रत्यक्ष परिणाम घडवून आणला जातो. ''आयात किंवा निर्यात केल्या जाणाऱ्या वस्तूंचे प्रमाण निश्चित करण्याच्या पद्धतीला 'कोटा' असे म्हणतात.'' Quota कोटा इंग्रजी शब्द मराठीत ठरावीक परिमाणे किंवा कोटा किंवा वाटा या नावाने ओळखला जातो. परंतु कोटा हा इंग्रजी शब्द व्यवहारामध्ये प्रचलित आहे. कोटा पद्धतीचा उपयोग 'निर्बंध घालण्यासाठी' युरोपीय आणि इतर देशांनी महायुद्धाच्या काळात सुरु केली.

आयात आणि निर्यात कोटा नियंत्रणासाठी देशाच्या आयात-निर्यातीसाठी एकतर मूल्य किंवा वस्तूची एकूण संख्या ठरविली जाते. त्यासाठी विशिष्ट काळ-वेळ, एक महिना ते एक वर्षाची ठरविली जाते. परकीय विनिमयाच्या साठ्याच्या समस्येला त्यांना तोंड द्यावे लागले. महायुद्धानंतर मोठ्या प्रमाणात चलनक्षयात्मक दबाव वाढल्याने देशांना समस्येला तोंड द्यावे लागले. आयात कोटाप्रमाणेच निर्यात कोटाचा उपयोग संरक्षणाचे साधन म्हणून केला जातो; संरक्षण म्हणून आयात कोट्याला महत्त्व आहे. आयात कोटा म्हणजे एका विशिष्ट कालखंडात एखाद्या विशिष्ट वस्तूचे विशिष्ट परिमाण आयात करणे होय.

क) कोटा किंवा वाट्याचे प्रकार (Types of Quotas)

आयात कोट्याचे पाच प्रकारात वर्गीकरण केले जाते.

१) जकात किंवा सीमा कोटा : या कोटा पद्धतीनुसार सरकार वस्तूच्या आयातीच्या विशिष्ट संख्येला मान्यता देते. आयात शुल्काचा अल्प दराने किंवा मुक्त दराने कोटा ठरवला जातो. आयात विशिष्ट संख्येने करावयाचा असल्यास परवानगी घ्यावी लागते. ती उच्च दराने घ्यावी लागते.

जकात कोटा अंतर्गत निश्चितता कमी किंवा उणे किंवा सहमतीने व्यापाराअंतर्गत दोन्ही देशांच्या व्यापारासाठी कराराने होते.

फायदे

१) जकात कोट्याची प्रक्रिया ही जकाती आणि कोट्याच्या स्वरूपात असत.

२) आयातीला निरुत्साह करणे आणि दुर्मीळ परकीय विनिमयाची बचत करणे.

३) जागतिक बाजारापासून पूर्णपणे देशाला उपाय सापडत नाही; कारण आयातीच्या कोट्याच्या मर्यादेला पूर्णपणे मनाई किंवा हरकत केली जात नाही.

४) देशाच्या उत्पन्न महसूल जकाती कोट्यावर आहे.

५) लवचिकता आहे त्यामुळे देशाच्या गरजेनुसार बदल घडवून आणला जातो.

६) जागतिक बाजारापासून वस्तूंच्या किमती देशांतर्गत बाजारापर्यंत साखळी पद्धतीने तयार होतात.

७) सीमाशुल्काच्या रकमेमुळे वस्तूंच्या जागतिक किमती देशांतर्गत किमती विस्तारतात.

तोटे किंवा अडथळे

१) आयात वाढ होते तेव्हा वस्तुला प्रशुल्क मुक्त प्रवेश असतो किंवा कमी दराने जकाती आकारल्या जातात. त्याचा परिणाम किंवा व्यत्यय किंवा अडथळा आयात देशाच्या देशांतर्गत किंमत पातळीवर होतो.

२) जेव्हा आयात निश्चिती विशेषत: कमी दराने जकाती भौतिक संख्येवर आकारल्यास सुरुवातीला लाभ होतो. तो लाभ जकातीच्या कमी दरांपासून निर्यातदार देशांपर्यंत जातो.

३) ही निरुत्साह करणारी पद्धती आहे; कारण वस्तू आयातीच्या किमती वाढतात, त्या श्रीमंत लोकच देऊ शकतात. गरीब लोक ते उत्पादन किंवा वस्तू उपभोगू शकत नाही.

२) एकपक्षी कोटा (Unilateral Quota)

या कोटा पद्धतीनुसार कोणत्याही देशाशी करार न करता एका विशिष्ट कालावधीसाठी किती आकाराची किंवा मूल्याची वस्तू आयात करायची हे निश्चित केली जाते. या पद्धतीनुसार जागतिक किंवा जगातील कोणत्याही देशातून वस्तूला आयात करण्याची परवानगी या जागतिक कोटा पद्धतीत असते. कोट्याची विभागणी वेगवेगळ्या देशांमध्ये काही निश्चित अटींवर (Criteria) सरकार निश्चित करते. जागतिक कोटा पद्धतीत एका विशिष्ट वेळी कोणत्याही एका किंवा अनेक देशांपासून आयातीचा कोटा पूर्ण संख्येने केला जातो.

विभाजित कोटा पद्धतीनुसार (Allocated Quota System) एकूण कोटा संख्या काही तत्त्वांच्या आधारे वेगवेगळ्या निर्यातदार देशांमध्ये विभागला जातो.

फायदे

१) आयातदार देश देशांतर्गत उत्पादनाच्या फायद्यासाठी अटी घालू शकतो.

२) निर्यातदार देश पूर्णपणे स्वतःच्या फायद्यासाठी आयातदार देशांच्या बाजारावर स्वामित्व मिळवितात. त्यामुळे आयातदार देशाच्या लाभासाठी किमती कमी ठेवल्याने त्यामुळे व्यापारशर्ती अनुकूल ठरतात.

तोटे किंवा आक्षेप

१) आयातदार देश शेजारील देशाच्या अनुकूल आयात उत्पादनाचा कोटा ठरवतो. त्यामुळे लांब अंतराच्या देशाला प्रतिकूल किंवा नाउमेद करणारे विरोधी ठरेल.

२) लहान देशातील आयातीस धैर्य खचविणारे ठरेल किंवा कमी संघटित देशांचे धैर्य खचविणारे ठरेल.

३) ही पद्धत देशांतर्गत उत्पादनांना संरक्षण देणारी ठरणार नाही.

४) या पद्धतीच्या परिणामी उत्पादनाच्या अधिक पुरवठ्यासाठी बाजारातील त्यांच्या किमती कमी होतील.

५) एकदा कोटा ठरला की, वस्तूअभावी Shortage त्या वस्तूंच्या किमतीत वाढ होईल. विभाजित कोटा पद्धतीत Vallocated Quota System अंतर्गत काही तोटे दिसून येतात.

६) ही पद्धत कडक आहे; कारण आयात साधने निश्चित असतात. त्याचे कोट्यात विभाजन केले जाते.

७) त्यामध्येसुद्धा उत्पादनाच्या दर्जात आणि एकूण खर्चाच्या स्थितीत लक्ष दिले जात नाही.

८) ठरावीक आयातीचा कोटा तो काही देशंबाबतीत असतो. त्यामुळे निर्यातदार देशाची सवय मक्तेदारीच्या विकासात होते.

९) या पद्धतीत काही ठरावीक व्याप्ती निर्माण होते. कोटा संख्येचे विभाजन निर्यातदार देशात होते.

३) द्विपक्षीय कोटा किंवा सहमती कोटा :(Bilateral Quota or Agreed Quota)

या पद्धतीनुसार आयातदार देश निर्यातदार देशांशी वस्तूच्या आयात-निर्यातीसंबंधी आपापसात करार करून वस्तूच्या आयात व निर्यातीचा कोटा निश्चित करतात.

फायदे

१) या पद्धतीत मुख्य विक्रेता नसतो कारण आयात कोटा सहमतीच्या करारावर होत असतो.

२) निर्यातीत मक्तेदारी वाढू दिली जात नाही.

३) या पद्धतीत द्विपक्षीय तडजोडीने कोटा निश्चित होतो. त्यात धैर्य खचण्याची शक्यता नसते.

४) सुरुवातीच्या कोट्याच्यावेळी वस्तूची जहाजाने ने-आण करताना विस्तार केला जातो. किमतीनिश्चितीच्या वेळी कमी केल्या जातात.

५) एक कोटा पद्धतीपेक्षा या पद्धतीचे कार्य चांगल्या स्वरूपाचे चालते.

तोटे किंवा आक्षेप

१) द्विपक्षीय कोटा पद्धतीत आंतरराष्ट्रीय विक्रय नियंत्रण संघाची स्थापना झाली, त्यामुळे त्याला प्रोत्साहन देते.

२) या करारात सहभागी झालेले देश स्पर्धेला प्रोत्साहन देतात.

३) निर्यातदार देशात किंमत पातळी वाढण्याकडे कल असतो म्हणून आयातीचा कल कमी होतो.

४) निर्यातदार देशात मक्तेदारीस मुक्तपणे आमंत्रण दिले जाते.

५) देशामध्ये कराराच्यावेळी भ्रष्टाचार होतो.

४) संमिश्र कोटा किंवा अप्रत्यक्ष कोटा (Mixing Quotas or Indirect Quota)

देशात उत्पादित होणाऱ्या वस्तूच्या निर्मितीसाठी देशांतर्गत कच्चा माल आणि परदेशी कच्चा माल वापरला जात असेल तर त्याचे प्रमाण किती असावे हे सरकार ठरवते. कच्च्या मालात आयात कोटा सरकार निश्चित करते.

फायदे

संमिश्र कोटा पद्धतीत खालील फायदे होतात-

१) कच्च्या मालाचे देशांतर्गत उत्पादित वस्तूंना परकीय स्पर्धेपासून संरक्षण मिळते.

२) परदेशी चलनाची बचत होते.

३) मध्यम दर्जाच्या वस्तू आणि चांगल्या दर्जाच्या उत्पादनांना कच्च्या मालाच्या उत्पादनासाठी प्रोत्साहन मिळते.

तोटे किंवा आक्षेप

१) या पद्धतीत जागतिक साधनांचा पुरेपूर उपयोग न झाल्याच्या परिणामी देशांतर्गत किमती वाढतात.

२) आयात केलेला कच्चा माल कमी दर्जाचा असतो. अंतिम उत्पादित उत्पादनात आयातदार देशात कमी दर्जाच्या मालाचा वापर होतो.

३) उत्पादनाची किंमत अधिक असते आणि उत्पादनाचा दर्जा निकृष्ट असतो.

४) देशांतर्गत कच्च्या मालाचा उपयोग अत्यावश्यक (Compulsory) करणे योग्य नाही. ते तुलनात्मक खर्च लाभाच्या तत्त्वात नाही. त्यामुळे उत्पादन तत्त्वात अकार्यक्षमता निर्माण होते आणि देशांतर्गत वस्तूचा खर्च अधिक राहतो.

५) आयात परवाना (Import Licensing)

या पद्धतीत कोट्याच्या वेगवेगळ्या प्रकारात प्रतिबंध विकसित केला आहे. या पद्धतीत आयात व्यापाऱ्यांना वस्तूची विशिष्ट मर्यादेपर्यंत आयात करण्याचा परवाना सरकारकडून दिला जातो. व्यापाऱ्यास किती नगसंख्या आयात करता येईल हे सांगितले जाते.

फायदे

१) आयात परवाना आयातीमध्ये स्थिरस्थावर झालेल्यांना दिला जातो.

२) वस्तूची देशांतर्गत कमतरता कमी होते.

३) सरकार आयात वस्तूची संख्या निश्चित करते.

४) किंमत चढ-उतारापासून दूर राहिल्याने त्याचा फायदा होतो.

५) परकीय विनिमयात सट्टा नसतो.

६) परकीय विनिमय विभागाची आयात गरजेनुसार (Requirement) होते; त्यामुळे परकीय विनिमयाची बचत होते.

तोटे किंवा आक्षेप

आयात परवाना पद्धतीचे तोटे थोडक्यात खालीलप्रमाणे –

१) ही पद्धत दृढ आहे. वस्तूंच्या आयातीसाठीच परवाना दिला जातो.

२) नवीन आयात सुरुवातीला रद्द केली जाते. फक्त ज्यांची आवश्यकता आहे त्या सुधारणा, कार्यक्षमता झाली असेल त्यांचाच समावेश आयात व्यापारात झाला; त्यामुळे त्यांची मक्तेदारी होण्यास मदत झाली. या पद्धतीत फक्त स्थापन झालेल्या संस्थांनाच परवाना दिला जातो.

३) सर्वसाधारणपणे सरकार आयात परवाना ज्यांना दिला आहे आणि ज्यांना परवाने दिलेले आहेत त्यांनी दुसऱ्यांकडे ट्रान्सफर केले आहेत त्याच्यावरच कृती (Action) केली जाते. काही व्यवसायधारक आयातीच्या किमतीत वाढ करतात.

४) राजकीय संतत मनाने, वशिलेबाजी आणि नोकरशाहीचा भ्रष्टाचार वाढीस लागतो.

५.५ परकीय विनिमयदर निश्चिती (Determination of Foreign Exchange Rate)

परकीय विनिमयाचा विचार दोन दृष्टीने केला गेला. एका दृष्टीने परकीय विनिमयचा उपयोग परकीय चलनाची खरेदी आणि विक्री किंवा इतर देशांच्या चलनांचे परिवर्तन एका देशाच्या चलनात करणे; तर दुसऱ्या दृष्टीने परकीय विनिमयचा उपयोग (Refer) एकूण व्यवहारांसाठी दोन देशांच्या समाशोधनासाठी त्यांच्या ऋणग्रस्ततेसाठी; म्हणून परकीय विनिमयात १) ज्या सर्व संस्था परकीय देणीसुविधा, २) सर्व पद्धती आणि यंत्रणांचा आंतरराष्ट्रीय देणी (Payments) उपयोगासाठी, ३) इतर देशांच्या चलनाचे परिवर्तन एका देशाच्या चलनाच्या दराने करणे; म्हणून परकीय विनिमयात त्या पद्धतीचा हत्यारे आणि साधने म्हणून उपयोग आंतरराष्ट्रीय देणी देण्यासाठी तसेच देशाची देणी दूर करण्यासाठी होतो.

विनिमय दरालाच हुंडणावळीचा दर असेही म्हणतात. एका देशाच्या चलनाच्या मोबदल्यात किती परकीय चलन मिळते ते दर्शविणारा दर म्हणजे 'विनिमयाचा दर' असे म्हणता येते. दोन देशातील विनिमयाचे व्यवहार मिटविण्याच्या दृष्टीने परकीय विनिमय दरास महत्त्व प्राप्त होते. परकीय विनिमयाच्या प्रक्रियेत समाशोधनाची आणि धनादेश स्वीकारून देशांतर्गत देणी मिटवून आणि एका चलनाच्या बदल्यात दुसरे चलन उपलब्ध करून देणारे असते.

अ) विनिमय दराचा अर्थ (Meaning of Exchange Rate)

परकीय विनिमयदर म्हणजे एका चलनाची दुसऱ्या चलनात व्यक्त केलेली किंमत होय. विनिमय दरामुळे दोन देशांतील चलनांचा परस्परांशी असणारा संबंध स्पष्ट होतो. विनिमय दराची अशी व्याख्या करता येते की, देशांतर्गत चलनाच्या शर्तीत परकीय चलनाचे एका एककाचे (Unit) किंमत होय. विनिमयाचा दर रुपया आणि डॉलरचा विचार करता किती रुपयामध्ये डॉलरची खरेदी केली जाते; म्हणून विनिमयदर रुपया आणि डॉलर भारताच्या (Point) पासून (Expressed) रुपये ४४.३५ = १ अमेरिकन डॉलर. अमेरिकेला एक रुपया मिळविण्यासाठी १ रुपया = ०.०२६६ डॉलर असे प्रमाण राहील.

ब) परकीय विनिमय दराचे महत्त्व (Importance of Foreign Exchange)

आंतरराष्ट्रीय व्यापारात परकीय विनिमयदर ही संकल्पना अतिशय महत्त्वाची आहे. त्याचे स्पष्टीकरण पुढीलप्रमाणे-

१) परकीय विनिमय दराचा एकमेकांच्या चलनांची, वेगवेगळ्या देशांच्या आंतरराष्ट्रीय खर्च आणि किमती समजण्यासाठी मदत होते; म्हणून आंतरराष्ट्रीय व्यापाराच्या प्रत्यक्ष आणि तुलनात्मक आकाराची भूमिका स्पष्ट होते.

२) विनिमयदर हा एक चलनातून दुसऱ्या चलनाच्या संरक्षणासाठी उपयोगी ठरतो.

३) कोणत्याही प्रकारे देशांतर्गत किमती कमी न करता देशाची निर्यात स्वस्तात करता येते. देशातील पैशांचे अवमूल्यन करून पैशांचा विनिमय दर कमी करता येतो. त्यामुळे निर्यात वाढते आणि परकीय विनिमयाचे उत्पन्न वाढते. अपवाद जेव्हा परकीय मागणीसाठी देशाची निर्यात पूर्णपणे अलवचिक असेल तेव्हा त्या बाबतीतच.

क) विनिमय दराचे प्रकार (Types of Exchange Rate)

१) विनिमयाचा समतोल दर (Equilibrium Rate of Exchange) : वस्तूच्या मागणी पुरवठ्यानुसार किंमत ठरते त्याचप्रमाणे विनिमयदर मुक्त बाजारात परकीय विनिमयाच्या मागणी आणि पुरवठ्यानुसार ठरतो. विनिमयाचा समतोल दर हा परकीय विनिमय मागणी आणि परकीय विनिमय पुरवठ्याला समान होतो. नर्क्स यांच्या मते, विनिमयाचा समतोल दर एका विशिष्ट काळात व्यवहारशेष समतोल दर निधीत करत असतो.

(According to Rangner Nurkse, the equilibrium rate of exchange is that state which over a certain period of time, keeps the balance of payments in equilibrium.)

जेव्हा परकीय विनिमयाच्या मागणी किंवा पुरवठ्यात बदल होतात तेव्हा परकीय विनिमयात फरक होतो; म्हणून विनिमयाचा दर परकीय विनिमय बाजारात सतत बदलत असतो. परकीय चलनाचा पुरवठा आणि मागणी खात्यावर बदल होईल.

२) स्थिर विनिमयदर विरुद्ध बदलते विनिमयदर (Fixed Rate Flexible Exchange Rate) : परकीय विनिमयदर स्थिर किंवा बदलते असतात. दोन्हींचेही फायदे आणि तोटे असतात. त्यांची चर्चा खालीलप्रमाणे-

अ) स्थिर विनिमयदर

स्थिर विनिमय दरात सर्व परकीय विनिमय व्यवहार देशाच्या वित्तीय अधिकारात विनिमय दराच्या ठिकाणी ठरवून घेतले जातात. विनिमयदर स्थिर ठेवण्यासाठी कायद्याने परकीय चलन बाजारात मध्यस्थ म्हणून वित्तीय अधिकारात मागणी आणि पुरवठ्याची पोकळी भरून काढण्यासाठी मध्यवर्ती बँकेत चलन राखीव ठेवले जाते. 'जेव्हा परकीय चलनाची देवाण-घेवाण सरकारने कायद्यानुसार ठरविलेल्या विनिमय दरानुसार केली जाते तेव्हा त्या दरास 'स्थिर विनिमयदर' म्हणतात.

स्थिर किंवा स्थिर विनिमय दराच्या बाजूचे युक्तिवाद

१) कॉमन चलनाचा आधार (Base on Common Currency) : वेगवेगळ्या देशातील स्थिर विनिमय दराचा आधार कॉमन चलनाचा असतो; कारण कॉमन चलनाचे मूल्य निश्चित असते त्यामुळे व्यापारात वाढ आणि उत्पादन आणि आर्थिक वाढीचा जलद दर साध्य होतो. परिणामी परकीय व्यापार आकर्षित होऊन वस्तूच्या किमती व्यापाराबरोबर सांगितल्या किंवा भाकीत केल्या जातात. जॉन्सन यांच्या मते, स्थिर विनिमय दरामुळे आंतरराष्ट्रीय एकात्मता साध्य करण्यास मदत होते.

२) शिस्तीला उत्तेजन : स्थिर विनिमय दरामुळे वित्तीय बाबतीत शिस्त लावण्यास मदत होते. प्रवाह योग्य दिशेने वळविण्यासाठी वित्तीय आणि राजकोषीय धोरण काळजीपूर्वक राबविले जाते. विशेषत: अर्थव्यवस्थेतील चलनवाढीच्या प्रवृत्तीला आळा घालण्यासाठी उपयोगी ठरते.

३) चलनात चढ-उतार होत नाही : स्थिर विनिमय दराच्या पद्धतीनुसार चलनाच्या घटीची किंवा वाढीची शक्यता नसते; त्यामुळे देशांतर्गत चलनाची मजबूत वाढ होते आणि देशात आर्थिक स्थैर्य निर्माण होते.

४) भांडवल आणि अंत:प्रवाह आकर्षण : स्थिर विनिमय दरामुळे दीर्घ काळ भांडवलाचा प्रवाह चालू राहतो. तो अर्थव्यवस्थेला साहाय्यक ठरतो. स्थिर विनिमय दरात जबाबदारी आणि अनिश्चितता नसते.

५) सट्टेबाजी उपक्रमावर नियंत्रण : स्थिर विनिमयदर असेल तर सट्टेबाजीला प्रेरणा मिळत नाही. देशाची वित्तीय प्रणाली सट्टेबाजाला अयशस्वी ठरविते; त्यामुळे सट्टेबाजीला कोणताही वाव राहत नाही.

६) लहान देशांना उपयुक्त : जॉन्सन (Johnson) यांच्या मते, स्थिर विनिमय धोरण लहान देशांना अतिशय उपयुक्त ठरते; कारण देशांच्या बाबतीत बदलत्या विनिमय दरामुळे चलनवाढ आणि मूल्य-ऱ्हास होऊन विनिमयदर पडतात.

७) दायित्व किंवा भार : स्थिर विनिमय दरामुळे वस्तूच्या आयात आणि निर्यातीत परकीय दायित्व निर्माण होते. खर्चामुळे उत्पन्न निर्माण होते.

८) नाणे आणि भांडवल बाजाराचा विकास : स्थिर विनिमय दरामुळे नाणे आणि भांडवल बाजाराचा विकास होतो. देशामध्ये भांडवलाचा प्रवाह वाढतो.

९) बहुविध व्यापाराची उभारणी : स्थिर विनिमय दरामुळे अनिश्चिततेचे वातावरण नसते. त्यामुळे देशाचा बहुविध विकास होतो.

१०) आंतरराष्ट्रीय वित्तीय सहकार्य : स्थिर विनिमय दर पद्धतीमुळे आंतरराष्ट्रीय वित्तीय सहकार्याची उभारणी होते. कामात सुरळीतपणा निर्माण होतो. परिणामी जसे, IMF, IBRD, युरोबाजार इत्यादींचा परिणामकारक विकास होतो.

११) विकसनशील देशाला स्थैर्य : विकसनशील देश स्थिर विनिमय दराला प्राधान्य देतात. स्थिर विनिमयासाठी आर्थिक विकासाचे नियोजन केले जाते. परकीय भांडवलाचा देशांतर्गत प्रवाह सुरळीतपणे राहण्यासाठी स्थिर विनिमय दर महत्त्वाचा ठरतो.

१२) देशांतर्गत संबंध वाढीचे महत्त्व : स्थिर विनिमयदरांमुळे देशात संधी आणि प्रेरणा निर्माण होते; त्यामुळे देशांतर्गत संबंध आपोआप सुधारतात.

ब) स्थिर विनिमय धोरणाच्या विरोधातील युक्तिवाद : स्थिर विनिमय धोरणाच्या विरोधात पुढील युक्तिवाद मांडले जातात.

१) वास्तवापासून दूर : सध्या कोणत्याही देशातील हुंडणावळीचा दर स्थिर असल्याचे आढळत नाही म्हणजे स्थिर विनिमय दराचे धोरण हे वास्तवात आढळत नाही.

२) **विषमतेत वाढ :** स्थिर विनिमयामुळे आंतरराष्ट्रीय व्यापाराशी संबंधित व्यवसायातील लोकहितासाठी संपूर्ण अर्थव्यवस्था कार्यरत राहते; अशा लोकांचे उत्पन्न मोठ्या प्रमाणात वाढते. परंतु, इतर बहुसंख्य लोक या फायद्यांपासून वंचित राहतात; त्यामुळे आर्थिक विषमता वाढते.

३) **स्वतंत्र चलनविषयक धोरणाचा अभाव :** देशातील चलन पद्धती ही आंतरराष्ट्रीय व्यवहारातून मिळणाऱ्या सुवर्ण आयात - निर्यातीशी निगडित असते. तेव्हा संबंधित देशाला स्वतंत्र चलनविषयक धोरण आखता येत नाही. याचा परिणाम म्हणजे देशातंर्गत किंमत पातळी, रोजगार पातळी इ. वर नियंत्रण ठेवता येत नाही.

४) **आंतरराष्ट्रीय व्यापार वाढीला आधार नाही :** स्थिर विनिमयदर पद्धतीमुळे आंतरराष्ट्रीय व्यापारात वाढ होते असे म्हटले जाते. मात्र, प्रत्यक्षात तसा अनुभव आल्याची इतिहासात नोंद नाही.

५) **उद्दिष्टांचा त्याग :** स्थिर विनिमय दराच्या परिणामी अर्थव्यवस्थेत साधारण किंमत पातळीचे स्थैर्य आणि पूर्ण रोजगाराच्या महत्त्वाच्या उद्दिष्टांचा त्याग केला जातो. उदा. व्यवहार तोलाचे आधिक्य राहण्यासाठी देशांतर्गत किंमत वाढीचे धोरण अवलंबिले जाते. त्यामुळे देशात सामाजिक खर्च मोठ्या प्रमाणात वाढतो आणि वित्तीय स्वातंत्र्यावर गदा येते.

६) **अनपेक्षित व्यत्यय :** स्थिर विनिमय दराच्या पद्धतीमुळे देशांतर्गत अर्थव्यवस्थेत अनपेक्षित व्यत्ययाच्या परिणामी व्यवहारतोल समतोल बदलला जातो.

७) **परकीय चलनाचे राखीव ठेवीत मोठे ओझे :** स्थिर विनिमयदर पद्धतीमुळे देशाचे परकीय विनिमय मोठ्या प्रमाणात राखीव ठेवले जाते; त्यामुळे परकीय विनिमयाच्या अपूर्णतेमुळे (Shortage) आपोआपच देशाला त्या समस्येला तोंड द्यावे लागते; त्यामुळे परकीय विनिमयाच्या राखीव ठेवीचे मोठे ओझे सहन करावे लागते.

८) **वास्तव किंमत परिणाम संबंधाला अपयश :** स्थिर विनिमय दर पद्धतीमुळे वेगवेगळ्या देशांचे चलनामध्ये खर्च किमतीचे वास्तव चित्र दिसत नाही. दोन्ही देशांचा प्रवाह वेगवेगळ्या आर्थिक धोरणानुसार चालतो.

९) **अस्थैर्य आणि अनिश्चितता :** स्थिर विनिमय दरामुळे अनिश्चितता आणि अस्थैर्याचे कारण यामुळे आंतरराष्ट्रीय व्यापाराचा आकार कमी होतो आणि गुंतवणूक कमीतकमी पातळीवर होते.

१०) गुंतागुंतीची पद्धत : स्थिर विनिमय दरामुळे अधिक गुंतागुंत होते; कारण उच्च कौशल्याच्या व्यक्तीच्या गुणांचा उपयोग करून घेतला जातो, त्या वेळी त्याचा उपयोग होता. परंतु त्यामुळे त्या परिणामी अनिश्चितता निर्माण होते. या पद्धतीची ही एक चूक आहे आणि ती अमलात आणली जाते.

११) नेहमीच शक्य नसणे : दीर्घकाळात (Long time) स्थिर विनिमय दर टिकविणे शक्य नाही. कारण दीर्घकाळात व्यवहारतोलाच्या समस्या आणि आंतरराष्ट्रीय वस्तूंच्या किमती बदलतात. त्यामुळे देशाला आंतरराष्ट्रीय विनिमय दरात बदल करावा लागतो.

१२) व्यवहारतोलातील असमतोल : स्थिर विनिमय दर पद्धत व्यवहारतोलातील असमतोलाची समस्या सोडविण्याला मदत करीत नाही. हा तात्पुरता उपाय आहे. कायमस्वरूपी उपाय नाही.

१३) आंतरराष्ट्रीय समस्यांवर वाढते अवलंबित्व : स्थिर विनिमय दर पद्धतीमुळे देश मोठ्या प्रमाणावर आंतरराष्ट्रीय संस्थांवर मदतीसाठी आणि कर्जासाठी जास्त अवलंबून राहतो.

१४) आंतरराष्ट्रीय देयतेची समस्या : स्थिर विनिमय दराचा हेतू व्यवहारतोलातील समतोल ठेवण्यासाठी परकीय विनिमयाचा राखीव साठा मोठ्या प्रमाणात ठेवावा लागतो. त्यामुळे आंतरराष्ट्रीय चलनाची देयता मागणीमुळे वाढते. अधिक मागणीमुळे देणे वाढते. ह्या समस्या निर्माण होतात; म्हणून असा युक्तिवाद केला जातो की, देशाने लवचिक विनिमय दर ठेवावा.

ब) बदलते किंवा लवचिक विनिमय दर (Flexible Exchange Rates)

बदलते, लवचिक किंवा तरते विनिमय दर हे बाजारातील परदेशी चलनाची मागणी आणि पुरवठा यांच्या समतोलातून निश्चित केले जातात. सरकारचा विनिमय दर निश्चितीत प्रत्यक्ष किंवा अप्रत्यक्ष हस्तक्षेप नसतो; जर विनिमय दर बाजारातील मागणी आणि पुरवठ्यावरून ठरत असतील तर देशाच्या व्यवहारतोलात आपोआप समतोल प्रस्थापित होतो. बदलत्या विनिमयदरामुळे आंतरराष्ट्रीय व्यवहारतोलात सरकारच्या कोणत्याही हस्तक्षेपाशिवाय समतोल प्राप्त होतो. त्यामुळे असे म्हणता येते की, 'जेव्हा परदेशी चलनाचा विनिमय दर सरकारी हस्तक्षेपापासून न ठरता बाजारातील परदेशी चलनाची मागणी आणि परदेशी चलनाचा पुरवठा यांच्या समतोलातून ठरतो, तेव्हा त्यास बदलते विनिमय दर म्हणतात.'

जेव्हा विनिमयदरातील बदल मर्यादित करण्यासाठी मध्यवर्ती बँक परकीय चलनाची खरेदी अथवा विक्री करते तेव्हा त्याला मर्यादित बदलणारा विनिमय दर असे म्हणतात.

ज्या पद्धतीत विनिमय दरात कधी कधी बदल केले जातात. परंतु, त्या बदलांना निष्प्रभावी कारण्याकरिता हेतुपुरस्सर प्रयत्न केले जातात. तेव्हा त्या पद्धतीला लवचिक विनिमय दर पद्धती असे म्हणतात.

विनिमय दर मुक्तपणे बदलू नये यासाठी काही वेळा 'विनिमय स्थिरीकरण निधी' (Exchange Equalisation fund) ची स्थापना केली जाते. विविध देशांची चलने आणि सोन्याच्या स्वरूपातील साठा या निधीत एकत्रित केला जातो. आणि विविध कारणांनी चलनदरात जे बदल घडून येतात; त्यांना निष्प्रभावी करण्यासाठी या निधीचा उपयोग केला जातो.

अ) बदलत्या विनिमयदराचे फायदे / गुण / समर्थन / बाजूचे युक्तिवाद

१) व्यापारवाढ : बदलत्या विनिमयदरामुळे आंतरराष्ट्रीय व्यापारात वाढ होते; कारण चलनाच्या अवमूल्यनामुळे निर्माण वाढीस चालना मिळते. बदलत्या विनिमयदरामुळे नेहमी अवमूल्यनास उत्तजेन मिळते. अवमूल्यनामुळे अनुकूल असा विनिमय दर प्रस्थापित करता येतो. परकीय व्यापाराचा विकास होतो.

२) गुतंवणुकीला चालना : बदलते विनिमय दर आंतरराष्ट्रीय गुतंवणुकीला चालना देतात, विनिमय दरात होणारे संभाव्य बदल लक्षात घेऊनच अशी गुतंवणूक केली जाते. परकीय भांडवल आपल्या देशात यावे व देशाच्या आर्थिक विकासाला चालना मिळावी यासाठी असे धोरण स्वीकारले जाते; अशा स्थितीत सरकार स्वदेशी चलनाचे बाह्यमूल्य कमी करीत असते. त्यामुळे परकीयांना अधिक चलन मिळून ते भांडवल गुतंवणुकीला उत्सुक असतात.

३) प्रतिबंधक उपायोजना : बदलत्या विनिमयदरामुळे देशातंर्गत अर्थव्यवस्थेत बाह्य घटनांपासून संरक्षण केले जाते. समजा परदेशात मंदीची लाट आली व विनिमय दर स्थिर असेल तर त्यामुळे स्वदेशी निर्यात घटेल व स्वदेशालाही मंदीत ओढले जाईल. उलट, बदलत्या विनिमय दर धोरणामुळे निर्यात कमी झाल्यास विनिमय दर कमी होईल. त्यामुळे निर्यातीला प्रोत्साहन मिळून मंदीचे दुष्परिणाम टाळता येतील. तसेच या धोरणामुळे स्वदेशातील घटनाही परदेशात पसरणार नाहीत.

४) चलन गटाला अडचणी नाहीत : काहींच्या मते आस्थर विनिमय दर चलन गटात कोणत्याही अडचणी निर्माण करीत नाहीत. उदा. स्टर्लिंग गट, डॉलर गट

इत्यादी गटांत अशा धोरणांमुळे अडचणी आल्याचे आढळत नाही. एवढेच नव्हे तर अर्थव्यवस्थेचा समतोल राखवण्यासाठी असे गट सहकार्य करतात.

५) साधी पद्धत : बदलत्या विनिमय पद्धतीत कृती करण्याची यंत्रणा अतिशय साधी आहे. विनिमय दर मुक्तपणे आणि आपोआप परकीय विनिमय बाजारात मागणी आणि पुरवठ्यामुळे होतो. त्यामुळे देशाची दुर्मिळता किंवा अधिक्य कमी होते.

६) सुरळीत तडजोड (Smooth Adjustment) **:** व्यवहारतोलात सुरळीतपणे आणि परिणामकारकरीत्या जुळवून घेतले जाते. व्यवहारतोलावर ताण येत नाही; तसेच व्यवहारतोलाच्या कठीण स्थितीत ताण स्वीकारला जातो.

७) आपोआप असमतोल दुरुस्त : बदलत्या विनिमय दर पद्धतीमुळे व्यवहार तोलातील असमतोल आपोआप आणि परिणामकारकरीत्या दुरुस्त होतो. त्यामुळे सोन्याच्या प्रवाहाची गरज भासत नाही.

८) परकीय विनिमयाच्या राखीवतेची गरज नाही : बदलता विनिमय दर आपोआप समतोल पातळीवर येतो. त्यासाठी परकीय विनिमय सेवेची गरज नाही. देशाच्या व्यवहारतोलातील तूट भरून काढण्यासाठी परकीय चलन संबंधात चलनाचा मूल्य ऱ्हास होतो. त्यामुळे चलनाचे अधिक्य स्वीकारले जाते आणि व्यवहारतोलाचा समतोल आपोआप समतोल पातळीवर येतो.

९) देशांतर्गत आर्थिक धोरणे स्वयंपूर्ण : सरकारचे ध्येय आधुनिक कल्याणाचे असते. त्यासाठी पूर्ण रोजगार वाढीबरोबर वाढीच्या दरात स्थैर्य निर्माण करणे हे असते. ते ध्येय लवचिक विनिमय दरामुळे साध्य होते. येथे स्थिर विनिमय दराचे उद्दिष्टसुद्धा पूर्ण होते.

१०) आंतरराष्ट्रीय देयतेची समस्या बदलते (Removal) **:** लवचिक विनिमय दरामुळे परकीय विनिमयाची अपूर्णतेची समस्या निर्माण होते. त्यामुळे परकीय विनिमय पुरवठ्यात सट्टेबाजी निर्माण होते. खासगी देयतेची गरज समाधानकारक होते; त्यामुळे आंतरराष्ट्रीय देयतेची समस्या बदलते किंवा कमी होते.

११) अल्पकाळात निधीचे कर्ज आणि उसनवार कमी : परकीय विनिमय दर मुक्तपणे बदलल्यामुळे अल्पकाळासाठी व्यवहारतोलाच्या असमतोलाच्या समस्येसाठी कर्ज आणि उसनवारीची गरज भासत नाही.

१२) आर्थिकदृष्ट्या स्थिर विनिमय दर : बदलत्या विनिमय दरामुळे परकीय चलनाचा साठा ठेवण्याची गरज नाही. त्यामुळे आर्थिक दृष्टीने स्थिर विनिमय दराची तुलना करता येते.

१३) वित्तीय धोरणांचे परिणाम : बदलत्या विनिमय दर पद्धतीमुळे वित्तीय धोरणांची परिणामकारकता वाढते. त्यामुळे देशाची निर्यात वाढण्याची शक्यता निर्माण होते. त्यामुळे व्याजदरात घट होते. निर्यात वस्तूंच्या उत्पादनांना आणि भांडवलाच्या बाह्य प्रवाहाला उत्तेजन मिळते. त्यामुळे देशांतर्गत किमती वाढतात, उत्पन्न आणि रोजगार वाढतो. जेव्हा देशात चलनवृद्धीची समस्या निर्माण होते, तेव्हा व्याजाचा दर वाढतो. वित्तीय धोरणाला ही पद्धत परिणामकारक ठरते.

१४) आंतरराष्ट्रीय व्यापाराची उभारणी : बदलत्या विनिमय दर पद्धतीनुसार नैसर्गिक पातळीत आपोआप तडजोड होऊन ती दुरुस्त होते किंवा राखली जाते. ते देशाच्या चलनाच्या अधिक मूल्यांच्या किंवा मूल्याखाली धोकादायक नसते.

१५) आंतरराष्ट्रीय विकासाला संरक्षण : बदलत्या विनिमय दरामुळे आर्थिक चढउताराविरोधात देशाला आंतरराष्ट्रीय पातळीवर संरक्षण मिळते. ते अधिक परिणामकारक असते. ते विनिमयाच्या तडजोडीमुळे घडते.

१६) तुलनात्मक फायदे : विनिमय नेहमीच समतोल असतो. त्याचे फायदे कराच्या आकाराणीसाठी, किंमत ठरविण्यासाठी ठराविक वस्तूंच्या बाबतीत देशाला तुलनात्मक फायदे मिळतात.

थोडक्यात, बदलत्या विनिमय दरामुळे आंतरराष्ट्रीय व्यवहारतोल सरकारच्या कोणत्याही हस्तक्षेपाशिवाय समतोल प्राप्त होतो, दुसऱ्या महायुद्धानंतरच्या काळातील अनुभव पाहता केवळ स्थिर विनिमय दरामुळेच आंतरराष्ट्रीय व्यवहारात वाढ होते असे नाही तर उलट बदलत्या विनिमय दरामुळे आंतरराष्ट्रीय व्यापारातील बदलांची प्रवृत्ती सहज कळून येऊ शकते. दीर्घकालीन आंतरराष्ट्रीय गुंतवणुकीसाठी केवळ स्थिर विनिमय दर एवढीच गोष्ट पुरेशी नसते तर इतरही अनेक घटकांवर दीर्घकालीन गुंतवणूक अवलंबून राहते. उदा. कच्च्या मालाची उपलब्धता, गुंतवणूक करण्याची संधी, गुंतवणुकीपासून होणारा लाभ, राजकीय स्थैर्य, राजकीय व आर्थिक उद्दिष्टे इत्यादी. विनिमय दराची स्थिरता हेच 'स्टर्लिंग क्षेत्र', 'डॉलर क्षेत्र', 'युरोक्षेत्र' यांसारख्या क्षेत्रांमधील देशांच्या परस्पर व्यापार वाढीचे आवश्यक व एकमेव कारण असू शकत नाही त्याशिवाय इतरही अनेक कारणे व्यापारवाढीस असू शकतात. स्थिर विनिमय दरांच्या परिस्थितीतही आंतरराष्ट्रीय व्यापारात सट्टेबाजीचे व्यवहार होणार नाहीत अशी खात्री देता येत नाही.

वेगवेगळ्या देशांमधील आर्थिक वृद्धीचा दर वेगवेगळा असतो. तसेच प्रत्येक उद्योगातील संभाव्य लाभप्रदताही वेगवेगळी असते. त्यामुळे दोन चलनांमधील नैसर्गिक

संबंध स्थिर विनिमय दरातून योग्य प्रकारे व्यक्त होतीलच असे नाही. उलट, स्थैर्य हे कृत्रिम असू शकते. युरोपातील राष्ट्रांनी आपली चलने अमेरिकेच्या डॉलरशी स्थिर ठेवल्यामुळे आंतरराष्ट्रीय व्यापारात अत्यंत आस्थर परिस्थिती निर्माण झाली होती व त्यामुळेच नवीन विनिमय दर ठेवावे लागले होते. १९९० नंतरच्या मुक्त आर्थिक धोरणांमुळे विनिमय दर बदलत आहेत.

ब) बदलत्या विनियमदराचे दोष / तोटे / विरोधी युक्तिवाद

१) अनुभव चांगला नाही : दुसऱ्या महायुद्धानंतर काही देशांनी या पद्धतीचा अवलंब केला. परंतु, त्यांना त्याचा चांगला अनुभव आला नाही. काही प्रमाणात त्यांना नुकसान सहन करावे लागले म्हणून ही पद्धत योग्य नाही.

२) आस्थरता : ही पद्धती देशाच्या आर्थिक स्थैर्याला धोका निर्माण करते त्यामुळे आर्थिक घडी विस्कटते.

३) प्रतिकूल व्यापार शर्ती : बदलती विनिमय दर पद्धती संबंधित देशाच्या व्यापारशर्ती प्रतिकूल बनविते. त्यामुळे परकीय व्यापारापासून देशाला अपेक्षित लाभ मिळत नाहीत.

४) नुकसानीची शक्यता : आस्थर वातावरणात आंतरराष्ट्रीय व्यापारात नुकसान होण्याचीच अधिक शक्यता असते.

५) साधनांची चुकीची वाढणी : बदलत्या विनिमयदरामुळे परकीय विनिमय बाजारात संबंधितांना समतोल विनिमय दराविषयी योग्य मार्गदर्शन मिळत नाही; त्यामुळे देशातील साधनांबरोबर वाटणीचा निर्णय चुकीचा ठरतो.

६) सरकारची मध्यस्थी : बदलत्या विनिमय दर व्यवहारामुळे परकीय विनिमय बाजारात सरकार प्रत्यक्ष हस्तक्षेप करीत नाही. विनिमय दर वाढल्यास सरकार चलनविषयक आणि राजकोषीय धोरण राबविते. उदा. जेव्हा देशांतर्गत बचत जास्त असते तेव्हा परकीय देशात निव्वळ गुंतवणूक अमलात आणली जाते. विनिमय दरामुळे भांडवलाचा बाह्य प्रवाह कमी होतो म्हणून सरकारचे अप्रत्यक्ष परिणाम उपयोगी ठरणार नाहीत. दुसरे परिणाम सरकार विनिमयदर समजावून घेत नाही म्हणजे विनिमय दर तयार केला जातो किंवा कावेबाजपणा केला जातो. परिणामी प्रत्येक देशांचे अनुकूल विनिमय दर दुसऱ्या देशांबरोबर, निर्माण करण्याचे प्रयत्न केले गेले नाहीत तर अराजकता माजेल. त्याचा परिणाम घाऊकपणावर आणि विनिमय दराचे युद्धात होईल.

७) विनिमयाची जबाबदारी आणि अनिश्चितता : बदलत्या विनिमय

दरामुळे विकसित देशात विनिमयदराची जबाबदारी निर्माण होते आणि आंतरराष्ट्रीय व्यापार आणि भांडवल हालचालींवर त्याचा आर्थिक परिणाम होतो.

८) चलनवृद्धीचे स्वरूप : बदलत्या विनिमय दरामुळे चलनवाढ निर्माण होते. विनिमयाच्या घटीमुळे आयात किमती वाढतात; परिणामी खर्चात वाढ होते.

९) सट्टेबाजी उपक्रमात वाढ : बदलत्या विनिमय दरामुळे सट्टेबाजीत वाढ होते. मागणी आणि पुरवठ्यामुळे विनिमय दरात बदल होतो. अनपेक्षितपणे व्यापार उपक्रमात चढ-उतार वाढतात; त्यामुळे परकीय विनिमय दराचा आकार कमी होतो.

१०) जागतिक बाजारात तुटकपणा : या पद्धतीत पैशांचे सर्व कार्य एकच चलन करते. त्याची विभागणी जागतिक बाजारातील वस्तू आणि भांडवलात होते; म्हणून जागतिक साधने वाटणीची अधिकाधिक जागा घेत नाहीत. अशा रीतीने ही पद्धत दीर्घ काळ टिकणारी नाही.

११) विकसनशील देशांना अयोग्य : विकसनशील देशांना सतत व्यवहारतोलाच्या अधिक्याला तोंड द्यावे लागते. यंत्रे आयात करणे, साधन सामग्री, कच्चा माल, इत्यादींमुळे देशाचा आर्थिक विकास होतो. मात्र, निर्यात मर्यादित असते. आंतरराष्ट्रीय बाजारात प्राथमिक उत्पादनांना मागणी लवचीक असते. परिणामी बदलत्या विनिमय दरामुळे त्यांच्या चलनात घट होते; तसेच व्यापारात आणि विकसनशील देशांच्या विकासाच्या प्रक्रियेत घट होते.

निष्कर्ष (Conclusion)

आपण अशा निष्कर्षाला पोहोचतो की, एकतर विनिमय दरात स्थिरता नाही, नाहीतर बदलते विनिमयदर दीर्घ काळात अपेक्षेप्रमाणे नसतात. दोन्हींचेही काही तोटे आहेत. बदलत्या विनिमयदर पद्धतीची गरज आहे काय? त्याला आंतरराष्ट्रीय नाणेनिधी (IMF) स्थिरता उपलब्ध करून देईल का?

ड) विनिमय दराचे सिद्धान्त (Theories of Foreign Exchange)

परकीय विनिमय सिद्धान्ताचे ध्येय देशाच्या विनिमय दराच्या निश्चितीचे स्पष्टीकरण करणे हे असते. आता त्या सिद्धान्ताची चर्चा पुढीलप्रमाणे-

१) टांकसाळ समता दर सिद्धान्त किंवा टांकसाळ दर तुल्यता सिद्धान्त (The Mint Par Parity Theory) : सोन्याच्या आधारावर आंतरराष्ट्रीय सुवर्ण परिमाण चलनाची पद्धत होती. ती अतिशय सोपी होती. सोन्याचे परिवर्तन निश्चित दराने करता येत होते. देशाची मध्यवर्ती बँक ठरावीक किमतीत खरेदी आणि विक्री करत

असे. देशाचे पैशांचे परिमाण सोन्यात परिवर्तन करणे, त्याला सोन्याची टांकसाळ किंमत म्हटले जाते. टांकसाळ समता दर सिद्धान्तानुसार विनिमयदर हा चलनामध्ये असणाऱ्या सुवर्णाच्या प्रमाणावरून ठरत असतो. सुवर्ण परिमाण असताना मागणी आणि पुरवठ्यातील बदलाप्रमाणे विनिमय दरात बदल होत असतात. सुवर्ण चलन पद्धतीमध्ये विनिमय दर स्थिर असतो; कारण प्रत्येक देशाचे चलनाचे एकक सुवर्णाच्या एका निश्चित अशा परिमाणाशी जोडलेले असल्याने कोणत्याही दोन चलनांचा विनिमय दर सहज काढता येतो. उदा. ब्रिटिश सरकारची सोन्याची किंमत ($\propto$) ५ दर औंस (Ounce) अशी असेल आणि भारताची सोन्याची किंमत रुपये १०० दर औंस (Ounce) अशी असेल तर स्टर्लिंग, पौंडाच्या अटीत सोन्याची आणि रुपयाची टांकसाळ किंमत येथे रुपया आणि पौंडाचा विनिमय दर निश्चित होईल. रुपये १०० (   ) ५ = रुपये २० या दरालाच विनिमय टांकसाळ दर किंवा टांकसाळ समता दर म्हटले जाते. त्या आधारावर सोन्याची टांकसाळ किंमत काढली जाते. ते सोने परिमाणानुसार त्याचे टांकसाळ मूल्य दराचे प्रमाण पायाभूत ठरविले जाते किंवा

विनिमयाचा साधारण दर

परंतु विनिमयाचा प्रत्यक्ष दर दोन देशांमधील वाहतुकीचा खर्च त्यामध्ये सोन्याचे परिमाण दिले जाते, जर देशात व्यवहारतोलाची तूट असेल तर सोन्याच्या शर्तीत आयात आणि निर्यातीतील फरकावरून पैसे दिले जात. मात्र, सोन्याचा एकत्रित वाहतूक खर्च, विमा व इतर शुल्क महत्त्वाचे आहेत; जर भारतातून ब्रिटनला सोने पाठवावयाचे असेल तर भारताला सोन्याच्या जहाजाचा खर्च रुपये २ द्यावे लागतील. त्यानंतर भारतातील आयातीस रुपये २०+ रुपये २ त्यापासून ($\propto$) १ मिळेल. हा विनिमयदर भारतीय सोन्याच्या निर्यातीचा बिंदू किंवा उच्चतम बिंदू होय. त्याचप्रमाणे पौंडाचा विनिमयदर त्याखाली येणार नाही (२० रुपये - २ रुपये = १८ रुपये). जर भारताच्या आधिक्याचा व्यवहारतोल असेल तर पौंडाचा विनिमय दर १८ सोने आयातीचा बिंदू असेल किंवा त्यापेक्षा कमी बिंदूत असेल.

गृहीते : हा सिद्धान्त खालील गृहीतांवर आधारित आहे.

१) एका चलनाच्या शर्तीत देशांच्या सोन्याची किंमत निश्चित होते.

२) कोणत्याही संख्येची सोने खरेदी आणि विक्री किमतीत होते.

३) पैशांचा पुरवठा देशात सुवर्णाने ठरवून दिला जातो, किंवा कागदी चलन सोन्यातून मागे घेतले जाते.

४) भांडवलाबरोबरच मुक्त गतिशीलता देशात असते.

५)	आपोआप तडजोड यंत्रणा काम करते.

या गृहीताच्या आधारे सुवर्ण परिमाण विनिमयदर ठरविला जातो. ते आकृतीच्या साहाय्याने स्पष्ट करता येते.

सुवर्ण परिमाणाचा विनिमयदर मागणी आणि पुरवठ्याच्या शक्तीमुळे सुवर्ण बिंदूत निश्चित होतो व सुवर्ण बिंदूच्या बाह्य हालचालींना अडथळा निर्माण होतो. सोने जहाजाद्वारे (Shipments) देशात प्रत्यक्ष येते.

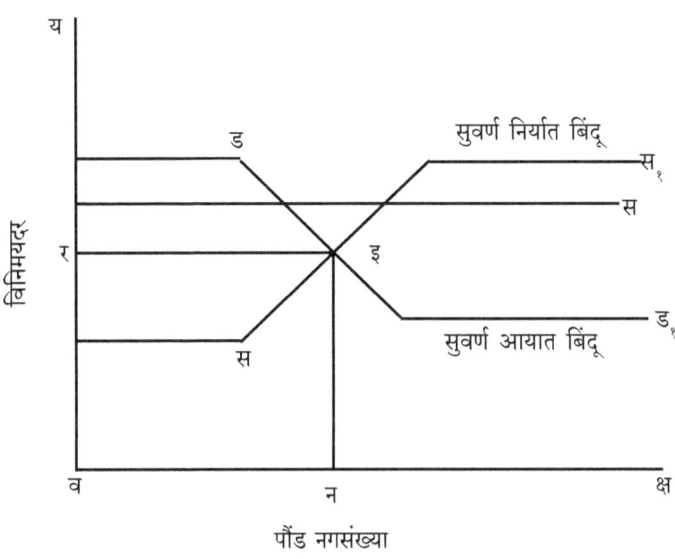

य
विनिमयदर
र
व
न

आकृती ५.१

आकृतीत दाखविल्याप्रमाणे विनिमयदर सुवर्ण परिमाण 'व र' 'इ' बिंदूत आहे. येथे पुरवठावक्र 'स स१' आहे आणि मागणी वक्र ड ड१ आंतर्वक्र आहे. परंतु प्रत्यक्ष विनिमयदर टांकसाळ समता नाही. येथे सुवर्णबिंदू पुरवठा आणि मागणी वक्राच्या आकारावर अवलंबून आहे. भारतीय ट्रेझरी २० रुपयाला एक औंस (Ounce) किमतीला सोन्याचीसंख्या पुरवठा करण्यास तयार आहे. भारत २२ रुपयांपेक्षा जास्त दराने देण्यास तयार नाही; कारण पौंडाच्या तेवढ्या संख्येला त्या किमतीला निर्यात सोने मिळते; म्हणून पौंडाचा भारतीय पुरवठावक्र पूर्ण लवचीक भारतीय सुवर्ण निर्यात बिंदूवर राहील. त्याचप्रमाणे भारतीय ट्रेझरी सोन्याचे एकक २० रुपया औंसाला देण्यास

आंतरराष्ट्रीय व्यापार धोरणे आणि विनिमयदर / १५१

तयार होईल. भारत १८ रुपयांपेक्षा कमी किमतीला पौंड विकणार नाही; कारण पौंडाची नगसंख्या सुवर्ण आयातीच्या किमतीत विकली जाते; म्हणून भारतीय मागणीवक्र भारतीय सुवर्ण आयात बिंदूंना पौंडाच्या पूर्णपणे लवचीक असेल. येथे मागणीवक्र ड ड$_१$चा स$_१$ समस्तर भाग स$_१$ दाखवला आहे.

टीका : टांकसाळ समता दर सिद्धान्ताच्या विरोधात पुढील युक्तिवाद केला जातो.

१) कोणताही देश १९३०च्या दशकापासून सुवर्ण परिमाण वापरत नाही त्यामुळे आधुनिक स्थितीत हा सिद्धान्त योग्य ठरत नाही.

२) या सिद्धान्तात हे गृहीत पायाभूत मानले आहे की, देशादेशांमध्ये हालचालीसाठी ही पद्धत सोपी होती. सोन्याची मुक्त खरेदी आणि विक्री होते. परंतु सोन्याच्या आवक-जावकीत आणि देण्या-घेण्याच्या व्यवहाराला परवानगी नव्हती; तसेच सोन्यासाठी सरकारला त्या दिवसात थांबणे बरोबर नव्हते.

३) आंतरराष्ट्रीय किमतीची लवचिकता या सिद्धान्तात गृहीत धरली. परंतु आधुनिक सरकार देशांतर्गत किंमत पातळीचा स्वतंत्र अवलंब करते. त्याचा प्रत्यक्ष विनिमयदर बदलात संबंध येत नाही. असा निष्कर्ष निघतो की, हा सिद्धान्त हेतूसाठी व चालू स्थितीत सुसंगत ठरत नाही; तसेच देशाच्या कागदी चलन परिमाणाला सुसंगत नाही.

२) खरेदी शक्ती किंवा क्रयशक्ती समता सिद्धान्त (Purchasing Power Parity Theory) : पहिल्या महायुद्धानंतर गुस्ताव कॅसल (Gustav Cassel) यांनी हा सिद्धान्त विकसित केला. पहिल्या महायुद्धाच्या काळात सुवर्ण चलन पद्धत संपुष्टात येवून अपरिवर्तनीय कागदी चलन पद्धती अस्तित्वात आली. कागदी चलन पद्धतीचा स्वीकार जगातील बहुतेक सर्वच देशांनी केल्यामुळे दोन वेगवेगळ्या देशातील वेगवेगळ्या कागदी चलनाची देवाण-घेवाण कोणत्या रीतीने करावी व विनिमयदर कसा निश्चित करावा यासाठी स्वीडिश अर्थशास्त्रज्ञ गुस्ताव कॅसल यांनी विनिमयदर निश्चितीचा खरेदीशक्ती समता सिद्धान्त (Purchasing Power Parity Theory) मांडला. अशा रीतीने अपरिवर्तनीय कागदी चलनाचा विनिमय दर कसा ठरतो याचे स्पष्टीकरण खरेदीशक्ती समता सिद्धान्त देतो.

पहिल्या महायुद्धानंतर कॅसेल यांनी आपल्या सिद्धान्तात तपशीलवार माहिती दिली आहे.

सुवर्ण परिमाण असताना टांकसाळी समानता दर (Mint Par) हा मूलभूत दर

असतो व विनिमयाचा प्रत्यक्ष दर त्या दराच्या खाली-वर असा बदलत असतो. या चढ-उतारांना सुवर्णबिंदू मर्यादा घालतात. त्याप्रमाणे अपरिवर्तनीय कागदी चलन पद्धतीमध्ये खरेदीशक्ती समता दर (Purchasing Power Per) हा मूलभूत दर असतो. प्रत्यक्ष दर या मूलभूत दराच्या दिशेनेच बदलतो, प्रत्यक्ष दर मूलभूत खरेदीशक्ती समता दरापासून फार दूर जावू शकत नाही. विशिष्ट देशातील चलनाच्या अंगी त्या देशातील वस्तू खरेदी करण्याची शक्ती असल्यामुळे, इतर देशातील अनेक लोक या चलनाची मागणी करतात. ही खरेदी शक्ती समता सिद्धान्तामागील मूळ कल्पना आहे. देशी चलन देऊन परदेशी चलन मिळविणे म्हणजे देशांतर्गत खरेदी शक्तीच्या मोबदल्यात परदेशी खरेदी शक्ती मिळविणे होय; म्हणजेच दोन चलनांची सापेक्ष खरेदीशक्ती त्या चलनाचा विनिमयदर ठरविते, दोन देशांमधील चलनांची देव-घेव म्हणजे त्या दोन चलनांच्या खरेदीशक्तीचीच देव-घेव होते; त्यामुळे ज्या वेळेला समान खरेदीशक्तीची देव-घेव होते, तेव्हा समतोल विनिमयदर निर्माण होतो; म्हणजे असे म्हणता येते ज्या वेळी दोन भिन्न चलनांची खरेदी शक्ती समान असेल तेव्हा समतोल विनिमयदर ठरतो. दोन अपरिवर्तनीय कागदी चलनांचा विनिमयदर त्या चलनांच्या खरेदी शक्तीच्या गुणोत्तराएवढा असतो.

सुवर्ण परिमाण असताना दोन देशांच्या चलनांमध्ये असलेल्या शुद्ध सोन्याच्या प्रमाणावरून विनिमयाचादर ठरविला जात असे. अपरिवर्तनीय कागदी चलनाचा वापर करताना मात्र या पद्धतीचे विनिमयदर ठरविता येणे शक्य नसते; म्हणूनच त्याच्या चलनातील खरेदीशक्ती विचारात घेतली जाते. खरेदीशक्तीच्या साहाय्याने परदेशातील वस्तू आणि सेवांची खरेदी करता येते. परंतु परदेशी चलन मिळविण्याकरिता स्वदेशी चलन द्यावे लागते; म्हणूनच दोन्ही चलनांच्या खरेदी शक्तीची समानता प्रस्थापित करणारा मूलभूत दर शोधून काढावा लागतो. अशा दरापासून विनिमयाचा प्रत्यक्ष दर फार दूर राहू शकत नाही. उदा. एक अमेरिकन डॉलर खर्च केल्यावर जेवढ्या वस्तू आणि सेवा खरेदी करता येतात, तेवढ्याच वस्तू आणि सेवा खरेदी करण्यासाठी भारतात ४६ रुपये खर्च करावे लागत असतील तर विनिमयाचा दर १ डॉलर = ४६ रुपये असा राहील.

हा मूलभूत दर असून प्रत्यक्ष दर त्याच्या वर किंवा खाली राहील. खरेदी शक्ती समता दर ठरविण्याची पद्धत कॅसेल यांनी पुढीलप्रमाणे दिली-

विनिमयदर = मूळ वर्षात चलनाची देशी चलनातील किंमत x अंतर्गत निर्देशांक ÷ परदेशातील किमतीचा निर्देशांक.

समजा इंग्लंड व अमेरिका या देशातील विनिमयाचा दर १ पौंड = ४.८६ डॉलर असा आहे. १९६४मधील किंमत निर्देशांक १०० आहे. १९७३ मध्ये किंमत निर्देशांक इंग्लंडमध्ये ३०० तर अमेरिकेत २०० एवढा वाढला तर विनिमयाचा दर पुढीलप्रमाणे राहील–

$$१ \text{ पौंड} = \frac{४.८६ \times २००}{३००} = ३.२४ \text{ डॉलर}$$

अशा रीतीने दोन अपरिवर्तनीय चलनातील समतोल विनिमयदर त्यांच्या खरेदीशक्तीच्या प्रमाणानुसार ठरत असतो. हा दर कायम राहात नाही; तर परिस्थितीनुसार बदलतो व तो दोन देशांमधील सर्वसाधारण किंमतपातळीच्या विरुद्धदिशेने बदलतो. जेव्हा प्रत्यक्ष दर खरेदीशक्ती समता दरापेक्षा जास्त असतो तेव्हा चलनाची किंमत वाढते; म्हणजे चलनाचे ऊर्ध्वमूल्यन (Over Valuation) झाले असे म्हटले जाते, तर प्रत्यक्ष दर खरेदीशक्ती समतादराच्या खाली गेला तर चलनाची किंमत कमी होऊन चलनाचे अधोमूल्यन (Under Valuation) होते.

टीका : खरेदीशक्ती समता सिद्धान्तावर अनेक आक्षेप घेतले जातात.

१) देशांतर्गत व्यापारात समाविष्ट होणाऱ्या वस्तूंच्या किमती आंतरराष्ट्रीय व्यापारात समाविष्ट झालेल्या वस्तूंच्या किमतीच्या प्रमाणात बदलतात असे गृहीत धरले तरच हा सिद्धान्त खरा ठरतो.

२) मूळचा समतोल विनिमयदर माहीत असला तर चालू विनिमयदर या सिद्धान्तामध्ये सूत्राच्या आधारे काढता येतो. मात्र, मूळचा समतोल दर सूत्राच्या आधारे शोधता येत नाही.

३) समतोल दर ठरविताना किंमत पातळीतील फरकांचा विचार करावा लागतो व त्यासाठी किंमत निर्देशांकाचा वापर केला जातो. परंतु किंमत निर्देशांक हे वेगवेगळ्या प्रकारचे असतात व वेगवेगळ्या कारणांनी काढलेले असतात. उदा. घाऊक किंमत निर्देशांक, किरकोळ किंमत निर्देशांक इत्यादी; तसेच निर्देशांक वेगवेगळ्या पद्धतींनी तयार केले जातात. यांपैकी कोणत्या प्रकारचा निर्देशांक वापरायचा हा प्रश्न निर्माण होतो; तसेच निर्देशांक संपूर्णपणे निर्दोष नसतात.

४) केन्स यांच्या मते, आंतरराष्ट्रीय व्यापारात समाविष्ट होणाऱ्या वस्तूंबाबतचा हा

सिद्धान्त खरा ठरतो. परंतु अशा वस्तूंच्या किमती सर्व ठिकाणी सारख्या असतात. त्यामुळे हा सिद्धान्त प्रत्यक्ष परिस्थितीची माहिती देतो, त्या पलीकडे जाऊन विशेष काही करत नाही.

५) खरेदीशक्ती सिद्धान्त चलनांची देशांतर्गत खरेदीशक्ती आणि त्या दोन चलनांमधील विनिमयदर यामध्ये प्रत्यक्ष संबंध असतो असे या सिद्धान्तात गृहीत धरले; मात्र, प्रत्यक्षात खरेदी शक्तीशिवाय जकाती, सट्टेबाजीचे व्यवहार, भांडवलाची व कर्जाची आवक-जावक, विद्यार्थी-प्रवासी यांच्याकडून केला जाणारा खर्च असे इतर अनेक घटकही विनिमय दरावर परिणाम करतात.

६) आंतरराष्ट्रीय व्यापारात समाविष्ट होणाऱ्या वस्तूंच्या किमती विनिमयदर ठरवितात. असे म्हणण्यापेक्षा विनिमयदर अशा वस्तूंच्या किमती ठरवित असतो असे म्हणणे, अधिक बरोबर ठरेल.

७) खरेदी शक्ती समता सिद्धान्त आंतरराष्ट्रीय व्यापारात समाविष्ट होणाऱ्या वस्तूंचा विचार करतो. विमा कंपन्या, बँका, वाहतूक कंपन्या इत्यादींच्या सेवांचा तसेच भांडवली कर्ज इत्यादींचा विचार या सिद्धान्ताने केला नाही; त्यामुळे किंडल बर्जर यांनी असा आक्षेप घेतला की, वस्तूंचा व्यापार करणाऱ्या देशापुरता हा सिद्धान्त मर्यादित आहे; जे देश वस्तूंबरोबरच सेवांचीही देवाण-घेवाण करतात, अशा देशांच्या चलनामधील विनिमयदर ठरविण्याबाबत हा सिद्धान्त फारसा उपयुक्त नाही.

८) खरेदी शक्ती समता सिद्धान्ताने किमतीत होणाऱ्या बदलांना परदेशी विनिमयाच्या दरात बदल घडवून आणण्याच्यादृष्टीने अवास्तव महत्त्व दिले आहे. किंमत पातळी शिवाय तेजी-मंदी चक्रामुळे एकूण उत्पन्न खर्च इत्यादीत जे बदल होतात आणि त्यांचा परदेशी व्यापारावर जो परिणाम होतो, त्याचा विचार केला नाही.

९) केन्स यांच्या मते, या सिद्धान्ताने मागणीच्या लवचिकतेचा विचार केला नाही. प्रत्यक्षात मागणीच्या लवचिकतेचा विनिमय दरावर परिणाम होत असतो.

१०) या सिद्धान्ताने निरनिराळ्या देशातील आयात कर, निर्यात कर, आयात परवाने आणि अन्य बंधने यांसारख्या घटकांमुळे देशाच्या चलनाच्या खरेदीशक्तीच्या समानतेने सूचित होणाऱ्या विनिमय दरापेक्षा वेगळा विनिमयदर प्रत्यक्षात आढळतो, या इतर घटकांकडे दुर्लक्ष केले आहे.

११) प्रा. हाम यांच्या मते, या सिद्धान्तात अनेक दोष असल्याने दोन चलनांमधील समतोल विनिमयदर ठरविण्यासाठी किंवा दोन चलनांमधील विनिमयदर समतोल

विनिमय दरापेक्षा किती वेगळा आहे हे मोजण्यासाठी हा सिद्धान्त मोजता येत नाही.

१२) प्रा. पिगू यांनी या सिद्धान्तात अनेक दोष दाखवून असे म्हटले आहे की, हा सिद्धान्त खरा ठरण्यासाठी अनेक गोष्टी गृहीत धराव्या लागतात. अनेक मर्यादा पाळाव्या लागतात आणि शेवटी व्याप्ती एवढी वाढते की, त्यामुळे सिद्धान्त जवळजवळ निरुपयोगी ठरतो.

या सिद्धान्तावर अनेक प्रकारे टीका होत असली तरी सिद्धान्ताची उपयुक्तता कमी होत नाही. किंमत पातळी आणि विनिमयदर यांचा परस्पर संबंध या सिद्धान्ताने स्पष्ट केला आहे. चलनाच्या किमतीत जेव्हा मोठ्या प्रमाणावर बदल होतात, तेव्हा विनिमयदर स्थूल मानाने कोणत्या पातळीवर असतील ते शोधून काढण्यासाठी या सिद्धान्ताची मदत घ्यावी लागते. देशाच्या आंतरराष्ट्रीय व्यवहारतोलातील अनुकूलता किंवा प्रतिकूलता कशावरून ठरते हे या सिद्धान्तामुळे कळून येते. चलनविषयक धोरणे ठरविण्याच्यादृष्टीने हा सिद्धान्त उपयोगी ठरतो. या सिद्धान्ताने असे दाखवून दिले आहे की, दीर्घ काळात विनिमयदर हा खरेदीशक्तीच्या समतेवर अवलंबून असतो आणि प्रत्यक्ष दर त्या दरापासून फार अंतरावर राहू शकत नाही.

३) व्यवहातोल सिद्धान्त (Balance of Payment Theory) : विनिमय दराचा सर्वसाधारण समतोल सिद्धान्त म्हणूनही हा सिद्धान्त ओळखला जातो. या सिद्धान्ताला विनिमय दराचा समाधानकारक सिद्धान्त म्हणून समजला जातो. या सिद्धान्तानुसार दोन देशातील विनिमयदर परकीय विनिमय बाजारात मागणी आणि पुरवठ्याच्या आंतरक्रियेतून ठरवला जातो. विनिमयाचा दर हा देशांतर्गत चलनाच्या शर्तीत परकीय चलनाची किंमत असते; म्हणून विनिमय दराचा समझोता पुरवठा आणि मागणीच्या समतोलाच्या बिंदूच्या ठिकाणी होतो; म्हणून त्याला 'विनिमय दराचा समतोल' म्हणतात. हा दर देशांतर्गत चलनात एकतर ऊर्ध्वमूल्यात (Over Valuation) नाही तर अधोमूल्यात (Under Valuation) विनिमय दराच्या बदलात होते. मुक्त विनिमयदर पद्धतीमध्ये एका देशाच्या चलनाचे दुसऱ्या देशाच्या चलनातील मूल्य हे व्यवहारतोलाच्या स्थितीवर अवलंबून असते असे विनिमय दरासंबंधीच्या व्यवहारतोल सिद्धान्तात स्पष्ट करण्यात आले आहे.

जेव्हा परकीय विनिमयाचा पुरवठा वाढतो तेव्हा भारतीय निर्यातदार वस्तू आणि सेवा यांची निर्यात परकीय देशात करतात. विनिमय बाजारात डॉलर विकला जातो, त्या बदल्यात भारतीय खर्चासाठी रुपया मिळवला जातो. भारतातून वस्तू व

सेवांची निर्यात होते; त्याचप्रमाणे अमेरिकन भारतात खर्च करतात. या आंतरविभागणीचा लाभ भारतीय नागरिकांना होतो व त्यातून सुरक्षितता लाभते. भारताचे येणे त्यांच्या परकीय खात्यात जमा होते. काही बाबी व्यवहार तोलात जमा दाखविल्या जातात. म्हणून परकीय विनिमयात पुरवठ्याच्या जमा बाबींमुळे व्यवहारतोलात वाढ दाखविली जाते. भारतीय आयातदार इतर देशातून आयात करतात तेव्हा परकीय चलनाला मागणी वाढते. जेव्हा भारतीय अमेरिकेतून वस्तू खरेदी करतात तेव्हा विनिमय बाजारात डॉलरला मागणी वाढते. भारताच्या आयातीत वस्तू आणि सेवांचे घटक आणि लाभांश असतो. परकीय देशांना भारतात खर्चासाठी सुरक्षितता दिली जाते; त्यामुळे व्यवहारतोल खर्चाच्या बाबतीत परकीय विनिमयाच्या मागणीत वाढ घडून येते.

जेव्हा निव्वळ आधिक्य देशाच्या व्यवहारतोलात होते तेव्हा परकीय विनिमयाचा पुरवठा मागणीपेक्षा अधिक होतो; म्हणून विनिमयाचा दर घटतो. देशाच्या चलनाचे विनिमय मूल्य परकीय चलनांच्या शर्तीत वाढते, दुसऱ्या बाजूस जेव्हा देशाच्या व्यवहार तोलात निव्वळ तूट होत असेल, परकीय विनिमय पुरवठ्यापेक्षा मागणी अधिक राहीली तर विनिमयाचा दर वाढतो. परकीय विनिमयाच्या शर्तीत आधिक्यामुळे देशाच्या चलनाचे विनिमय मूल्य कमी होते.

परकीय विनिमयाचा मागणी आणि पुरवठावक्राचा आकार विनिमय दरात निश्चित होईल. या हेतूने लवचिकता मान्य केली जाते.

१) निर्यातीसाठी मागणीची परकीय लवचिकता.

२) निर्यातीसाठी पुरवठ्याची देशांतर्गत लवचिकता.

३) आयातीसाठी मागणीची देशांतर्गत लवचिकता.

४) आयातीसाठी पुरवठ्याची परकीय लवचिकता.

जेव्हा मागणी लवचिकता उच्च आणि पुरवठा लवचिकता कमी असेल तेव्हा समतोल विनिमय दराला स्थैर्य लाभते.

या सिद्धान्तानुसार परकीय विनिमयदर मागणी आणि पुरवठा ह्या घटकांनी निश्चित होतो. विनिमयदर बदलाचे स्वातंत्र्य असते. या घटकात परकीय व्याजाचा समावेश होतो. आयात व्यापाराची त्या बाबींची मागणी पूर्णत: लवचीक असते म्हणून हा विनिमयदर त्यांच्यावर परिणामकारक परिणाम करीत नाही.

सिद्धान्ताचे टीकात्मक मूल्यमापन : विनिमय दराच्या समाधानासाठी व्यवहारतोल हा सिद्धान्त समाधानकारक आहे.

या सिद्धान्ताचे गुण किंवा फायदे पुढीलप्रमाणे-

१) कायम स्वरूपाबरोबर मूल्याचा साधारण सिद्धान्त : हा सिद्धान्त कायम स्वरूपाबरोबर मूल्याचा साधारण सिद्धान्त विनिमयासाठी उपलब्ध होतो. परकीय विनिमयदर पुरवठा आणि मागणीच्या जोरामुळे दोन्ही देशात विनिमय दरासाठी उपयुक्त ठरतो.

२) सर्वसाधारण विनिमय साचा : या सिद्धान्तात सर्वसाधारण समतोलाचा सर्व साचा परकीय विनिमय दरात उपलब्ध होतो.

३) अनेक घटकांचा सहभाग : या सिद्धान्तात अनेक महत्त्वाच्या घटकांना आयात आणि निर्यातीच्या सूचना दिल्या जातात. परकीय विनिमयासाठी मागणी आणि पुरवठा वाढीसाठी सूचना केली जाते.

४) असमतोलाची दुरुस्ती : ज्या देशाचा व्यवहारतोल असमतोल असेल तर तो दुरुस्तीसाठी विनिमय दरात योग्य तडजोड घडवून आणण्याच्या मार्गाचा अवलंब केला जातो. देशाच्या चलनाचे पुनर्मूल्यांकन किंवा अवमूल्यन केले जाते.

५) जास्त वास्तव : हा सिद्धान्त अधिक वास्तव आहे. हे मान्य करावे लागते की, काही महत्त्वपूर्ण घटकांचे कार्य परकीय चलनाची देशांतर्गत किमतीत खरेदी शक्ती वाढते असे असतानाही साधारण किंमत पातळी राहाते.

तरीसुद्धा या सिद्धान्तात काही मर्यादा येतात. त्या पुढीलप्रमाणे-

१) व्यवहार तोलात विनिमय दराचे स्वातंत्र्य : या सिद्धान्तात देशाचा व्यवहारतोल विनिमय दराने निश्चित होतो म्हणून परिणामी व्यवहारतोलाचे कारण विनिमयदर आहे, परंतु हे मान्य केले जात नाही; कारण व्यवहारतोल स्वत: विनिमय दरावर दबाव पाडतो.

२) मुक्त व्यापार आणि पूर्ण स्पर्धेचा अभाव : या सिद्धान्तात मुक्त व्यापार आणि पूर्ण स्पर्धा गृहीत धरली आहे. हे वास्तवात नाही कारण आधुनिक काळात व्यवहारात मुक्त व्यापार नाही. सरकार आयात कमी करण्यासाठी अनेक बंधने घालते आणि निर्यातीला प्रोत्साहन देते. हे व्यवहारतोल दुरुस्त करण्यासाठी हे केले जाते.

३) किंमत पातळीची भूमिका नकारात्मक : या सिद्धान्ताच्या गृहीतात विनिमय दरात देशांतर्गत किंमत पातळीत तात्पुरते संबंध नसतात. परंतु वस्तुस्थिती

अशी आहे की, किमती बदलतात आणि व्यवहार तोलावर परिणाम होतो; म्हणून देशाच्या विनिमय दरावर परिणाम होतो.

४) **विनिमय दराचे कार्य खर्चाच्या समतोलाचे :** या सिद्धान्तानुसार खर्चाच्या समतोलाचे कार्य विनिमयदर आहे. परंतु व्यवहारात असे दिसून येते की, विनिमय दराचे कार्य व्यवहारतोलाचे असते; म्हणून सिद्धान्त स्पष्टीकरण करण्यास अयशस्वी ठरला.

५) **स्वयंसिद्ध :** या सिद्धान्तात विनिमय दराने व्यवहारतोलाचा समतोल होतो ही पूर्वकल्पना आहे. परंतु हे स्वयंसिद्ध झाले आहे की, व्यवहारतोल समतोलाचा एक विनिमयदर नाही. वस्तुस्थिती अशी आहे की, देशाच्या विनिमय दराच्या असमतोलाच्या परिस्थितीमुळे व्यवहारतोलात वाढ होते, व्यवहार तोल दीर्घ काळात समतोल स्थितीत नसतो.

६) **आयात कच्च्यामालास अलवचिक मागणी :** या सिद्धान्ताच्या गृहीताप्रमाणे कच्च्या वस्तूच्या आयातीबाबत मागणी अलवचिक असते, परंतु जगात शोधूनही कच्च्यामालाला पूर्णत: अलवचिक मागणी दिसून येत नाही.

वरीलप्रमाणे सिद्धान्तात मर्यादा दिसून येतात. मात्र, व्यवहारतोल सिद्धान्त विनिमयदर निश्चितीत जास्त समाधानकारक वाटतो. त्याचा उपयोग मागणी व पुरवठ्याच्या शर्तीत सामान्य समतोलाची चौकट तयार करण्यासाठी होतो. परकीय विनिमय मागणी आणि पुरवठ्याच्या जोरामुळे साध्य होतो, तसेच व्यवहार तोलाचे चालू आणि भांडवली खाते असते. हा सिद्धान्त असे सूचवितो की, व्यवहारतोलाच्या असमतोलाच्या बाबतीत चलनांचे अवमूल्यन करून व्यवहारतोलाची चौकट तयार करण्यासाठी होतो. परकीय विनिमय मागणी आणि पुरवठ्याच्या जोरामुळे साध्य होतो; तसेच व्यवहार तोलाचे चालू आणि भांडवली खाते असते. हा सिद्धान्त असे सूचवितो की, व्यवहार तोलाच्या असमतोलाच्या बाबतीत चलनांचे अवमूल्यन करून व्यवहार तोलाचा समतोल साधता येतो; म्हणून इतर सिद्धान्ताच्या तुलनेत हा सिद्धान्त वरच्या दर्जाचा आहे.

सरावप्रश्न :

प्र. १. थोडक्यात उत्तरे लिहा (१०० शब्दांत)

१) मुक्त व्यापार धोरणाचा अर्थ सांगा.

२) संरक्षित व्यापार ही संज्ञा थोडक्यात विषद करा.

३) 'जकात' म्हणजे काय?

४) परकीय चलनाची मागणी का केली जाते?

प्र. २. खालील प्रश्नांची २०० ते २५० शब्दांत उत्तरे लिहा.

१) मुक्त व्यापाराच्या बाजूने कोणते युक्तिवाद केले जातात?

२) संरक्षित व्यापाराची गरज स्पष्ट करा.

३) जकातीचे प्रकार कोणते आहेत?

४) संरक्षित व्यापाराच्या विरुद्ध करण्यात येणाऱ्या तीन युक्तिवादांचा थोडक्यात आढावा घ्या.

प्र. ३. सविस्तर उत्तरे लिहा. (४०० ते ५०० शब्दांत)

१) मुक्त व्यापाराच्या बाजूने व विरुद्ध कोणते युक्तिवाद केले जातात, ते थोडक्यात लिहा.

२) बालउद्योग व महसूल युक्तिवादाचा आढावा घ्या.

३) आयातीवर जकात लावण्याच्या भूमिकेचा आढावा घ्या.

४) परकीय चलन दर निश्चितीची प्रक्रिया व्यापारतोल सिद्धता साहाय्याने स्पष्ट करा.

५) परकीय चलन ठरविणारे घटक कोणते?

प्र. ४. टिपा लिहा. (१०० शब्दांत)

१) मुक्त व्यापार धोरणाची गरज.

२) संरक्षित व्यापाराचे तोटे.

३) जकातीचे प्रकार.

४) कोटा पद्धतीचे दुष्परिणाम.

५) लवचीक विनिमयदर पद्धती.

६) भारतातील रुपया व डॉलर यांचा संबंध.

६

भारताचा आंतरराष्ट्रीय व्यापार आणि धोरण
Indian Foreign Trade and Policy

६.१ प्रास्ताविक (Introduction)

आर्थिक विकासात आंतरराष्ट्रीय व्यापार महत्त्वाची भूमिका पार पाडतो, हे अनेक अर्थतज्ज्ञांनी सिद्ध केले आहे. पूर्वी आणि आजच्या काळातदेखील आंतरराष्ट्रीय व्यापाराला विकास व वृद्धीचे यंत्र समजले जाते. आंतरराष्ट्रीय व्यापारात वस्तूंची देवाण-घेवाण, मनुष्यबळ, तंत्रज्ञान, शिक्षण इत्यादींचा व्यापार होऊन विकसित आणि विकसनशील देशांच्या प्रगतीत वाढ होऊन पर्यायाने राहणीमानाचा दर्जा सुधारण्यास मदत होते. विकसनशील देशांना रोजगारसंधीसाठी आंतरराष्ट्रीय व्यापार व त्यातून निर्माण होणारे साहचर्याचे व जिव्हाळ्याचे मैत्रीपूर्ण संबंध मदत करतात. स्वातंत्र्यानंतर

आणि आजदेखील भारत आंतरराष्ट्रीय व्यापाराकडे आर्थिक विकासाचा एक प्रमुख आधार व प्रारूप या भावनेने बघून धोरणांची आखणी करीत आहे. गॅट कराराने व जागतिक व्यापारसंघटनेने आंतरराष्ट्रीय व्यापाराला चालना देण्यासाठी आंतरराष्ट्रीय व्यापारातील अडचणी व अडथळे दूर करण्यासाठी चर्चांच्या फेऱ्या व जागतिक शिखर परिषदा आयोजित करून व्यापारवृद्धीसाठी प्रयत्न चालविले आहेत. भारताने जागतिक व्यापार संघटनेच्या सर्वच चर्चासत्रांत हिरिरीने भाग घेऊन विकसनशील देशांच्या हिताला बाधा आणणाऱ्या धोरणांना कडाडून विरोध केला आहे. विकसनशील देशांच्या लाभाची धोरणे आखली जावीत व आर्थिक–सामाजिक स्वातंत्र्य अबाधित राहण्यासाठी भारताने पुढाकार घेऊन ब्राझील, कोरिया व आफ्रिकन देशांचा गट तयार करून प्रस्तावित जागतिक व्यापार संघटनेच्या तरतुदी व धोरणांमध्ये सुधारणा करण्याचे प्रयत्न चालविले आहेत.

६.२ भारताच्या आंतरराष्ट्रीय व्यापाराची रचना व दिशा यांतील बदल (Changes in the Composition and Direction of Foreign Trade Since 2000-01)

कोणत्याही देशाच्या आंतरराष्ट्रीय व्यापाराचे विश्लेषण करताना प्रमुख तीन बाबींचा अभ्यास करावा लागतो. त्या बाबी – व्यापाराची रचना, दिशा, परिणाम आणि व्यापारवृद्धीची धोरणे.

आंतरराष्ट्रीय व्यापारातून मिळणारे लाभ व्यापारशर्तींच्या आधारे मोजले जातात. व्यापारशर्ती म्हणजे निर्यात वस्तूंचे पैशांतील मूल्य व आयात वस्तूंचे मूल्य यांचे गुणोत्तर होय. उदाहरणार्थ, समजा निर्यात वस्तूंच्या मूल्याचा ऱ्हास आयात वस्तूंच्या मूल्यापेक्षा अधिक वेगाने झाल्यास व्यापारशर्ती प्रतिकूल होतील. याउलट, निर्यात वस्तूंच्या मूल्यात वाढ होत असताना आयात वस्तूंचे मूल्य स्थिर राहिल्यास संबंधित देशांच्या व्यापारशर्ती अनुकूल होतात. जागतिकीकरणामुळे सर्वच देशांच्या निर्यात व आयात व्यापारात वृद्धी झाली आहे. देशाचा एकूण आंतरराष्ट्रीय व्यापार (निर्यात मूल्य + आयात मूल्य) GDP तुलनेत किती टक्क्यांनी वाढले, यावरून आंतरराष्ट्रीय व्यापार निर्देशांक काढला जातो. त्यात वाढ झाल्यास व्यापारात वाढ झाल्याचे समजते. सर्वसाधारणपणे आयातीचे प्रमाण (Import Volume) वाढल्यास देशाच्या व्यापारशर्ती प्रतिकूल होतात. विकसनशील देशांच्या बाबतीत वाढता आयात व्यापार डोकेदुखी ठरत आहे. जागतिकीकरणाचा स्वीकार केल्यामुळे आयात–व्यापारातील बंधने शिथिल करावी लागली व पर्यायाने भारतासारख्या अनेक विकसनशील देशांच्या आयातीत प्रचंड प्रमाणावर वाढ होऊन आंतरराष्ट्रीय चलन विनिमय दरात प्रचंड वाढ झाली आहे.

आंतरराष्ट्रीय व्यापाराची दिशा व आकारमान समजून घेण्यासाठी आंतरराष्ट्रीय व्यापार निर्देशांक (आयात व निर्यात निर्देशांक), व्यापारशर्ती, चलनदर, आंतरराष्ट्रीय करार, देशांच्या व्यापार संघटना, व्यापार धोरणे इत्यादी बाबी समजून घेणे क्रमप्राप्त ठरते.

भारताच्या आंतरराष्ट्रीय व्यापाराची दिशा

भारताचा आंतरराष्ट्रीय व्यापार संपूर्ण नियोजन काळात तुटीचा राहिला असून त्याला केवळ दोन वर्षे अपवाद आहेत, ते म्हणजे १९७२ आणि १९७६; मागील ६७ वर्षांत भारताचा व्यापारतोल तुटीचा असल्यामुळे आंतरराष्ट्रीय चलनात भारताच्या रुपयाची किंमत दरवर्षी घसरते आहे. खालील सारणी ६.१ मध्ये भारताच्या आंतरराष्ट्रीय व्यापाराची दिशा दाखविली आहे. त्यानुसार आंतरराष्ट्रीय व्यापारातील प्रवृत्ती आणि वैशिष्ट्ये पुढीलप्रमाणे सांगता येतात–

तक्ता क्र. ६.१ भारताचा आंतरराष्ट्रीय व्यापार (कोटी रुपयांत)

वर्ष	आयात	निर्यात	एकूण व्यापार	व्यापारतोल
१९६०–६१	११२२	६४२	१७६४	–४८०
१९७०–७१	१६३४	१५३५	३१६९	–९९
१९८०–८१	१२५४९	६७११	१९२६०	–५८३८
१९९०–९१	४३१९८	३२५५३	७५४५१	–१०६४५
२०००–०१	२३०८७३	२०३५७१	४३४४४४	–२७३०२
२०१०–११	१६८३४५७	११३६९६४	२८२०४३१	–५४६५०३
२०११–१२	२३४५४६३	१४६५९५९	३८११४२२	–८७९५०४
२०१२–१३	२६६९१६२	१६३४३१८	४३०३४८०	–१०३४८४४
२०१३–१४	२७१५४३४	१९०५०११	४६२०४४५	–८१०४२३

(स्रोत : आर्थिक पाहणी २०१४–१५, भारत सरकार)

१) व्यापारात वाढ : भारताचा एकूण व्यापार (आयात आणि निर्यातमूल्य एकत्रित करून) १९६०–६१ मध्ये केवळ १७६४ कोटी रुपये होता, तो मागच्या ४३ वर्षांत ४६,२०,४४५ कोटी रुपयांपर्यंत पोहोचला, म्हणजेच एकूण व्यापारांत २६१९ पटीने वाढ झाली असली तरी जागतिक व्यापारात २०१३ या वर्षी भारताचा वाटा २.५% होता.

जागतिक व्यापार करणाऱ्या देशांच्या श्रेणीमध्ये भारताचा नंबर २००४ मध्ये निर्यातीच्या बाबतीत ३०, तर आयातीच्या बाबतीत २३ होता. २०१३ मध्ये अनुक्रमे १९ व १२ व्या नंबरवर भारताचा व्यापार झाल्याने भारताने आंतरराष्ट्रीय व्यापारात आघाडी घेतल्याचे दिसते.

२) स्थूल राष्ट्रीय उत्पन्नात आंतरराष्ट्रीय व्यापाराचा वाटा : आंतरराष्ट्रीय व्यापार देशाच्या राष्ट्रीय उत्पन्नात भर घालीत असतो. भारताच्या वस्तू व्यापाराचा देशाच्या GDP मध्ये असणारा वाटा २००४-०५मध्ये २९% होता. तो वाढत जाऊन २०१३-१४ मध्ये ४१.८% झाला आहे. भारताची वस्तू निर्यात २००४-०५ मध्ये GDP च्या १२.१% होती, ती २०१३-१४ मध्ये १७% वर पोहोचली आहे. थोडक्यात, जागतिक व्यापारात भारताचा वाटाही वाढला आहे आणि वस्तूंची निर्यातदेखील वाढते आहे. ही एक प्रकारची उपलब्धी मानता येईल.

३) आयातमूल्यात वाढ : जागतिकीकरणामुळे देशातील आर्थिक धोरणे व व्यापार धोरणात आमूलाग्र बदल करणे भाग पडले. आयातशुल्क घटविणे, कोटापद्धत रद्द करणे. परकीय चलन वापरावरील निर्बंध हटविणे, परवानापद्धत शीघ्र व अडथळेविरहित करणे इत्यादी उपायांमुळे आयातीचे प्रमाण ११६२ कोटी रुपये (१९६०-६१) वरून एकदम २७१५४३४ कोटी रुपयांवर (२०१३-१४) पोहोचले. आयातमूल्यात वरील कालावधीत २३३६ पटीने वाढ झाली.

४) निर्यातमूल्यात वाढ : भारताच्या निर्यातमूल्यात समग्र वाढ दिसत असली तरी आयात वाढीच्या वेगाच्या तुलनेत हे प्रमाण कमी आहे. निर्यातमूल्यवाढीचे प्रयत्न आपण १९५०-५१ पासून करीत आहोत. त्यासाठी निर्यात प्रोत्साहन धोरणे व आयात पर्यायीकरण मार्गाचा अवलंब करूनदेखील निर्यातीत फारशी प्रगती करू शकलो नाही; त्याची अनेक कारणे आहेत, त्यांपैकी काही ठळक पुढीलप्रमाणे-

१) कृषिमालाची निर्यात अधिक, मात्र आंतरराष्ट्रीय बाजारात कमी किंमत मिळते व मागणी अलवचिक असल्याने वस्तू स्वस्त केल्या तरी फारसा उठाव होत नाही.

२) आंतरराष्ट्रीय दर्जा मिळविणे व टिकवणे हे एक आव्हान.

३) आंतरराष्ट्रीय बाजारात भारताच्या मालावर निर्बंध लादणे, छुपे अडथळे निर्माण करणे.

४) इतर निर्यातदार देश भारताचा माल विकला जाऊ नये म्हणून कमी किमतीत माल विकतात.

५) भारताचा जागतिक निर्यातीत वाटा २०१२-१३ मध्ये ०.८% होता, आजदेखील तो १.७% (२०१३-१४) इतकाच आहे.

६) निर्यात होणाऱ्या वस्तूंमध्ये संरक्षण व महत्त्वाच्या महागड्या वस्तूंचे प्रमाण अत्यंत कमी. भारताच्या निर्यातमूल्यात ६४२ कोटी रुपये (१९६०-६१) वरून (२०१३-१४) मध्ये ही वाढ १९,०५,०११ कोटी रुपयांवर गेली असली तरी आयातीचे तुलनेत खूपच कमी आहे. वरील कालावधीत भारताच्या निर्यात वापरात २९६७ पटींनी वाढ झाली तरी जागतिक निर्यातीत भारताचा वाटा १.५% वर खुंटला आहे.

५) व्यापारतोलातील वाढती तूट : व्यापारतोल म्हणजे निर्यात व आयात मूल्यातील फरक; हा फरक उणे असणे म्हणजे व्यापारतोलात तूट असे समजले जाते. खरे तर व्यापारतोल सजातीय (+) असायला पाहिजे, मात्र विकसनशील देशांच्या व्यापारतोलात सततची तूट आर्थिक विकासाला मारक ठरत आहे, तसेच त्याचे विपरीत परिणाम चलनदर, व्यापारशर्ती व सामुदायिक शक्तींवर होत आहेत. भारताच्या व्यापारतोलात १९६०-६१ मध्ये ४८०कोटी रुपयांची तूट होती. त्यात आयात वाढल्यामुळे व त्याप्रमाणात निर्यात न वाढल्यामुळे तुटीचे प्रमाण २०१३-१४ या वर्षी ८१०४२३ रुपयांवर पोहोचले. ही बाब चिंता वाढविणारी आहे. उदारीकरण, जागतिकीकरणामुळे व खाजगीकरणामुळे व्यापारतोलातील तुटीचे प्रमाण वाढण्यास मदतच झाली, असा ढोबळ निष्कर्ष आपण काढू शकतो.

६.१.१ भारताच्या आंतरराष्ट्रीय व्यापाराची रचना

आंतरराष्ट्रीय व्यापाराची रचना म्हणजे कोणकोणत्या वस्तू व सेवा यांची निर्यात व आयात देश करतो. कालपरत्वे व्यापाराच्या रचनेत बदल होणे अपेक्षित असते, तसेच काही आंतरराष्ट्रीय, नैसर्गिक व देशांतर्गत घटकांमुळे रचना बदलू शकते. व्यापार स्पर्धा, विविधीकरण, तंत्रज्ञानातील प्रगती, विशेषीकरण, व्यापार व आर्थिक धोरणांचादेखील प्रभाव आंतरराष्ट्रीय व्यापार रचनेवर पडतो. भारताच्या आंतरराष्ट्रीय व्यापाराची रचना पुढील मुद्यांद्वारे स्पष्ट केली जाते.

अ) भारताच्या आयातीची रचना : नव्याने स्वतंत्र झालेल्या राष्ट्रांना राष्ट्र उभारणीसाठी अवजड उद्योग व पायाभूत सुविधा उभारण्यावर भर द्यावा लागतो. अर्थव्यवस्थेचा पाया मजबूत करावयाचा असेल, तर अवजड उद्योग उभारून यंत्रसामग्री निर्माण करता येते, अशी धारणा भारताचे पहिले पंतप्रधान पंडित जवाहरलाल नेहरू यांची होती व त्याला रशियाच्या आर्थिक प्रगतीचा आधार होता. अवजड उद्योग उभारणीबरोबरच सामाजिक व आर्थिक पायाभूत सुविधा निर्माण करून आर्थिक

विकासाला पोषक आर्थिक धोरणे आखून विकासाच्या प्रक्रियेत अर्थव्यवस्थेला ढकलावे लागते. या सर्व घटक विचारधारेमुळे भारताची आयात १९६०-६१ पासून सतत वाढत आहे. सारणी क्रमांक ६.२ मध्ये आयातीच्या रचनेतील बदल दर्शविले आहेत. देशाच्या एकूण आयातीचे वर्गीकरण तीन प्रमुख गटांत करण्यात येते. प्रत्येक गटात अनेक उपगट (वस्तू) असून त्या सर्व आर्थिक विकास व वस्तू गरज म्हणून आयात कराव्याच लागतात. प्रमुख तीन गट व त्यातील प्रवृत्ती खालीलप्रमाणे-

१) अन्नधान्य बाबी : या गटांत प्रामुख्याने अन्नधान्य, जिवंत प्राणी, अन्नधान्य तयार करण्यासाठी लागणारी आदाने, इत्यादी उपवस्तूंचा समावेश होतो. १९६०-६१ मध्ये एकूण आयातीत अन्नधान्याचा वाटा १९.७% होता. नंतरच्या काळात आपण अन्नधान्यात स्वयंपूर्णता मिळविल्यामुळे घटत गेला. २००३-०४ मध्ये तो केवळ ०.०५% होता, तर २०१३-१४ मध्ये ०.०२% पर्यंत खाली आला. एकेकाळी अन्नधान्य आयात करणारा भारत देश म्हणून हिणविले जायचे; ते स्वरूप बदलून अन्नधान्य निर्यात करणारा देश म्हणून नावलौकिक प्राप्त केला आहे. २०१३-१४ या वर्षात भारताने ४७०८७ कोटी रुपयांचा तांदूळ निर्यात केला की, ज्याचा वाटा एकूण निर्यातीत २.४७% असून ही बाब गौरवास्पद आहे.

२) मध्यस्त वस्तू आणि कच्चा माल : या गटात मध्यस्थ वस्तू व उत्पादित मालाची प्रक्रिया प्रवण करण्यासाठी लागणारी आदाने - ज्यात अर्धसुबक (Semi Finished) वस्तू व कच्चा माल यांचा समावेश होतो. या गटांत वरील वस्तूंव्यतिरिक्त खाद्यतेल, खते, वैद्यकीय औषधी उत्पादने, पेपर पल्प, पेपर, रबर, न प्रक्रिया केलेले, काजू, प्लॅस्टिक, बिगर धातू, कच्चे लोखंड व पोलाद, डायच्या वस्तू, रसायने, पेट्रोलिअम उत्पादने इत्यादी महत्त्वाच्या कच्च्या मालांचा समावेश होतो. या सर्व वस्तू व उत्पादनांची आयात १९६०-६१ मध्ये ५२७ कोटी रुपयांवरून २०१३-१४ मध्ये २३,८६,०१५ रुपयांवर पोहोचली, म्हणजे यात ४५२७ पटींनी वाढ झाली. यात प्रामुख्याने पेट्रोलिअम, खाद्यतेले व खते आयातीचा वाटा अनुक्रमे ३६.७४%, २.०८% आणि १.४०% असला तरी या तीन वस्तूंच्या आयातीवर खर्च घेणाऱ्या परकीय चलनाची रक्कम १०,९२,६१४ कोटी रुपये असून यात पुढील काळात आयात पर्यायीकरण करणे आवश्यक आहे.

तक्ता क्र. ६.२ भारताच्या मुख्य आयातीची रचना व कल (कोटी रुपये)

आयात वस्तू	१९६०-६१	१९७०-७१	१९८०-८१	१९९०-९१	२०००-०१	२००३-०४	२०१३-१४
अन्नधान्य बाबी (खाद्यतेल)	२१४ (१९.०७)	२४२ (१४.८१)	३८० (३.०३)	१८२ (०.४२)	९० (०.०५)	८८ (०.०५)	५५३ (०.०२)
मध्यस्थ वस्तू किंवा अर्धसिद्ध वस्तू आणि कच्चा माल	५२७ (४६.९७)	८८९ (५४.४१)	९७६० (७७.७७)	३२५५० (७५.३५)	२०५५०२ (८९.००)	३११२७९ (८६.६६)	२३८६०१५ (८७.८६)
भांडवली वस्तू	३५६ (३१.७३)	४०४ (२४.७२)	१९१० (१५.२२)	१०४६६ (२४.२३)	२५२८१ (१०.९५)	४७७४१ (१३.२९)	३२८८६६ (१२.११)
इतर	२५ (२.३३)	९९ (६.०६)	४९९ (३.९८)	-	-	-	-
एकूण	११२२ (१००.००)	१६३४ (१००.००)	१२५४९ (१००.००)	४३१९८ (१००.००)	२३०८७३ (१००.००)	३५९१०८ (१००.००)	२७१५४३४ (१००.००)

(स्रोत : आर्थिक पाहणी २०१३-१४ अर्थमंत्रालय, नवी दिल्ली, कंसातील आकडे शेकडेवारी दर्शवितात.)

३) भांडवली वस्तूंची आयात : या गटांत उत्पादित धातू, बिगरवीज यंत्रसामग्री, उत्पादित साधनसामग्री, विजेवर चालणारी यंत्रे, वाहतूक साधने व यंत्रे यांचा समावेश होतो. दुसऱ्या पंचवार्षिक योजनेपासून भांडवली वस्तू व यंत्रे यांची आयात केली जात आहे. जलद औद्योगिकीकरण व तंत्रज्ञान मिळविणे हे दोन प्रमुख हेतू साध्य करण्यासाठी भारताकडून भांडवली वस्तूंची आयात केली जाते. अलीकडच्या काळात वीजनिर्मिती, अणुभट्ट्या, संरक्षण साहित्य, पायाभूत सुविधा निर्माण करण्यासाठी अग्रक्रम असल्याने या गटांतील भांडवली वस्तूंची आयात वाढत आहे. भांडवली वस्तूंची आयात १९६०-६१ मध्ये ३५६ कोटी रुपये होती, ती २०१३-१४ अखेर ३२,८८,६६ कोटी रुपये झाली, म्हणजेच यात ९२३ पटींनी वाढ झाली. एकूण आयातीचा विचार करता भांडवली वस्तूंचे आयात प्रमाण २०१३-१४ मध्ये १२% होते.

भारताच्या आयात रचनेतील बदलांचा गोषवारा खालीलप्रमाणे-

१) उपभोग्य वस्तू व अन्नधान्याची आयात महत्त्वपूर्णरीत्या घटली असून उपभोग वस्तु व अन्नधान्याच्या बाबतीत भारत स्वयंपूर्ण बनला आहे. अर्थात, उपभोगांच्या वस्तूंपैकी खाद्यतेल व डाळींच्या आयातीवरचे अवलंबित्व संपुष्टात आणण्यास भारतास अपयश आले आहे.

२) औद्योगिकीकरण व पायाभूत सुविधांचा विस्तार व नव्याने बांधणी, शहरीकरणामुळे भांडवली वस्तूंची आयात एकूण आयातीच्या १२% वर पोहोचली आहे.

३) उदारीकरण, जागतिकीकरणामुळे व खाजगीकरण या अविभाज्य बदलांमुळे अलीकडच्या २५ वर्षांत आयातीचे प्रमाण २०१३-१४ मध्ये २७,१५,४३४ कोटी रुपयांवर गेले, जे प्रमाण १९९०-९१ मध्ये ४३१९८ कोटी रुपये होते. थोडक्यात, नवीन आर्थिक धोरण राबविण्यास सुरुवात केल्यानंतर आयातीचे प्रमाण ६२ पटींनी वाढल्याने परकीय चलनाचे दर भारताच्या रुपयाच्या तुलनेत अनेक पटींनी वधारले असून रुपयाची किंमत डॉलर या आंतरराष्ट्रीय चलनाच्या बाबतीत घसरत चालली आहे. आयातीचे प्रचंड वाढते प्रमाण भारताचा आंतरराष्ट्रीय व्यवहारतोल डळमळीत करीत आहे. याशिवाय वाढती सोन्याची आयातदेखील सरकारची डोकेदुखी ठरली आहे.

ब) भारताची निर्यात रचना (Composition of Export of India)

निर्यातीच्या माध्यमातून उत्पन्न मिळविणे हा आंतरराष्ट्रीय व्यापाराचा प्रमुख उद्देश असला तरी वेळप्रसंगी अधिकचे उत्पादन खपविण्यासाठी मालाची निर्यात करावी लागते; तसेच मैत्रीपूर्ण संबंध वाढविणे व टिकवून ठेवण्यासाठीदेखील निर्यात ह्या बाबीकडे बघितले जाते. भारताकडून विविध प्रकारच्या वस्तू व सेवांची निर्यात होते. भारताच्या निर्यातीचे वर्गीकरण व कल सारणी क्र. ६.३ मध्ये दर्शविली आहे.

१) कृषी व संबंधित उत्पादने : यांत कॉफी, चहा, खाद्यतेले, डाळी, तंबाखू, साखर, सूत, सुती कपडे, मसाल्याचे पदार्थ, मांस व मत्स्य उत्पादने, फळे, भाजीपाला, तांदूळ इत्यादी वस्तूंचा समावेश होतो. या सर्व वस्तूंची निर्यात १९६०-६१ मध्ये २८४ कोटी रुपये होती व २०१३-१४ अखेर २६०९५३ कोटी रुपयांवर पोहोचली; म्हणजे यांत ९१८ पटीने वाढ झाली आहे. ही बाब समाधानाची असून भारताला परकीय चलन मिळविण्याचा हा एक प्रमुख स्रोत समजण्यात येतो. भारताकडे कृषिमाल निर्यात क्षमता प्रचंड असल्याने इतर देश भारताच्या कृषिमालाला, जागतिक व्यापार संघटनेच्या स्तरावरून विरोध व अडथळे निर्माण करीत आहेत.

तक्ता क्र. ६.३ भारताच्या मुख्य निर्यातीची रचना व कल (कोटी रुपये)

निर्यात वस्तू	१९६०-६१	१९७०-७१	१९८०-८१	१९९०-९१	२०००-०१	२००३-०४	२०१३-१४
शेती आणि संबंधित उत्पादने	२८४ (४४.२५)	४८७ (३१.७३)	२०५७ (३०.६)	६३१९ (१९.४१)	२८५८२ (१४.०४)	३६२४७ (१२.३६)	२६०९५३ (१३.६९)
कच्चा माल किंवा अशुद्ध धातू आणि खनिजे	५२ (८.१०)	१६४ (१०.६)	४१३ (६.२)	१४९७ (४.६०)	४१३९ (२.०३)	८८७६ (३.०२)	३४८५९ (१.८२)
कारखानदारी किंवा उत्पादित उत्पादने	२९१ (४५.३३)	७७१ (५०.२)	३७४७ (५५.८)	२३७३६ (७२.९२)	१६०७२३ (७८.९५)	२२८२४६ (७७.८०)	१२०७८६३ ६३.४०
खनिज (mineral fuels)	७ (१.०८)	१३ (०.८)	२८ (०.४)	९४८ (२.९१)	८८२२ (४.३३)	१७१५९ (५.८६)	३९२२२५ २०.५८
इतर	८ (१.२४)	९९ (६.५)	४६५ (६.९)	५५ (०.१६)	१३०५ (०.६५)	२८३९ (०.९६)	- -
एकूण	६४२ (१००.००)	१५३५ (१००.००)	६७११ (१००.००)	३२५५३ (१००.००)	२०३५७१ (१००.००)	२९३३६७ (१००.००)	१९०५०११ (१००.००)

(स्रोत : आर्थिक पाहणी २०१३-१४ अर्थमंत्रालय, नवीदिल्ली, कंसातील आकडे शेकडेवारी दर्शवितात.)

२) अभ्रक व खनिजे : यात कच्चे लोखंड, खनिजे व अभ्रक या वस्तूंचा समावेश होतो. १९६०-६१ या गटातील निर्यात केवळ ५२ कोटी रुपयांची होती, ती वाढत जाऊन ३४,८५९ कोटी रुपयांवर पोहोचली असता वाढीचे प्रमाण ६७० पट होते. कच्च्या लोखंडाची निर्यात प्रामुख्याने चीन, जपान व जर्मनीला केली जाते. चीनच्या उभारीमुळे भारताच्या कच्च्या लोखंडाला १९९०-२०१० या कालावधीत प्रचंड मागणी आली.

३) उत्पादित वस्तू : या गटांत सुती कापड, तयार कपडे, ज्युटच्या वस्तू, हस्तोद्योगांतील वस्तू, नारळाच्या शेंड्याचे धागे, जडजवाहीर, तयार दागिने, रसायने, यंत्रसामग्री, वाहतूक साधने, मोटारी, तयार चामड्याच्या वस्तू व चामडे, बॅग्ज इत्यादी वस्तूंचा यात समावेश होतो. या गटातील वस्तूंची निर्यात १९६०-६१ मध्ये २९१ कोटी रुपये होती, ती २०१३-१४ मध्ये १२,०७,८६५ कोटी रुपयांवर पोहोचली.

वरील कालावधीत यात ४१५० पटींनी वाढ झाली. थोडक्यात, भारताने आयात केलेले तंत्रज्ञान व देशीसंपदा वापरून कारखानदारी वस्तूंच्या निर्यातीत उल्लेखनीय कामगिरी केली असली तरी अजून कारखानदारी वस्तूंची निर्यात वाढविण्यास वाव आहे. अलीकडच्या काळात संगणकासाठी लागणारे सॉफ्टवेअर्स व प्रोग्रॅम भारताकडून निर्यात केले जात आहेत. इलेक्ट्रिकल व इलेक्ट्रॉनिक्स सुट्या जुळणी भागांची निर्यात भारताकडून होऊ लागली आहे. हलक्या वजनाच्या मोटारींची निर्यात भारत करण्यासाठी सज्ज झाला आहे. एकूण निर्यातीत उत्पादित वस्तूंचा वाटा ४३% आहे.

४) खनिजतेल आणि वंगण : भारताच्या खनिजांची व खनिजतेलांची निर्यात इतर देशांना केली जाते. तेलाच्या बदल्यात धान्य या कराराखाली भारताकडून खनिज तेलाची निर्यात केवळ ७ कोटी रुपये (१९६०-६१) होती, ती वाढत जाऊन २०१३-१४ मध्ये ३,९२,२२५ कोटी रुपये एवढी झाली. एकूण निर्यातीत हे प्रमाण २०.५८% होते.

भारताच्या निर्यातीची वैशिष्ट्ये

सारणी क्रमांक ६.३ मध्ये निर्यातीचे बदलते स्वरूप १९६०-६१ ते २०१३-१४ या कालावधीसाठी दर्शविण्यात आले आहे.

१) एकूण निर्यातीचे प्रमाण ६४२ कोटी रुपये (१९६०-६१) वरून २०१३-१४ मध्ये १९,०५,०११ कोटी रुपयांवर गेले असता एकूण वाढ २९६७ पटींनी झाली.

२) निर्यात वस्तूंच्या गटांत सर्वांत जास्त निर्यात होणाऱ्या वस्तू व्यापारातून मिळणारे उत्पन्न कारखानदारी वस्तू निर्यातीतून (२०१३-१४) मध्ये ६३% मिळाले, तर सर्वांत कमी कच्चे लोखंड व अभ्रक निर्यातीतून केवळ १.८२% उत्पन्न मिळाले.

३) कृषी व पूरक वस्तूंच्या निर्यातीत १९६०-६१ मध्ये ४४.२५% उत्पन्न मिळत होते, हे प्रमाण२०१३-१४ मध्ये १३.६९% घसरले, ही बाब चिंतेची असून कृषिमाल निर्यात वाढविण्यासाठी विशेष प्रयत्न करणे आवश्यक आहे.

भारताची निर्यात वाढविण्यासाठी जागतिक व्यापार संघटना करीत असलेल्या अडथळ्यांना विरोध करणे आवश्यक आहे. १९९०-९१ मध्ये कृषिमाल निर्यातीचा वाटा १९.४१% होता, तो उदारीकरण व जागतिकीकरणारच्या धोरणांचा स्वीकार व अंमलबजावणी केल्यानंतर घटत असून तो वाढविण्यासाठी कृषिविकासाकडे अग्रक्रमाने लक्ष देणे आवश्यक आहे.

भारताच्या आंतरराष्ट्रीय व्यापाराची दिशा (Direction of India's Foreign Trade)

भारताच्या परकीय व्यापाराची दिशा व्यापाराच्या प्रादेशिक निर्देशक दिशेने अभ्यासली जाते. भारताचा आंतरराष्ट्रीय व्यापार अनेक खंडांशी व त्यातील देशांशी

सनातन काळापासून अव्याहत चालू आहे. चहा, कॉफी व मसाल्याचे पदार्थ यासाठी जागतिक स्तरावर भारताचा नावलौकिक असून रेशीम कापडासाठी भारताने पूर्वीपासूनच नाव कमविलेले आहे.

आयातीची दिशा : भारताच्या आयात रचनेत १९६०-६१ पासून ते आजतागायत अनेक महत्त्वपूर्ण बदल झाले आहेत.

तक्ता क्र. ६.४ भारताच्या आयात व्यापाराची दिशा

(Direction of India's Import)

देश/प्रदेश	१९६०-६१	१९७०-७१	१९८०-८१	१९९०-९१	२०००-०१	२००३-०४	२०१३-१४
१) आर्थिक विकास आणि सहकार्य (OCED)	८७५ (७८.०)	१०४२ (६३.८)	५७४० (४५.७)	२३३१० (५४.०)	९२०९२ (३९.९)	१३५८८९ (३७.८)	(२०.६)
इंग्लंड	२१७	१२७	७३१	२८९४	१४४७२	१४८६२	
अमेरिका	३२८	४५३	१६१९	५२४५	१३७७४	२३१३६	
जपान	६१	८३	७४९	३२४५	८४१६	१२२५८	
२) पेट्रोल निर्यात देशाची संघटना (OPEC)	५२ (४.८)	१२६ (७.७)	३४८८ (२७.८)	७०४१ (१६.३)	१२३८५ (५.४)	२५९०६ (७.२)	(१९.६)
३) पश्चिम युरोप	३८ (३.४)	२३८ (१३.५)	१२९६ (१०.३)	३३७७ (७.८)	२९६८ (१.३)	३३९० (१.६)	
४) विकसनशील देशांपैकी	१३२ (११.८)	२३९ (१४.६)	१९६६ (१५.७)	७९६५ (१८.४)	४०३४७ (१७.५)	७२०३७ (२०.१)	(६०.७)
आफ्रिका	६३	१६९	२०५	९५९	३८३८	४७०३	
आशिया	६४	५४	१४३१	६०३३	३३१४९	६१८३०	
५) इतर देश	२५	७	५९	१५०५	८३०८०	११९६०४	
एकूण	११२२ (१००.०)	१६३४ (१००.०)	१२५४९ (१००.०)	४३१९८ (१००.०)	२३०८७३ (१००.०)	३५९१०८ (१००.०)	(१००.०)

(स्रोत : आर्थिक पाहणी २०१३-१४ भारत सरकार, अर्थमंत्रालय, नवी दिल्ली, कंसातील आकडे शेकडा प्रमाण दर्शवितात.)

सारणी क्रमांक ६.४ मध्ये आयात व्यापाराची दिशा व व्यापार भागीदार यांचे विवेचन केले आहे. भारताच्या व्यापाराची दिशा अभ्यासताना व्यापार भागीदारांची भारताने पाच गटांत विभागणी केली आहे.

१) **आर्थिक विकास आणि सहकार्य संघटना** (OECD) : यामध्ये जर्मनी, फ्रान्स, इंग्लंड, अमेरिका, कॅनडा, ऑस्ट्रेलिया, जपान इत्यादी देशांचा समावेश होतो.

२) **पेट्रोल निर्यात देशांची संघटना** (OPEC) : यांत सहभागी देशांपैकी इराण, इराक, कुवेत आणि सौदी अरेबिया व मस्कत इत्यादी देशांचा समावेश होतो.

३) **पश्चिम युरोप :** यात सहभागी देशांपैकी रोमानिया, रशिया इत्यादी.

४) **विकसनशील देश :** यांत आफ्रिका, आशिया, लॅटिन अमेरिका, आणि कॅरेबियन देश.

५) **इतर देश :** पश्चिम युरोप.

सारणी ६.४ मध्ये दर्शविल्याप्रमाणे भारताच्या एकूण आयातीत OECD देशांचा हिस्सा १९६०-६१ मध्ये ७८.०% होता, तो २००३-०४ मध्ये ३७.८ % पर्यंत कमी होऊन २०१३-१४ मध्ये २०.६% पोहोचला. भारताने विकासप्रक्रिया नियोजनाद्वारे सुरू केल्यापासून (१९५०-५१) युरोप व अमेरिकेकडून येणारी आयात जास्त होती, कालांतराने भारताचे आयातीवरील अवलंबित्व कमी झाल्याने आयातीत कमालीची घट झाली. OPEC देशांकडून प्रामुख्याने पेट्रोलिअम पदार्थांची आयात होते. १९६०-६१ मध्ये OPEC कडून येणाऱ्या आयातीचा वाटा ४.८% होता तो २०१३-१४ मध्ये १९.६ वर गेला. OPEC कडून भारत मोठ्या प्रमाणावर पेट्रोलिअम उत्पादनांची आयात करतो. वाढते औद्योगिकीकरण, वाहनांची संख्या यांमुळे गेल्या दशकांत पेट्रोल व डिझेलची प्रचंड मागणी वाढली आहे. भारताचा पश्चिम युरोपातील देशांशी व्यापार पूर्वीपासूनच होत असून सोव्हिएट रशियाच्या विभाजनानंतर हा वाटा घटत चालला आहे. १९६०-६१ मध्ये पश्चिम देशांकडून येणारी आयात एकूण आयातीच्या ३.४ होती, ती २००३-०४ मध्ये १.६% वर आली, तर २०१३-१४ मध्ये नोंद घेण्यासारखे प्रमाण नाही. विकसनशील देशांचा हिस्सा १९६०-६१मध्ये ११.८% होता. त्यात प्रामुख्याने आफ्रिकेतील देश व आशिया खंडातील देशांपैकी चीन, कोरिया, सिंगापूर, हाँगकाँग, इंडोनेशिया इत्यादी देशांचा वाटा नगण्य होता. २००४-०५ मध्ये आफ्रिका व आशिया देशांची भारतातील आयात ३५.६% होती. ती वाढत जाऊन,२०१३-१४ मध्ये ६०.७% वर पोहोचली. यात प्रामुख्याने चीनकडून येणाऱ्या

आयातीचे प्रमाण ११.३% होते. चीन हा देश भारताचा प्रमुख व्यापार भागीदार देश होत चालला आहे.

वरील विवेचनाचा निष्कर्ष असा की २००३-०४ च्या शेवटी भारताची OECD देशांना होणारी आयात ७८% वरून २०.६% पर्यंत खाली आली. OPEC कडून येणाऱ्या आयातीचा वाटा १९.६%वर गेला. पश्चिम युरोपचा वाटा विचारात घेण्यासारखा नाही. मात्र, आफ्रिका व आशियाई देशांची भारतातील आयात ५०.७% वर जाऊन पोहोचली, ही बाब विशेष लक्षणीय ठरते. थोडक्यात, OECD व अमेरिकेकडून येणारी आयात व त्याचे अवलंबित्व घटून आफ्रिकन व आशियाई देशांशी आयात व्यापार वाढतो आहे इ. बाबी उभरता एशिया (Asia Rising) या दृष्टीने महत्त्वाची वाटते.

भारताच्या निर्यातीची दिशा : भारताच्या आर्थिक नियोजनाला सुरुवात झाल्यापासून निर्यातीची दिशा बदलत असून त्यात विलक्षण बदल होत आहेत. भारताच्या निर्यातीची दिशा सारणी क्रमांक ६.५ मध्ये दर्शविली आहे.

तक्ता क्र. ६.५ भारताच्या निर्यातीची दिशा

(Direction of India's Export)

(कोटी रुपये)

देश/प्रदेश	१९६०-६१	१९७०-७१	१९८०-८१	१९९०-९१	२०००-०१	२००३-०४	२०१३-१४
१) आर्थिक विकास आणि सहकार्य संघटना (OECD)	४२५ (६६.१)	७६९ (५०.१)	३१२६ (४६.५)	१७४२८ (५३.५)	१०७२३८ (५२.७)	१३६१५१ (४६.४)	(३५.८)
पैकी							
इंग्लंड	१७३	१७०	३९५	२१२८	१०५०२	१३८९२	
अमेरिका	१०३	२०७	७४३	४७९७	४२५१०	५२७९६	
जपान	३५	२०४	२१८	३०३९०	८१९६	७८५४	
२) पेट्रोल निर्यात देशांची संघटना (OPEC)	२६ (४.१)	९९ (६.४)	७४५ (११.१)	१८३१ (५.६)	२२२२३ (१०.९)	४३९७१ (१५.०)	(१४.८)
३) पश्चिम युरोप	४५ (७.०)	३२३ (२१.०)	१४८६ (२२.१)	५८१९ (१७.९)	४९६४ (२.४)	५१३६ (१.८)	

४) विकसनशील देशांपैकी	९५	३०५	१२८६	५४६५	५४२८२	९५६७४	
	(१४.८)	(१९.८)	(१३.४)	(१४.३)	(२१.४)	(२७.६)	(४९.४)
आफ्रिका	४०	१२९	३५०	६६८	६४८९	९६६५	
आशिया	४५	१६६	९००	४६६५	४३५६६	८१०१०	
५) इतर देश	५१	३९	६८	२०१०	१४८६४	१२४३५	-
	६४२	१५३५	६७११	३२५५३	२०३५७१	२९३३६७	
	(१००.०)	(१००.०)	(१००.०)	(१००.०)	(१००.०)	(१००.०)	(१००.०)

(स्रोत: आर्थिक पाहणी २०१४-१५ भारत सरकार, अर्थमंत्रालय, नवी दिल्ली, कंसातील आकडे शेकडा प्रमाण दर्शवितात.)

१९६०-६१मध्ये OECD देशांना भारताची निर्यात एकूण निर्यातीपैकी ६६.१% होत होती, ती २००४-०५ मध्ये ४६.६% पर्यंत खाली आली. मात्र, २०१३-१४ मध्ये हे प्रमाण ३५.८%वर आले आहे. भारताकडून युरोप व अमेरिकेला एकूण निर्यातीपैकी अनुक्रमे १८.६% व १७.२% निर्यात केली जाते. अलीकडच्या काळात अमेरिका हा एक प्रमुख भारताचा निर्यातदार देश बनला आहे. युरोपमधील २००७-०८ च्या जागतिक अरिष्टामुळे, युरोपकडून येणाऱ्या भारतीय मालाची मागणी कमालीची घटली आहे. भारताचा आफ्रिका व आशियाई देशांशी होणारा व्यापार १९६०-६१ मध्ये १४.८% होता, तो २०१३-१४ मध्ये एकूण निर्यातीत ४९.४% वर पोहोचला. या प्रामुख्याने आशियाई देशांशी भारताची निर्यात २००४-०५ मध्ये ४७.९% होती व आफ्रिकन देशांना होणारी निर्यात ६.७% होती. जागतिक आर्थिक अरिष्ट २००७-०८ मुळे भारताच्या आयात-निर्यात व्यापाराचे प्रमाण अमेरिका, युरोप व सिंगापूर देशांशी घटून ते आशियाई, आणि आफ्रिकन देशांशी वाढत आहे. भारताचा दक्षिण आशियाई देशांशी व्यापार २०१३-१४ या वर्षात २३.८%ने वाढला तो केवळ श्रीलंका, नेपाळ आणि बांगलादेश, चीन व आखाती देशांनी निर्यात केल्यामुळे. भारताची चीनला होणारी निर्यात २०१३-१४ मध्ये एकूण निर्यातीपैकी ४.७% होती, तर बेल्जिअमला होणाऱ्या निर्यातीचे आकारमान २% होते. २०१२-१३ पासून सिंगापूर व इंडोनेशियात होणाऱ्या निर्यातीत घट होऊ लागली आहे.

वरील विश्लेषणाचा गोषवारा असा भारताची निर्यात OECD देशांत व अमेरिकेत कमी होऊन आशियाई देशांशी वाढत आहे. चीन, नेपाळ, बांगलादेश, इंडोनेशिया, जपान, कोरिया व आखाती देश भारताचे प्रमुख निर्यात भागीदार ठरत आहेत.

आफ्रिकन व आशियाई देशांना होणाऱ्या या निर्यातीचे प्रमाण १९६०-६१ मध्ये एकूण निर्यातीपैकी १४.८% होते, ते आता ४९.४% वर पोहोचले आहे. थोडक्यात, आशिया व आफ्रिकन देश भारताची ५०% निर्यात खरेदी करतात. आगामी काळात भारताची निर्यात वाढविण्यासाठी OECD, अमेरिका, आशियाई देश जपान, चीन व आखाती देशांशी मैत्रीपूर्ण संबंध निर्माण करणे गरजेचे आहे.

भारताच्या आंतरराष्ट्रीय व्यापारातील वाढ आणि व्यापारी भागीदार

भारताच्या एकूण आंतरराष्ट्रीय व्यापारात अनेक पटींनी वाढ झाली आहे. एकूण आंतरराष्ट्रीय व्यापारांत आयात आणि निर्यातमूल्य एकत्रित करून एकूण व्यापारवृद्धी काढली जाते. १९६०-६१ मध्ये भारताचा एकूण आंतरराष्ट्रीय व्यापार १७६४ कोटी रुपये होतो. २०१३-१४ अखेर हे प्रमाण ४६,२०,४४५ कोटी रुपयांवर जाऊन पोहोचले. थोडक्यात, एकूण परकीय व्यापारात २६१९ पटींनी वाढ झाली. सारणी क्रमांक ६.६ मध्ये भारताच्या निर्यात व आयात व्यापाराची वृद्धी २००४-०५ – २००७-०८ ते २०१०-११-२०१३-१४ कालावधीसाठी दर्शविली आहे.

या सारणीच्या आधारे खालील निरीक्षणे नोंदविता येतात.

१) युरोपला २००४-०५ ते २००७-०८या कालावधीत २३.३% निर्यात केली जात होती, हे प्रमाण २०१३-१४ अखेर १९.०% पर्यंत घसरले, ते प्रामुख्याने युरोप खंडातील आर्थिक मंदीमुळे.

२) आफ्रिकेला वरील कालावधीत केली जाणारी निर्यात ७.८% होती, त्यात १.२% वाढ होऊन ८.९% झाली.

३) अमेरिकेला होणारी निर्यात वरील कालावधीत १८.९% वरून १६.६% पर्यंत खाली आली म्हणजे त्यात २.३%ने घट झाली.

४) आशिया खंडातील देशांना होणाऱ्या निर्यातीचे प्रमाण ४८.५% वरून ५०.२% झाले. ही समाधानाची बाब मानता येईल.
आशिया गटातील आयातदार देशांपैकी सौदीअरेबिया, युनायटेड अरब अमिराती, सिंगापूर, इंडोनेशिया आणि चीन हे प्रमुख देश आहेत.

५) युरोपकडून भारत एकूण आयातीपैकी १८% मालाची आयात करतो. २००४-०५ ते २००७-०८मध्ये हे प्रमाण २१.६% होते.

६) आफ्रिकेकडून येणाऱ्या आयातीत वरील कालावधीत २.२% वाढ झाली.

७) अमेरिकेकडून येणारी भारतातील आयात वरील कालावधीत १०.३% वरून ११% झाली.

८)	आशियाई देशाकडून भारतात येणारी आयात वरील कालावधीत ४८.९% वरून ६०.२% झाली. यात विशेषकरून आयात ११.३% ची वाढ झाली. ही वाढ लक्षणीय असून विशेषत: चीनकडून येणारी आयात वरील कालावधीत २.२% ने वाढ वाढली. तसेच आखाती देशांकडून येणाऱ्या खनिजतेलांच्या आयातीमुळे मोठी वाढ झाल्याचे सिद्ध होते. ही वाढ ११.१% होती.

तक्ता क्र. ६.६ भारताच्या प्रादेशिक/देशपरत्वे आयात-निर्यात व्यापारातील वाढ (टक्के)

प्रादेशिक/ देश	(Exports) निर्यात			(Imports) आयात		
	२००४-०५ ते २००७-०८	२०१०-११ते २०१३-१४	%बदल	२००४-०५ ते २००७-०८	२०१०-११ ते २०१३-१४	%बदल
युरोप	**२३.३**	**१९.०**	**-४.३**	**२१.६**	**१८.०**	**-३.६**
जर्मनी	३.३	२.५	-०.७	३.९	३.०	-०.९
बेल्जिअम	२.७	२.१	-०.६	२.६	२.२	-०.३
स्वित्झर्लंड	०.४	०.४	०.०	४.५	६.२	१.७
आफ्रिका	**७.८**	**८.९**	**१.२**	**६.३**	**८.५**	**२.२**
नायजेरीया	०.७	०.९	०.१	२.१	२.९	०.८
अमेरिका	**१८.९**	**१६.६**	**-२.३**	**१०.३**	**११.०**	**०.७**
युएसए	१४.९	११.६	-३.३	७.१	५.१	-२.०
आशिया	**४८.५**	**५०.२**	**१.७**	**४८.९**	**६०.२**	**११.३**
सिंगापूर	४.८	४.५	-०.३	२.८	१.७	-१.२
इंडोनेशिया	१.५	१.९	०.५	२.१	३.०	०.९
युनायटेड अरब इमीरेट्स	९.२	११.७	२.५	४.५	७.६	३.२
सौदी अरेबिया	२.०	२.८	०.८	५.१	६.८	१.७
कुवेत	०.५	०.४	०.०	२.१	३.४	१.३
कतार	०.३	०.२	०.०	०.९	२.८	२.०
इराक	०.२	०.३	०.२	१.८	३.६	१.९
चायना	६.६	५.३	-१.३	९.०	११.२	२.२
हाँगकाँग	४.०	४.१	०.१	१.३	१.९	०.६
कोरिया	१.७	१.४	-०.३	२.७	२.७	०.०
एकूण	**१००.०**	**१००.०**	–	**१००.०**	**१००.०**	–

(स्रोत : आर्थिक पाहणी २०१४-१५, भारत सरकार, नवी दिल्ली)

वरील विश्लेषणाच्या आधारे आपण पुढील निष्कर्ष काढू शकतो की, भारताचा व्यापार अलीकडच्या वर्षात आशियाई देशांबरोबर मोठ्या प्रमाणावर वाढत असून भारताला आशिया देशांशी व्यापारी संबंध मजबूत करण्यासाठी द्विपक्षीय व्यापार करणे क्रमप्राप्त आहे. व्यापार सहमती करार व संघटनांमुळे जकाती लादणे, व्यापार अडथळे तयार करणे, प्राधान्यक्रमाची वागणूक देणे इत्यादी कृत्रिम अडचणींवर मात करता येते हे ओळखून भारताने आशियाई देशांशी परकीय संबंध मजबूत करण्याचे प्रयत्न चालविले आहेत.

भारताने निर्यातवृद्धीसाठी १४ नवीन देशांच्या बाजारपेठांत प्रवेश करण्यासाठी त्यांना केंद्रित बाजार योजनेत (Rms) समाविष्ट करून घेतले आहे. भारताने इंडिया ट्रेड पोर्टेल (संकेतस्थळ) चालू करून निर्यात इच्छुकांना सहजपणे ४२ निर्यातक्षम बाजारपेठांची माहिती उपलब्ध करून दिली आहे. १५ कलमी कार्यक्रम विकसित करून निर्यातक्षम उद्योगांना माहिती व सुविधेसाठी केंद्र सरकारने राज्यसरकारांना सूचित केले आहे. या योजनेअंतर्गत राज्यसरकारनी १) निर्यातवृद्धी धोरण आखावे. २) निर्यात संचालकाची नेमणूक करून निर्यात संबंधित कृतिशील कार्यक्रमांची आखणी करावी. ३) निर्यात पारितोषिके देऊन निर्यातदारांना प्रोत्साहन द्यावे.

६.३ भारताचे आंतरराष्ट्रीय व्यापार धोरण २०१५–२० (Foreign Trade Policy 2015-20)

विकसित देशांच्या साम्राज्यवादी धोरणांनी विकसनशील देशांची आर्थिक व सामाजिक पिळवणूक झाली. पूर्वी वसाहतवादी राजवटीत अनेक विकसनशील देशांचे आर्थिक शोषण झाले. परकीय व्यापाराद्वारे अनेक विकसनशील देश आर्थिकदृष्ट्या गरीब झाल्याचे रॉल प्रबिश (Raul Prabish), हान्स् सिंगर (Hans Singer), गुर्नार मिर्डाल (Gurnnar Myral) इत्यादी अभ्यासकांनी म्हटले आहे. वसाहतींच्या शक्तींनी उत्पादित वस्तू, उत्पादने आणि प्राथमिक उत्पादनांचा उपभोग घेतला, परंतु वसाहतीतील लोकांना उत्पादित वस्तू व कच्चा माल यांचा उपभोग घेण्यापासून दूर ठेवण्यात आले. परिणामी, उत्पादित वस्तूंच्या वाढत्या किमती व कच्च्या मालाच्या घटत्या किमती यांमुळे विकसनशील देशांच्या व्यवहारतोलात असमतोल निर्माण होऊन तूट वाढली. परंतु ही परिस्थिती विकसित देशांना अनुकूल ठरली. दुसऱ्या महायुद्धानंतर अनेक देश वसाहत वादातून मुक्त झाले. त्यांचा गुंतवणुकीबरोबरच परकीय व्यापारदेखील कमी झाला. उत्पादन व आयातीवरील अवलंबित्व कमी झाले असले, तरी विकसित देशांनी फायद्याचे धोरण राबविण्यास सुरुवात केली. यात प्रामुख्याने अमेरिका, जर्मनी इत्यादी

देशांनी त्यांच्या देशांत येणाऱ्या आयात कपड्यांवर बंधने घातली. त्यांच्या कापड उद्योगांना बाजारपेठ उपलब्ध करून दिली. तसेच बालोद्योगांना संरक्षण, आयात पर्यायीकरण, गुंतवणुकीवर नियंत्रण, प्रत्यक्ष आयात व्यापार नियंत्रण आणि विनिमयदराचे अवमूल्यन यावर भर दिला.

स्वातंत्र्यानंतर भारताने परकीय व्यापाराकडे नियंत्रित व्यापार म्हणून लक्ष दिले. आयात परवाना पद्धत, कोटा, आयातशुल्क, ठरावीक वस्तूंची आयात इत्यादी उपाय अंमलात आणून, आर्थिक विकास साध्य करण्याचा प्रयत्न केला. दुसऱ्या पंचवार्षिक योजनेत औद्योगिक विकास साध्य करण्यासाठी वस्तू, अवजड यंत्रसामग्री व उपभोग वस्तू आयातीचे धोरण स्वीकारले. औद्योगिक पाया मजबूत करून निर्यात करावयाची अशी धारणा या आयात-निर्यात व्यापारधोरणाची होती.

१९६० च्या दशकात अनेक विकसनशील देशांपैकी सिंगापूर, हाँगकाँग, दक्षिण कोरिया, तैवान इत्यादी (South East Asian Countries) देशांनी निर्यातवृद्धीसाठी एक व्यूहरचना तयार करून आयातीवरील बंधने शिथिल केली. याबाबतीत अनेक अर्थतज्ज्ञ आणि आंतरराष्ट्रीय संस्था (IMF, World Bank) यांनी पुढाकार घेतला. भारत सरकाने १९८० च्या दशकात उदारीकरणाचे धोरण राबविण्यास सुरुवात केली.

भारताच्या आयात-निर्यात व्यापारधोरणाचा आढावा घेतला असता असे लक्षात येते की, पहिले धोरण १९८५-८८, दुसरे धोरण १९८८-९१ आणि तिसरे धोरण १९९०-९३ त्यानंतर १९९२-९७चे धोरण आहे. १९८०च्या दशकात तीन आयात-निर्यात धोरणे तयार केली. त्यात प्रामुख्याने अलेक्झांडर समिती (Alexander Committee) १९७८, टंडन समिती १९८२, आणि अबिद हुसेन समिती (Abid Hussain Committee) १९८४ या समित्यांनी भारताच्या आयात-निर्यात धोरणाचा वेळोवेळी आढावा घेऊन आयात व उदारीकरणासाठी शिफारशी केल्या.

या समित्यांनी आयात-निर्यात धोरणाची प्रमुख उद्दिष्टे पुढीलप्रमाणे ठेवली होती.

१) भावी निर्यातीला चालना देणे.

२) देशांतर्गत उद्योगांची जलद वाढ होण्यासाठी, आर्थिक तांत्रिक साहाय्य उपलब्ध करून देणे.

३) देशातील साधनसामग्री जास्तीतजास्त वापरणे, विशेषतः मानवी व शेती संसाधने पुरविणे.

४) निर्यात उभारणीसाठी आणि ऊर्जा बचतीसाठी प्रयत्न करणे; उद्योगांना सुधारित तंत्राचा वापर करण्यास भाग पाडणे.
५) निर्यात करणाऱ्या उद्योगांना उत्तेजन देणे.
६) आयातीची जास्तीतजास्त बचत करणे किंवा कमी करणे.

भारत सरकारने १९८५ (अबिद हुसेन समिती) आयात-निर्यात धोरणानुसार पायाभूत निर्यात उद्योग व आयातीला पर्याय निर्माण करणाऱ्या उद्योगांच्या उभारणीवर भर दिला. निर्यातवाढीसाठी आयातीला मुभा दिल्याने भांडवली व इतर वस्तूंची आयात मोठ्या प्रमाणावर केली गेली. राजीव गांधी सरकारने उदारीकरणासाठी मोठे प्रयत्न केले, त्यामुळे १९८५-८६ ते १९८९-९० या काळात निर्यातीत जलद वाढ झाली. १९९०-९१ मध्ये निर्यात घटण्यास सुरुवात झाली, त्यामुळे १९९१ मध्ये परकीय व्यापार धोरणात आमूलाग्र बदल करण्यात आले.

भारताचे परकीय व्यापारधोरण १९९१ (Foreign Trade Policy of India 1991)

नवीन परकीय व्यापारधोरण जुलै १९९१ मध्ये जाहीर झाले. धोरणाचा दृष्टिकोन आयातीला जास्तीतजास्त रोखणे आणि आयात परवान्याच्या परिणामाला मान्यता देऊन निर्यातीला जास्तीतजास्त प्रेरणा देणे हा होता. ह्या धोरणाचे स्वरूप (Features) किंवा वैशिष्ट्ये पुढीलप्रमाणे-

१) नवीन धोरणात मोठे बदल केले. आयात परवाना पद्धत मागे घेतली. आयात परवाना प्रशासनाला अधिकार दिले. या पद्धतीत पुरवणीच्या किंवा जादा परवान्यांना सूट दिली. आता सर्व आयात बाहेर जाण्यासाठी पावती मिळाली.
२) आगाऊ परवाना (Advance Licence) निर्यातीबरोबर शुल्क मुक्त केला.
३) भांडवली वस्तूंच्या आयातीची प्रक्रिया सोपी केली.
४) या धोरणानुसार चालू प्रणाली महत्त्वपूर्णरीत्या कमी केल्या.
५) निर्यातगृहे, व्यापारी गृहे, तारांकित व्यापारी गृहे यांना परवानगी दिली.
६) निर्यात प्रक्रिया पट्टे (EPZs) यांना अनेक सवलती जाहीर केल्या.
७) रोख भरपाईची साहाय्य योजना बंद केली.
८) निर्यातीतील सर्व बाबींना फक्त अपवाद सोडून नाकारण्याची आवश्यकता नाही असे सरकारचे ध्येय होते.

खुल्या सर्वसाधारण सूचीचा विस्तार करून अनेक नवीन आयात वस्तूंचा त्यामध्ये समावेश करण्यात आला; त्यामुळे ज्या वस्तू देशात उपलब्ध होत नाहीत, त्या सहजपणे उपलब्ध होतील.

१९९१च्या धोरणात प्रशासकीय अडथळे कमी करण्याचे ध्येय होते. तसेच आयात-निर्यातीच्या मुक्त प्रवाहातील अडथळे दूर करणे हे होते. त्यासाठी (Exam Scrip) चा वापर करणे व या साधनाने आयातीला परवानगी देऊन निर्यात उत्पादनाच्या व्यवहारात ३०% वाढ करणे. मुख्य ध्येय व्यापारातील तूट कमी करणे हे होते. आयात-निर्यात पास बुक योजना सुरू केली.

पूर्वी निर्यात उभारून आर्थिक वाढ आणि आयात पर्यायीकरणाचे प्रयत्न केले; परंतु त्यामुळे निर्यातीपेक्षा आयातीत जास्त वाढ झाली, त्यामुळे व्यवहारतोलाचा समतोल ढासळला आणि परकीय खर्चाचे ओझे वाढले.

अ) निर्यात वृद्धीसाठी उपाय

भारत सरकारने निर्यात वाढीसाठी अनेक उपायांचा अवलंब केला. तो सारांश रूपाने पुढीलप्रमाणे-

१) रोख भरपाई साहाय्य (CCs) : या योजनेनुसार ज्यांना अप्रत्यक्ष कर भरण्यात सूट नव्हती, निर्यातदारांना कच्चा माल उच्च दराने खरेदी करावा लागत असे व बाजार विकास खर्च अधिक द्यावा लागत असे, अशांसाठी भरपाई उपलब्ध करून दिली जात असे. CCs मध्ये १९८०च्या दशकात ४०%ने वाढ झाली. जुलै १९९१ मध्ये रुपयाचे अवमूल्यन झाले. व्यापारात उदारीकरण आले; त्यामुळे हे CCs अनावश्यक बनले.

२) प्रशुल्क उणीव पद्धती : आयात मालावर जकात भरून निर्यातदार भरपाई करत असे आणि देशांतर्गत उत्पादनाच्या कच्च्या मालावर सुरुवातीस Excise Duties आकारल्या जात.

३) आगाऊ (advance) परवाना आणि प्रशुल्क माफ : या योजनेनुसार उत्पादन निर्मात्याचे आयातीच्या ठरावीक कच्च्या मालावर कोणतेही शुल्क न करणे तसेच त्यासाठी क्रेडिटचा वापर करणे

४) परवान्यांच्या नूतनीकरणामुळे निर्यातदारांना आयत कच्च्या मालापेक्षा देशांतर्गत पर्याय अधिक खर्चीक वाटत असे.

५) कच्च्या मालाची आयात, भांडवली वस्तू आणि तंत्रज्ञानावर सर्वसाधारण परवाना खुला केला.

६) देशांतर्गत कच्च्या मालावर अनुदाने-आंतरराष्ट्रीय आणि राष्ट्रीय किमती वेगवेगळ्या होत्या. त्या समान करण्यासाठी देशांतर्गत साधनांची उभारणी करणे- त्यासाठी अनुदान उपयोगी ठरते.

७) निर्यातीसाठी राजकोषीय सवलती दिल्या गेल्या. निर्यातदारांना अप्रत्यक्ष कर आणि प्रत्यक्ष करावर सवलती दिल्या.

८) निर्यात पत आणि निर्यातीला साहाय्य करण्यासाठी प्रमोशन कौन्सिल आणि इतर मान्य संघटना, निर्यातगृहे आणि सल्लागार संघटना आणि वैयक्तिक निर्यातदारांसाठी बाजार संशोधन, निर्यात प्रसिद्धी आणि प्रदर्शन, व्यापार प्रतिनिधी आणि इतर देशांत ऑफिसेसची स्थापना केली.

९) ब्लँकेट (Blanket) विनिमय मान्य योजना १९८७पासून सुरू झाली. निर्यात वळविण्यासाठी परवानगी दिली.

ब) भारताचे आंतरराष्ट्रीय आयात-निर्यात व्यापारधोरण २००९-१४

भारताचे परकीय व्यापार धोरण १९९१ नंतर २००२-२००७, २००४-०९ची धोरणे जाहीर करून त्यांची अंमलबजावणी करण्यात आली असली तरी सुसंगत आणि अधिक क्रियाशील धोरण असावे म्हणून युपीए २ या सरकारने २००९-१४ या कालावधीसाठी नवीन धोरण जाहीर केले होते. २००४-०९ या धोरणांत युपीए सरकारने जागतिक व्यापारात भारताच्या वस्तू (दृश्य) व्यापाराचा हिस्सा दुप्पट करावयाचे ठरविले होते. व्यापारविस्तारामुळे आर्थिक वृद्धीला चालना देण्याबरोबर रोजगारनिर्मिती ही उद्दिष्टे निश्चित केली होती.

युपीए सरकारच्या परकीय व्यापार धोरण २००४-२००९च्या फलनिष्पत्तीचा आढावा खालीलप्रमाणे-

१) भारताची निर्यात २००३-०४ मध्ये ६३ मिलीयन युएस डॉलर्स वरून २००९अखेर १६८ मिलीयन डॉलर्स वाढली. उद्योग व शेतीच्या क्षेत्रात वाढ होऊन एकूण विकासदर वाढला. २) भारताच्या जागतिक वस्तू व्यापारातील (दृश्य) वाटा ०.८३% (२००३) मध्ये होता तो वाढत जाऊन २००८मध्ये १.४५% झाला. ३) भारताचा जागतिक सेवा निर्यातीतील वाटा २००३मध्ये १.४% होता तो २००८ अखेर २.८% वर पोहचला. ४) निर्यातीमुळे भारतात प्रत्यक्ष व अप्रत्यक्ष स्वरूपात जवळपास १४ दशलक्ष नोकऱ्या निर्माण झाल्या.

२००८ च्या सुमारास जागतिक स्तरावर आर्थिक संकट यायला सुरुवात झाली होती. २००८-०९ मधील सब-प्राईम क्रॉम्प्रेसेसमुळे स्टँडर्ड ॲन्ड प्युअर या मानांकन करणाऱ्या संस्थेने अमेरिकेचे क्रेडिट रेटींग कमी केल्याने संपूर्ण जगात खळबळ माजली. अनेक जागतिक बँका व वित्तीय संस्था दिवाळखोरीत निघाल्या. त्याचे पडसाद संपूर्ण जगावर हळूहळू उमटले. औद्योगिक उत्पादन, व्यापार, भांडवली

गुंतवणूक रोडावली, बेकारी वाढली. दरडोई उत्पन्न व गुंतवणूक कमी होत गेले. उपभोग पातळीचा ऱ्हास झाला. अशा पार्श्वभूमीवर अर्थव्यवस्था जागतिक आर्थिक संकटापासून सावरण्यासाठी अंतर्गत उपाययोजना करणे भाग पडले. परकीय व्यापार आकारमान (Volume) टिकवून ठेवणे जिकिरीचे होत असताना UPA-2 या सरकारला २००९-२०१४ चे परकीय व्यापार धोरण जाहीर करावे लागले.

त्याची वैशिष्ट्ये खालीलप्रमाणे सांगता येतील-

१) निर्यात व्यापार १५% वार्षिक दराने वाढविणे तसेच दरवर्षी २०० बिलियनचा निर्यात व्यापार करणे.

२) २०१४पर्यंत भारतीय अर्थव्यवस्थेला अति उच्च निर्यात व्यापारदराच्या मार्गावर नेऊन दरवर्षी २५% ने निर्यात वाढविणे.

३) २०१४ पर्यंत भारताच्या वस्तू व सेवा निर्यात व्यापारात दुपटीने वाढ करणे.

४) विशेष उत्पादन योजने (Focus Product Scheme) खाली १३५ उत्पादनांवर ५% वरून अधिक २% विशेष सूट देऊन निर्यातीस चालना देणे.

५) विशेष उत्पादन योजना (Focus Product Scheme) योजनेत अजून २५६ नवीन उत्पादनांचा समावेश करून २% अधिकची (FOB) निर्यात योजना लागू करण्यात आली.

६) शून्य शुल्क योजना (EPCG) २००९मध्ये लागू करण्यात येऊन ती २०११-१२ पर्यंत चालू ठेवण्याचे ठरले.

७) चहा आणि (CSNL) यांचा (VKGUY) समावेश करून ५% विशेष सूट निर्यातीवर जाहीर करण्यात आली.

८) प्रशुल्क माफ पुस्तक योजना (DEPB) २०११पर्यंत चालू ठेवण्यचे ठरले.

९) हस्तकला उद्योग, गृहउद्योगांतील उत्पादने, सतरंज्या आणि लघु आणि मध्यम उद्योगांतील जमा होणा या वस्तूंच्या निर्यातीसाठी सवलतीच्या दरात निर्यात कर्जयोजना, माल जहाजात भरण्यापूर्वी २% ने कर्जावरील व्याज माफी योजना केवळ निर्यात उद्योगासाठी राबविण्यात आली.

१०) निर्यातदारांना निर्यातप्रधान भांडवली वस्तू परवाने (EPCG) देताना लवचीक पद्धतीने अर्ज करताच वार्षिक परवाने दिले जातील.

११) तयार चामडे निर्यातीवर २% शुल्क क्रेडिट दिले जाईल.

१२) काही आस्थापनांसाठी ठरावीक वस्तू आयातीसाठी शुल्क लागणार नाही. यात विशेष करून हस्तकला उद्योगातील वस्तू निर्यातीवर ५% ने शुल्क (FOB) माफ केले जाईल.

१३) तयार कपडे निर्यात उद्योगांना (MLFPS) योजनेंतर्गत साहाय्य केले जाईल.
१४) बाजारकेंद्रित उत्पादन योजनेतील उत्पादनांच्या यादीत औषधे, रबर उत्पादन, काच उत्पादने, मोटारकार, सायकली व सायकलींचे सुटे भाग, यांचा समावेश करून निर्यात करण्यासाठी १३ देशांच्या बाजारपेठेत निर्यात केल्यास निर्यातदारांना सवलती देण्याचे जाहीर करण्यात आले.

निर्यात करण्याची सुविधा सुटसुटीत व सोपी करण्यात आली, यात प्रामुख्याने आयात शुल्क ना हरकत प्रमाणपत्र मिळण्यासाठी आयातदार देणाऱ्या जाहीर वस्तूंचे नमुने घेऊन आयात ना हरकत दाखले देण्याची प्रक्रिया सुलभ करण्यात आली. आयात शुल्क अदा करण्याच्या दोन टप्प्यांवर सूट देण्यात येऊन रिफंड मिळविण्याच्या वाट पाहण्याच्या त्रासातून मुक्तता करण्यात आली. व्यवहारखर्च कमी करण्याच्या हेतूने बंदर ते प्रत्यक्ष उत्पादन जागेवर माल पोहोचविण्यासाठी लागणारा वेळ वाचावा म्हणून आगाऊ परवाना सदराखाली माल आणणे सुलभ करण्यात आले. शिपिंगचे रूपांतर एक निर्यात प्रोत्साहन योजनेतून दुसऱ्या योजनेत करण्याची मुभा देण्यात आली.

वरील आयात-निर्यात धोरण २००९-१४ चा गोषवारा खालीलप्रमाणे-

१) राजकोषीय प्रेरके (Fiscal Incentive) करसुटीच्या स्वरूपात
२) संस्थात्मक बदल.
३) आयात-निर्यात करण्यातील सुलभता, कामकाजात शीघ्रता .
४) जागतिक बाजारपेठा उपलब्ध करून देण्याचे प्रयत्न.
५) निर्यात बाजारपेठेचे विविधीकरण.
६) निर्यात-आयात सुलभीकरणासाठी पायाभूत सुविधांची निर्मिती.
७) व्यवहारखर्च कपातीसाठी प्रयत्न.
८) अप्रत्यक्ष कर व करेतर शुल्काचा पूर्णपणे वेळेत परतावा.
९) कृषिमालाच्या निर्यातीसाठी एक खिडकी योजना.
१०) औषधे उद्योगांना निर्यात प्रोत्साहन.

इत्यादी उपाययोजना करण्यात आल्या.

आयात-निर्यात धोरण २०१५-२०२०

२०२० पर्यंत भारत एक जगातील प्रमुख व्यापारी भागीदार देश म्हणून उदयास यावा म्हणून सध्याचे पंतप्रधान नरेंद्र मोदी यांच्या मार्गदर्शनाखाली सुटसुटीत नवीन आयात-निर्यात व्यापार धोरण २०१५ जाहीर करण्यात आले. भारताच्या वाणिज्य

मंत्री श्रीमती निर्मला सीतारामण यांनी धोरण जाहीर करताना धोरणाच्या मुख्य आयात-निर्यातीला चालना देणे व निर्यात वाढीतील अडथळे कमी करणे हा असल्याचे सांगितले. 'मेक इन इंडिया' आणि 'डिजिटर इंडिया' या दोन प्रमुख कार्यक्रमांचे यश प्राप्त करणेसाठी नवीन आयात-निर्यात धोरणात बदल करण्यात आले आहेत.

नवीन आयात-निर्यात धोरण २०१५-२०२० ची ठळक वैशिष्ट्ये खालीलप्रमाणे-

१) यापूर्वीच्या धोरणातील ५ वेगवेगळ्या योजनांचे एकत्रीकरण करण्यात येऊन आता एकच योजना तयार करण्यात आली आहे; त्या योजनेचे नांव भारतातील दृश्य वस्तू निर्यात (Merchandise Export from India) (MEIS) करण्यात आले असून, निर्यात करण्यात यापूर्वी घालण्यात आलेल्या अटी काढून टाकण्यात आल्या असून, निर्यात करणे सोपे व सुटसुटीत करण्यात आले आहे.

२) निर्यात बक्षीस योजनेंतर्गत जाहीर केलेल्या बाजारपेठा व वस्तू यांचा परतावा परकीय चलनात अदा केला जाईल; निर्यात केल्याने मिळणारी बक्षीस रक्कम व द्यावयाचे शुल्क यांची वजावट करून निर्यातदाराच्या खात्यात जमा केली जाईल.

३) नवीन आयात-निर्यात धोरणान्वये अगोदरची भारतातून सेवा निर्यात योजना (Served from India Schem (SEIS)) ऐवजी नवीन योजना भारतातून सेवा निर्यात (Service Exports from India Scheme (SEIS)) सुरू करण्यात आली आहे. या योजनेत जाहीर केलेल्या सेवांची भारतातून निर्यात केल्यास अथवा दिल्यास सेवा देणाऱ्यांना योग्य मोबदला दिला जाईल. सेवा देण्याचे विवरण अथवा घटना यांस फारसे महत्त्व दिले जाणार नाही.

४) भारतातून सेवांची निर्यात (SEIS) या योजनेंतर्गत दिले जाणारे बक्षीस (मोबदला) निव्वळ परकीय चलन व कमाई आधारे दिले जाईल.

५) भारतातील दृश्य वस्तू निर्यात योजना (MEIS) आणि भारतातून सेवा निर्यात योजना (SEIS) विशेष आर्थिक क्षेत्रांना (SEZs) लागू करण्यात आल्या आहेत. थोडक्यात, या योजनांखाली मिळणारे लाभ 'सेझ' ला मिळते.

६) शुल्क पत (Duty Credit Scripts) योजना मुक्तपणे हस्तांतरित करता येईल व त्यातून आयात-निर्यात, शुल्क/जकाती, उत्पादन शुल्क आणि सेवाकरांची रक्कम अदा करता येईल; यामुळे निर्यातदारांना सरकारकडील मोठ्या रकमेचा त्वरित वापर करता येईल.

निर्यात केल्याने मिळणारे बक्षीस खालील प्रयोजनांस वापरता येईल.

१) भांडवली वस्तूंची आयात करताना भरावयाची आयात (Import Duty).

२) देशातील आदाने खरेदीवर भरावयाचे उत्पादनशुल्क अदा करणे.

३) सेवाकरांची रक्कम देणे.

६) निर्यात व्यापारात वाढ करीत परकीय चलनांची उत्तम प्रकारची व्याप्ती केली असेल तर अशा व्यक्तीला अथवा कंपनीला सरकारकडून एक वेगळा दर्जा दिला जाईल. याशिवाय विशेष वागणुकीअंतर्गत व्यापारवृद्धीसाठी सरकार प्रयत्न करेल. निर्यातदाराच्या खर्चात व वेळेत बचत होण्यास सरकार सर्वतोपरी सहकार्य करील.

७) यापूर्वी दिले जाणारे निर्यात गृह, चिन्हांकित निर्यात गृह, व्यापार गृह, नामवंत व्यापार गृह या दर्जाऐवजी निर्यातगृहांना चिन्हे प्रदान करण्यात येऊन, पाच स्टारपर्यंत वर्गीकरण केले जाईल. जसे, फाईव्ह स्टार एक्सपो हाऊस इत्यादी.

८) निर्यातदारांची निर्यात कामगिरी ठरवितांना रुपयांऐवजी युएस् डॉलर्स किती मिळविले किंवा त्याची कमाई केली याचा आढावा घेऊन निर्यात कामगिरी ठरविली जाईल.

९) प्रमाणित निर्यातदार योजना (Approved Exporter Scheme) राबविताना विशेष दर्जा प्राप्त निर्यातदारांना विविध योजनेखाली प्राधान्यक्रम मिळविण्यासाठी स्वत:हून जाहिर करावे लागेल की, वस्तू भारतातच उत्पादित केल्या आहेत. असे जाहीर केले असता प्राधान्यक्रम व्यापार करार (PTAS), मुक्त व्यापार करार (FTAS), सर्वसमावेशक आर्थिक सहकार्य करार (CECAS) सर्वसमावेशक आर्थिक भागीदारी करार (CECAS) योजनेखाली स्वत: उत्पादित वस्तू केल्या आहे म्हणून निर्यात प्रोत्साहन मोबदला मिळविता येईल.

१०) 'मेक इन इंडिया' कार्यक्रमाच्या यशस्वीतेसाठी देशांतर्गत खरेदी करून निर्यात दायित्व/जबाबदारी कमी करण्यात आली. निर्यात प्रोत्साहन हमी योजना (EPCG) मुळे उत्पादकांवर पडणारा निर्यात भार ५०% वरून ७५% करण्यात आला.

११) मूल्यवर्धित व निर्यातक्षम वस्तूंचे उत्पादन मोठ्या प्रमाणात भारतातच केल्यास (MEIS) योजनेखाली मोठ्या प्रमाणावर लाभ मिळतील.

१२) व्यापार सुलभीकरण व सहजपणे व्यवसाय करता यावा म्हणून खालीलप्रमाणे उपाय करण्यात आले आहेत. (Easy Doing Business)

१) २४ x ७ वातावरणात संकेतस्थळावरून इंटरनेटच्या साहाय्याने कागदपत्रे आवेदनपत्रे दाखल करता येतील तसेच कागदपत्राविना व्यापारास चालना दिली जाईल.

२) परकीय व्यापार संचालनालयाकडून ऑन लाईन सुविधा पुरविली जाईल. आयात-निर्यातदारांना या सुविधेचा फायदा होईल.

३) प्रत्यक्ष कागदपत्रांची यापुढे गरज असणार नाही. (Hard copy are not required henceforth).

४) Scanned Copy / फोटा प्रत ऑन लाईन अपलोड करून डिजीटिल सही केली तरी, निर्यात पुरावा ग्राह्य धरला जाईल.

१३) आयात-निर्यात व्यापार पद्धतीचे सुसूत्रीकरण, सुटसुटीत पद्धत, साधेपणा, ई-प्रशासन व डिजिटीलायझेशन केले जाईल. आंतरराष्ट्रीय व्यापार करणे सोपे व सुलभ होईल.

६.४ भारत आणि जागतिक व्यापारसंघटना (India and WTO)

गॅटकरार १ जानेवारी, १९४८ रोजी जिनेव्हा येथे संमत होऊन आंतरराष्ट्रीय व्यापार सुलभपणे होण्यासाठी नियमांची संहिता तयार करण्यात आली. गॅट कराराची मुख्य वैशिष्ट्ये पुढीलप्रमाणे -

१) उत्पादन व आंतरराष्ट्रीय व्यापाराचा विस्तार करणे.

२) जगातील साधनांचा विकासासाठी उपयोग करणे.

३) जीवनमानाची पातळी अधिक उंचवण्यासाठी गॅटच्या चर्चेच्या अनेक फेऱ्या झाल्या. आठवी फेरी ऊरुग्वे (जिनेव्हा) येथे होऊन कृषी उत्पादनांचा समावेश, व्यापाराच्या शर्तीत सेवा, बौद्धिक संपदा आणि परकीय गुंतवणूक, नियंत्रण, औद्योगिक वस्तूंवरील जकाती कमी करणे, (TRIPS आणि TRIMS चा समावेश) इत्यादी बाबी समाविष्ट केल्याने विकसित देश विरुद्ध विकसनशील देश असे गट पडले. डंकेल प्रस्ताव १९९१ मध्ये सादर करण्यात आला, त्याचेच रूपांतर WTO मध्ये झाले.

जागतिक व्यापार संघटनेच्या आतापर्यंत मंत्रिगटाच्या चर्चेच्या अनेक फेऱ्या झाल्या आहेत. अलीकडे बाली येथे ३-७ डिसेंबरदरम्यान चर्चेची ९वी फेरी पार पडली. त्यात चर्चेच्या कामकाजाचा मसुदा जाहीर करून १० निर्णयांवर सहमती झाली. त्यांपैकी व्यापार सुलभीकरण, कृषीव्यापार, नियमन, विकसनशील आणि

गरीब/कमी विकसित देशांच्या समस्या इत्यादी. या दहा निर्णयांपैकी भारताच्या दृष्टीने खालील दोन महत्त्वाचे निर्णय झाले- १) व्यापार सुलभीकरणाचा करार संबंधीचा मंत्री गटाचा निर्णय. २) अन्न सुरक्षा हेतू साध्य करण्यासाठी सार्वजनिक धान्य साठवणूकी बाबतचा मंत्रिगटाचा निर्णय.

१) **व्यापारसुलभीकरण करार :** भारताने याबाबतच्या निर्णयाला सहमती दिली कारण यामागील हेतू असा- १) आयात शुल्क रचनेत सुटसुटीतपणा आणि पारदर्शकता आणणे शक्य होणार आहे. २) संगणकीय प्रणालीद्वारे व्यापार रक्कम आणि धोका व्यवस्थापनाचा अवलंब. ३) बंदराच्या ठिकाणी आयात-निर्यात मालाचा जलद निपटारा.

व्यापार सुलभीकरणाचा मुद्दा विकसित देशांनी लावून धरला होता. तर सार्वजनिक धान्य साठवणूक वितरणाचा मुद्दा जी-३३ आणि ४६ विकसनशील देशांनी लावून धरला, तो केवळ अन्नधान्य सुरक्षा हेतू साध्य करता यावा, म्हणूनच चर्चेच्या अनेक फेऱ्या झाल्या.

२) **अन्न सुरक्षा हेतू :** जागतिक व्यापार संघटनेच्या कृषिमाल व्यापार नियमान्वये सार्वजनिक धान्य वितरण व साठवणूक यावर अन्न सुरक्षितता साध्य करण्यासाठी प्रतिबंध नसला तरी अशा हेतूसाठी धान्य खरेदी बाजार किमतीऐवजी प्रशासकीय किमतीने केली तर शेतकऱ्यांना एक प्रकारचे अनुदान दिले गेले असे समजले जाईल. जागतिक व्यापार संघटनेच्या उरुग्वे चर्चा फेरीन्वये अशा प्रकारचे अनुदान उत्पादन खर्चाच्या १०% पेक्षा जास्त असू नये. असे केल्याने विकसित देशांचा हेतू साध्य होण्यास मदत होते, म्हणून डिसेंबर २००८च्या मंत्रिगटाच्या बैठकीत यात बदल करण्याचे निश्चित झाले. अनेक चर्चा व वाटाघाटी होऊन देखील कृषी अनुदान (सार्वजनिक धान्य खरेदी व वितरण) याबाबत सहमती होऊ शकलेली नाही. जी-३३ या गटाच्या पाठिंब्यावर भारताने कृषी अनुदान देण्यावर सर्वंकष व हिताचे निर्णय होत नाही, तोपर्यंत विकसित देशांच्या व जागतिक व्यापारसंघटनेंच्या धोरणांना विरोध चालू ठेवला आहे व ही बाब भारताच्या भविष्यकालीन वाटचालीच्या दृष्टीने महत्त्वाची ठरणार आहे.

जी-३३ देशांनी सुचविलेल्या व्यापारसुलभीकरणाचा मसुदा व या गटातील देशांनी सुचविलेल्या पर्यायांना विकसित देशांनी विरोध केला असला तरी मान्य केलेल्या मसुद्याला तात्पुरती मान्यता मिळाली असून ११व्या मंत्रिगटाच्या (जागतिक

व्यापार संघटना) चर्चेत मान्यता मिळवण्याच्या प्रतीक्षेत आहे. तूर्त तरी जागतिक व्यापार संघटनेच्या सदस्य देशांना तात्पुरता दिलासा सार्वजनिक धान्य वितरण व साठवणुकीच्या बाबतीत मिळाला आहे. बाली येथील चर्चेनंतर विकसित देशांनी व्यापारसुलभीकरणावर लक्ष केंद्रित केले आहे. जुलै २०१४ मध्ये भारताने निर्णय घेतला तो असा, जोपर्यंत ठोस निर्णय घेऊन त्याची अंमलबजावणी होत नाही, तोपर्यंत भारत चर्चेत सहभागी होऊन सहमती देणार नाही.

भारत आणि जी-३३ देशांच्या सामूहिक प्रयत्नामुळे जागतिक व्यापार संघटनेच्या जनरल कौन्सिलने सार्वजनिक धान्य वितरण व साठवणुकीबाबत २७ नोव्हेंबर, २०१४ रोजी पुढील निर्णय स्वीकारले आहे-

१) अन्न सुरक्षितता साध्य करण्यासाठी सार्वजनिकरीत्या अन्नधान्याची खरेदी व साठवणूक या कार्यक्रमाला जागतिक व्यापारसंघटनेचे सदस्य देश आव्हान देणार नाहीत. अर्थात, ही मुभा कायमचा तोडगा निघेपर्यंत चालू राहील.

२) सार्वजनिक अन्नधान्य साठवणुकीवर ३१ डिसेंबर, २०१५ पर्यंत कायमचा तोडगा काढण्यात यावा. यासाठी WTO च्या मंत्रिगटाचे १० वे चर्चासत्र १५ ते १८ डिसेंबर, २०१५ रोजी नैरोबी केनिया येथे घेण्याचे ठरले. दोहा विकास कार्यक्रमाची चर्चा या चर्चासत्रात पुढे चालू ठेवण्याचे ठरले आहे.

जागतिक व्यापार संघटना आणि भारत यांच्या संबंधांचा आढावा घेता असे लक्षात येते की, जी-३३ देशांचे नेतृत्व करण्यात ब्राझील, भारत आणि दक्षिण आफ्रिकेने आघाडी घेतली असली, तरी भारताने व्यापारसुलभीकरण करारांच्या तरतुदींना कडाडून विरोध केला आहे. या करारातील तरतुदींचे दूरगामी परिणाम भारत व इतर विकसनशील देशांवर संभवतात. भविष्यात भारताची अन्नसुरक्षितता धोक्यात येऊन देशातील गरीब व मध्यमवर्गीय लोकांच्या राहणीमानावर प्रतिकूल परिणाम संभवतात. आर्थिकदृष्ट्या कमकुवत गटांना सवलतीच्या दराने अन्नधान्य पुरवठा करता यावा, शेतकऱ्यांना कृषिमालाचे रास्त भाव मिळावे, मोठ्या प्रमाणावर अन्नधान्य उत्पादन करण्याची प्रेरणा शेतकऱ्यांना मिळावी म्हणून WTO च्या प्रस्तावित तरतुदींना भारताने जी-३३ गटांसह विरोध चालू ठेवला आहे आणि ते भारताच्या हिताचे आहे.

सराव प्रश्न :

प्र. १. थोडक्यात उत्तरे लिहा (१०० शब्दांत)

१) आंतरराष्ट्रीय व्यापाराची रचना म्हणजे काय?

२) आंतरराष्ट्रीय व्यापार धोरणाचा अर्थ सांगा.

३) जागतिक व्यापार संघटनेच्या स्थापनेचे उद्देश सांगा.

४) व्यापारतोलाचा अर्थ सांगा.

प्र. २. खालील प्रश्नांची २०० ते २५० शब्दांत उत्तरे लिहा.

१) भारताच्या आंतरराष्ट्रीय व्यापाराची रचना थोडक्यात विशद करा.

२) भारताच्या आंतरराष्ट्रीय व्यापाराची दिशा स्पष्ट करा.

३) भारताचा आंतरराष्ट्रीय व्यापारात तूट वाढण्याची कारणे कोणती?

४) भारताच्या निर्यातीची रचना कशी आहे?

प्र. ३. सविस्तर उत्तरे लिहा. (४०० ते ५०० शब्दांत)

१) भारताच्या आंतरराष्ट्रीय व्यापात सतत तूट येणाऱ्या कारणांचा आढावा घ्या.

२) भारताच्या आयातीची रचना कशी आहे? भारताचा आयात व्यापार वाढणाऱ्या मुद्द्यांचा थोडक्यात परामर्श घ्या.

३) भारताच्या निर्यातीची वैशिष्ट्ये सांगून विशद करा.

४) भारताचा व्यापार कोणकोणत्या देशांशी होतो आणि तो कसा बदलला आहे याचा सविस्तर आढावा घ्या.

५) भारताच्या २००९ नंतरच्या आंतरराष्ट्रीय व्यापार धोरणाचे वैशिष्ट्ये कोणती आहेत?

प्र. ४. टिपा लिहा. (१०० शब्दांत)

१) भारताच्या आयात व्यापाराची दिशा.

२) भारताचा निर्यात व्यापार रचना.

३) भारताचा आंतरराष्ट्रीय व्यापार तुटीचा.

४) भारताचा आंतरराष्ट्रीय व्यापार.

५) भारताचे आंतरराष्ट्रीय व्यापार धोरण २००९-२०१४.

६) भारताचे आंतरराष्ट्रीय व्यापार-धोरण आणि जागतिक व्यापार संघटना.

७

निर्यात प्रोत्साहन उपाययोजना
Export Promotion Measures

७.१ प्रास्ताविक (Introduction)

आंतरराष्ट्रीय व्यापार करताना विकसनशील देशांना तुटीच्या व्यापारतोलाला तोंड द्यावे लागत आहे. भारताचा व्यापारतोल १९५०-५१पासून १९७२-७३ आणि १९७६-७७या दोन वर्षांचा अपवाद वगळता तुटीचा राहिला आहे. व्यापारतोलात येणारी सततची तूट देशाच्या आर्थिक स्पर्धात्मक परिस्थितीवर प्रतिकूल परिणाम करते तसेच चलनाची बाह्य किंमत, व्याजदर, भांडवल आयात, अंतर्गत किंमत पातळी, भांडवल उभारणी इत्यादींवर परिणाम करीत असल्यामुळे आर्थिक परिस्थितीत बिघाड

होत जातो. वस्तू व सेवांची आयात निर्यातीपेक्षा जास्त असल्यास निर्यात प्रोत्साहन उपाययोजना करावी लागते. २०१३-१४ मध्ये भारताच्या व्यापारतोलातील तूट -८१०४२३ कोटी रुपये होती. जागतिक व्यापार संघटनेच्या अहवालानुसार २००४मध्ये जगाच्या एकूण निर्यातीत व आयातीत भारताचा हिस्सा अनुक्रमे ०.८ आणि १.०% होता तो २०१३-१४मध्ये अनुक्रमे १.७% व २.५% पर्यंत वाढला असला तरी तो अत्यंत कमी आहे. जागतिक निर्यातदार व आयातदार क्रमवारीत भारताचा क्रमांक अनुक्रमे २००३-०४ मध्ये ३० आणि २३ होता तो २०१३-१४मध्ये १९ व १२ क्रमांकावर गेला आहे. समाधानाची बाब अशी निर्यातदार देशांमध्ये भारत १९व्या स्थानावर गेला असला तरी दुसऱ्या बाजूने आयातदारांच्या क्रमवारीत भारताचा क्रमांक २३ वरून १२व्या स्थानी जाणे म्हणजे आयातीच्या आकारमानात व मूल्यात देखील प्रचंड वाढ झाली असल्याने व्यापारतोलातील तूट सतत वाढतच आहे. व्यापारतोलातील तूट कमी करणेसाठी १९५०-५१ पासून भारताने अनेक उपाययोजना केल्या आहेत. मात्र, त्या सर्व योजनांचे फलीत मर्यादित प्रमाणात मिळाल्याने निर्यात प्रोत्साहन व आयात पर्यायीकरण धोरणे अव्याहतपणे राबविली जात आहेत. निर्यात प्रोत्साहन धोरणांपैकी विशेष आर्थिक क्षेत्रे (Special Economic Zones) ही एक प्रभावी उपाययोजना भारत सरकार राबवित आहे.

७.२ **विशेष आर्थिक क्षेत्र** (Export Promotion - SEZ)

विशेष आर्थिक क्षेत्र म्हणजे असे क्षेत्र ज्या ठिकाणी आयात व निर्यात बाबतीचे आर्थिक नियम, कायदे, देशातील इतर भूभागापेक्षा लवचीक व व्यापक असतात. विशेष आर्थिक क्षेत्रात व्यापार, औद्योगिक उत्पादन, व्यवसाय करणेसाठी शुल्क आणि जकाती यातून सूट दिली जाते. विशेष आर्थिक क्षेत्रात स्वत:च्या पायाभूत सुविधा आणि पूरक सेवा असतात ते इतरांवर (शासन, स्थानिक स्वराज्य संस्था, राज्यसरकारवर) अवलंबून नसतात. थोडक्यात, हे सर्व बाबतीत स्वयंपूर्ण असे उत्पादन केंद्र असते. सेझच्या कार्यक्षेत्रात वस्तू उत्पादन, प्रक्रिया, जुळणी, व्यापार, दुरुस्ती, पुर्नव्यवस्था, सोने व चांदी दागिने तयार करणे, सोने शुद्ध करणे, इत्यादी प्रकारच्या कृती केल्या जातात. सेझच्या कायद्यान्वये विशेष आर्थिक क्षेत्र (सेझ) आयात शुल्क आकारणी क्षेत्राबाहेरचे समजले जाते. सेझच्या कार्यक्षेत्रात भारतातील इतर स्थानिक जकाती क्षेत्रातून येणाऱ्या वस्तू व सेवांना भारतातील निर्यात समजली जाते. माडलर सेझच्या कार्यक्षेत्रातून भारतातील इतर कार्यक्षेत्रात पाठविलेल्या वस्तू व सेवांची

भारतातील आयात समजली जाते. थोडक्यात, सेझ भारतातील विशेष उत्पादनक्षेत्र असले तरी ती वेगळी प्रांत/देश (Territory) मानली गेल्याने आयात व निर्यात शब्दप्रयोग केला जातो. भारतात असूनही वेगळेपण जपल्याने आयात शुल्क व जकाती, आर्थिक कायदे व नियम यांच्या जाचातून मुक्तता मिळाल्याने रोजगार, दळणवळण, पायाभूत सुविधा, राष्ट्रीय उत्पादनात कमी कालावधीत वाढ होते अशी धारणा सेझच्या निर्मितीमागे असते. दक्षिण आशियाई देश व चीन यांनी १९८०च्या दशकांत सेझच्या निर्मितीवर भर दिल्याने त्यांना प्रचंड यश आले. भारताने इतर देशातील सेझचे फायदे ओळखून सेझ निर्मितीला कायदा करून चालना दिली आहे.

अ) सेझचे फायदे

१) उद्योगधंद्यांना चालना : पायाभूत सुविधांची निर्मिती करून उद्योगधंदे स्थापन करण्याला चालना दिली जाते. इतर पूरक सेवा देखील एकाच ठिकाणी उपलब्ध करून दिल्या जातात. उदा. शैक्षणिक संस्था, इंजिनिअरिंग महाविद्यालये, व्यवस्थापनशास्त्र संस्था, आरोग्यकेंद्रे, विमा, बँका, सल्ला केंद्र इत्यादी.

२) कुशल मनुष्यबळाचा पुरवठा : सेझच्या कार्यक्षेत्रात कार्यरत असणाऱ्या शैक्षणिक संस्था व सभोवतालच्या प्रदेशातील संस्थेमधून कुशल व सक्षम मनुष्यबळाचा पुरवठा होतो. मूलत: भारतात कुशल व सक्षम मनुष्यबळाचा प्रचंड पुरवठा असल्याने स्वस्तात पुरवठा होत असल्याने वस्तू उत्पादनाचा खर्च कमी येतो.

३) आर्थिक प्रलोभने : उत्पादकांना 'सेझ' प्रदेशात उत्पादन सुरू करण्याची प्रेरणा देण्यासाठी त्यांना आकर्षित करण्यासाठी सुरुवातीचे पाच वर्षे १००% उत्पन्न कर माफ केला जातो. पुढची दोन वर्षे ५०% उत्पन्न कर माफ केला जातो.

४) प्रत्यक्ष परकीय गुंतवणूक : सेझ कार्यक्षेत्रात प्रत्यक्ष/थेट परकीय गुंतवणूक आकर्षित करण्यासाठी अनेक प्रकारच्या सोयी व सवलती दिल्या जातात. उत्पादन क्षेत्रात १००% थेट परकीय गुंतवणुकीला चालना दिली जाते.

५) औद्योगिक आणि आयात परवाना : सेझ कार्यक्षेत्रात उद्योग व उत्पादन करू इच्छिणाऱ्या संस्थांना औद्योगिक परवाना द्यावा लागत नाही; तसेच आयात परवाना घेण्यातून सूट दिली जाते. उत्पादन क्रिया सुरळीत व जलद, प्रवाही करण्यासाठी परवानगी घेण्याच्या कटकटीतून सूट दिली जाते.

६) विविध क्षेत्रे घोषित : सेझच्या अधिपत्याखाली अनेक प्रकारचे व्यापार, उद्योग व सेवाक्षेत्रे तयार करून घोषित केले जातात. उदा. निर्यात प्रक्रिया क्षेत्र, मुक्त

व्यापार क्षेत्र, औद्योगिक क्षेत्र, मुक्त बंदर क्षेत्र, शहरी उद्योग व्यवसाय संस्था इत्यादी क्षेत्रे घोषित करून परकीय थेट गुंतवणूक आकर्षित केली जाते.

ब) भारतातील सेझची वाटचाल

सध्या भारतात सेझची १४ केंद्रे कार्यरत असून महाराष्ट्रात सांताक्रुझ (मुंबई) कोचीन (केरळ), कांडला आणि सुरत (गुजरात), चेन्नई (तमिळनाडू), विशाखापट्टणम् (आंध्रप्रदेश), फाल्टा आणि साल्ट लेक (पश्चिम बंगाल), नोएडा (उत्तरप्रदेश), इंदोर (मध्यप्रदेश), जयपूर (राजस्थान) इत्यादी. आकर्षक आर्थिक प्रलोभने आणि उच्चतम गुंतवणूक संधीमुळे भारतातील अनेक उद्योग समूहांना सेझच्या केंद्राने आकर्षित केले आहे. उदा. महिन्द्रा आणि महिन्द्रा या उद्योग समूहाने चेन्नई येथे महिन्द्रा जागतिक शहर म्हणून सेझचे पहिले केंद्र विकसित केले आहे. अर्थात, यात तमिळनाडू औद्योगिक विकास महामंडळाचा वाटा ११% आहे.

रिलायन्स उद्योग समूहाने हरियाना सरकारबरोबर २५०० कोटी रुपयांचा गुरगांव जवळ सेझ प्रकल्प करण्यासाठी करार केला आहे. भारत सरकारने ५८८ राज्यनिहाय व क्षेत्रनिहाय सेझ प्रकल्प मंजूर केले आहेत. २००४-०५ मध्ये सेझ क्षेत्रातून १७,७२९ कोटी रुपयांची निर्यात करण्यात आली. २००९-१० मध्ये निर्यातीचे प्रमाण २६.१ % वाढून २,२०,७११ कोटी रुपये झाले. भारतात २५७ सेझचे प्रकल्प अहवाल शासनाने मंजूर केले आहेत त्यांपैकी ६३ प्रकल्पांची शासनाच्या गॅझेटमध्ये घोषणा झाली आहे. (१०० एकर ते १००० एकर जमिनीचे क्षेत्रफळ सेझसाठी मंजूर केले जाते.) सेझची वाटचाल २०१३-१४ मध्ये सेझक्षेत्रातून ४,९४०७७कोटी रुपयांची निर्यात करण्यात आली. अगोदरच्या वर्षाच्या तुलनेत केवळ ४०% ने वाढ झाली व नव्याने ३४७ सेझ प्रकल्पाची सूचना केंद्र सरकारने शासकीय मुख्यालयात जाहीर केली आहे. ३१ मार्च २०१५ अखेर १९९ सेझचे प्रकल्प भारतात कार्यरत होते. सेझसाठी भूमीचे (Land Size) आकारमान क्षेत्र किती असावे याबाबत अनेक मतभेद आहेत तसेच भूमी अधिग्रहणातील प्रक्रियेत अडचणी प्रचंड असल्याने सेझ प्रकल्पात फारशी प्रगती होऊ शकली नाही. संसदीय समितीच्या (२००७) ६३व्या अहवालानुसार सेझ प्रकल्पातून ४८६८५ लोकांना रोजगार प्राप्त झाला आहे.

क) सेझचे तोटे

१) सेझच्या कार्यक्षेत्रातील उद्योगांना 'सार्वजनिक उपयोगिता सेवा' म्हणून कायदेशीर स्थान प्राप्त झाल्याने कामगारांना संप करता येत नाही. संप करण्याअगोदर ६

आठवडे लेखी सूचना देण्याव्यतिरिक्त औद्योगिक कलह कायदा १९४७ खालील तरतुदीचे पालन करावे लागेल.

२) सेझच्या कार्यक्षेत्रातील विकसित भूखंडाचे वितरण लीज अथवा परवाना योजना राबवून देताना स्टॅम्प शुल्क आणि नोंदणावळीचा खर्च माफ करण्यात आल्याने राज्यसरकारला महसुलावर पाणी सोडावे लागते.

३) केंद्र सरकार व राज्य सरकारचे महसूल नुकसान सेझमुळे वाढते. उत्पन्न कर, भांडवलीकर, नफाकर, विक्रीकर, वॅट इत्यादी करातून पूर्णपणे आणि ५ वर्षानंतर अंशत: सूट दिल्यामुळे केंद्र सरकारच्या महसुलाचे नुकसान होते.

४) अनेक उद्योजक व व्यावसायिक सेझच्या कार्यक्षेत्रात उद्योग सुरू करण्यास तयार असल्याने व सेझ स्थापन करण्यासाठी पुढे येत असल्याने राज्य सरकारच्या सहकार्याने शेतकऱ्यांच्याकून स्वस्तात जमिनी अधिग्रहीत केल्याने उद्योगपती व उद्योगसमूहाकडे मोठ्या प्रमाणात जमिनीचे केंद्रीकरण होण्याचा धोका संभवतो.

५) अनेक उद्योगसमूहांनी व उद्योजकांनी सेझच्या उभारणीत रस दाखविला असला तरी प्रत्यक्षात अत्यंत मोजक्याच ठिकाणी सेझचे प्रकल्प कार्यरत झाले आहेत; त्यामुळे उद्योग व व्यवसायला भरभराट येण्याचे दिवस लांबच राहिले आहेत.

७.३ भारतातील बहुराष्ट्रीय कंपन्यांची भूमिका (Role of Multinational Corporations in India)

बहुराष्ट्रीय कंपन्या (MNCs) एकापेक्षा अधिक देशात त्यांच्या व्यवसायाचे संघटन करून चालवतात. त्या कंपन्यांची उत्पादने (Manufacturing) आणि विक्रीची सुविधा विविध देशात असते. बहुराष्ट्रीय कंपन्या जगात विस्तार करण्यासाठी आणि जागतिक प्रतिनिधी म्हणून सहभागी झाल्या. त्याचे व्यवस्थापन आणि निर्णय ते स्वत: घेतात. बहुराष्ट्रीय कंपन्यांच्या व्यवस्थापनाचे मुख्यालय एका देशात (स्वदेशात) असते. मात्र, अशी कंपनी इतर अनेक देशात कार्यरत असते.

अ) बहुराष्ट्रीय कंपन्यांची वैशिष्ट्ये (Characteristics of MNCs)

बहुराष्ट्रीय कंपन्यांची बहुविध प्रक्रिया, बहुविध उत्पादन आणि बहुराष्ट्रीय कार्पोरेट संस्था (Enterprise) त्यांची वैशिष्ट्ये पुढीलप्रमाणे –

१) आकाराचा फायदा : बहुराष्ट्रीय कंपन्या आकाराने मोठ्या असतात. त्यांची संपत्ती आणि विक्री हजारो कोटी रुपयांची किंवा अमेरिकन डॉलरची असते.

जगातील अनेक देशात गुंतवणुकीला संधी असते. मोठ्या प्रमाणात उत्पन्न असते. सर्वसाधारणपणे नफा मोठा मिळतो. जगातील सर्वांत मोठ्या ३०० बहुराष्ट्रीय कंपन्यांचे नियंत्रण उत्पादक संपत्तीवर जगातील स्टॉकवर (Stock) २५% पेक्षा अधिक प्रमाणात आहे. सहभाग आणि एकत्रीकरणातून त्या मोठ्या पातळीवर वाढत आहेत. त्यांचा आंतरराष्ट्रीय आर्थिक व्यवहारावर मोठा प्रभाव आहे.

२) आंतरराष्ट्रीय व्यवहार : बहुराष्ट्रीय कंपन्यांचे व्यवहार आंतरराष्ट्रीय पातळीवर असतात; तसेच त्यांचे नियंत्रण एका संस्थेच्या हातात (स्वदेशात) असते. त्याला 'जागतिक कारखाने' असे म्हटले जाते. ते जगात सतत संधीचा शोध घेतात.

३) अल्पविक्रेताधिकाराचे स्वरूप : बहुराष्ट्रीय कंपन्या विलीनीकरण आणि लाभ व प्राप्तीच्या मार्गाचा अवलंब करतात; त्यामुळे त्या मोठ्या शक्तिमान संघटना होतात. त्यांची प्रक्रिया अल्पविक्रेताधिकाराची वैशिष्ट्य बनते.

४) स्वयंस्फूर्त उत्क्रांती : बहुराष्ट्रीय कंपन्या स्वयंस्फूर्तीने संधीमुळे विकसित झाल्या. त्यांचा विकास 'हळूच वाढ' या पद्धतीने होत आहे. कमी वेतनाचा फायदा आणि चांगल्या संधी यामुळे त्यांचा विस्तार इतर देशात झाला. इतर देशात त्यांचे उपक्रम मोठ्या प्रमाणात विस्तारित झाले.

५) साधनांची बहुविध वाहतूक : बहुराष्ट्रीय कंपन्या साधनांच्या बहुविध वाहतुकीचे फायदे घेतात. त्याचप्रमाणे वाहतूक साधनांमुळे तंत्रज्ञान, साधनसामग्री आणि मशिनरी, कच्चा माल, मध्यम वस्तू, व्यवस्थापकीय सेवा इत्यादींचा उपयोग केला जातो.

ब) भारतात बहुराष्ट्रीय कंपन्यांची भूमिका/ महत्त्व (Role MNCs in India)

बहुराष्ट्रीय कंपन्यांना भारतातील कंपन्यांशी सहभाग वाढविला. तंत्रज्ञान आणि विक्रीबाबत सहभागी करार झाले. त्यामध्ये परकीय ब्रँड किंवा चिन्हाचा वापर होत आहे. १९८०पासून भारतात बहुराष्ट्रीय कंपन्यांचे उदारीकरणाच्या संदर्भात वातावरण निर्माण झाले आणि ते जलद वाढले. एकूण प्रत्यक्ष परकीय गुंतवणुकीच्या प्रस्तावाला मान्यता मिळाली. १९९१पासून २००२पर्यंत रक्कम २९,०८,५४ कोटी रुपयांपर्यंत वाढली, तर त्याविरुद्ध १९८१ ते ९० पर्यंत फक्त १२७४कोटी रुपयेपर्यंत होती. भारतात परकीय प्रत्यक्ष गुंतवणूक १९९०-९१मध्ये १०३ मिलीयन डॉलरपासून २००३-२००४पर्यंत १४,७७६ मिलीयन डॉलरपर्यंत वाढली. २०१४-१५मध्ये ४४,८७७ मिलीयन डॉलर्स इतकी प्रत्यक्ष थेट गुंतवणूक भारतात झाली. सर्वांत जास्त प्रत्यक्ष थेट

गुंतवणूक मॉरीशसची असून, सर्वांत कमी प्रत्यक्ष थेट गुंतवणूक UAE कडून होते. जगातील अनेक देशांनी भारतात केलेल्या थेट गुंतवणुकीचे आकारमान मार्च २०१५अखेर १,२३३,५३८ कोटी रुपये आहे. भारतीय अर्थव्यवस्थेच्या विविध क्षेत्रांत आलेल्या एकूण प्रत्यक्ष थेट गुंतवणुकीचा विचार करता सर्वांत थेट परकीय गुंतवणूक सेवा क्षेत्र (१७%), बांधकाम, शहरीविकास, गृहनिर्माण (१०%), टेलीकम्युनिकेशन (७%), संगणक व सॉफ्टवेअर, हार्डवेअर (४%), औषधे (५%), वाहनउद्योग (५%), रसायने उद्योग (४%), वीजनिर्मिती (४%), धातू व पोलाद उद्योग (३%), व्यापार (३%).

निव्वळ परकीय प्रत्यक्ष गुंतवणूक ३४२० मिलीयन डॉलर आणि १०,९१८ मिलीयन डॉलर गुंतवणूक परकीय गुंतवणूकदार संस्थांनी गुंतविली. युरो साधारण इक्विटीज (Equities) आणि इतर खात्यात ४३८ मिलीयन डॉलर होते. भारतात ३०५७ बहुराष्ट्रीय कंपन्या असून ८१५ देशातील आहेत तर २२४२ परकीय सहकार्यातून चालविल्या जातात.

भारतात सध्या येथे १५७ अमेरिकन, ११९ जापनीज, ४३ ब्रिटिश, ३३ जर्मनी, ३२ फ्रेंच इत्यादी बहुराष्ट्रीय कंपन्या यशस्वीपणे काम करत आहेत. सध्या बहुराष्ट्रीय कंपन्या आणि देशांतर्गत कंपन्यांमध्ये भारतात आदराचे (respect) धोरण आहे. त्यानुसार बहुराष्ट्रीय कंपन्याची महत्त्वाची भूमिका पुढीलप्रमाणे –

नेहमी बहुराष्ट्रीय कंपन्याची अशी बाजू मांडली जाते की, त्यांच्याकडे अधिक तंत्रज्ञान, व्यवस्थापनाचे कौशल्य आणि उत्पादक (Manufacturing) सुधारणा आहेत; त्यामुळे भांडवल उभारणीत मदत होते. इतर उद्योगांची सुधारणा करून मागासलेल्या भागातसुद्धा त्यांनी साखळी निर्माण केली; त्यामुळे विकसनशील देशांच्या उत्पन्नात वाढ झाली; तसेच व्यवहारतोलाच्या समस्या सोडविण्यास मदत झाली. रोजगाराच्या संधी उपलब्ध झाल्या आणि खर्च बाहेर जाण्यास मदत झाली. व्यवहारात विकसनशील देशांना पूर्णपणे फायदा घेता आला नाही. बहुराष्ट्रीय कंपन्यांचे ध्येय विकसनशील देशात, जसे भारतात, स्वत:चे हित सांभाळणे हे होते. बहुराष्ट्रीय कंपन्यांचा कल यजमान देशात राजकीय उपक्रमात आणि उद्योगात हस्तक्षेप करण्याकडे आहे.

क) बहुराष्ट्रीय कंपन्यांचे उपद्रवी आणि हानिकारक परिणाम

भारतीय अर्थव्यवस्थेत बहुराष्ट्रीय कंपन्यांचे हानिकारक परिणाम पुढीलप्रमाणे–

१) अधिकाधिक नफा : बहुराष्ट्रीय कंपन्यांचे महत्त्वाचे ध्येय जास्तीत जास्त

नफा मिळविणे हे आहे. भारताची पैशांची मोठी रक्कम बाह्य प्रवाहात बाहेर जात आहे; जसे डिव्हीडंट, रॉयल्टी, नफा, व्याज, परकीय गुंतवणुकदारांकडे जाते.

२) भांडवलप्रधान तंत्रज्ञानाचा उपयोग : बहुराष्ट्रीय कंपन्या भांडवलप्रधान तंत्राचा उपयोग करून जास्तीत जास्त नफा मिळवत आहेत त्यामुळे विकसनशील देशात रोजगाराच्या अधिक संधी निर्माण होत नाहीत. त्यामुळे श्रमिकांचे आधिक्य निर्माण होते; त्यामुळे विकसनशील देशातील बेकारी आणि दारिद्र्याच्या समस्या दूर होत नाहीत.

३) बाह्य तंत्रज्ञानाचे अवपुंजन : बहुराष्ट्रीय कंपन्या विकसनशील देशात तयार अवस्थेतील वापरण्यात येणाऱ्या प्रकल्पात तंत्रज्ञानाचा वापर करतात. त्यांचे ध्येय परकीय तज्ज्ञ आणि तंत्रज्ञानावर आधारून किंवा अवलंबून कायमस्वरूप ठेवणे हेच असते.

४) आर्थिक स्वरूपाची उभारणी : बहुराष्ट्रीय कंपन्या चैनीच्या वस्तू तसेच उपभोक्त्याच्या दुप्पट उत्पादनासाठी उत्पादन करण्याला महत्त्व देतात; त्यामुळे विकसनशील देशातील उत्तम उच्च उत्पन्नाची विभागणी होते. अनावश्यक उत्पादने निर्माण केली जातात. त्यांच्या मोठ्या जाहिराती केल्या जातात. ग्राहकांना त्या आकर्षित करतात आणि त्यांची उत्पादने उच्च किमतीला विकली जातात. हा त्यांचा हेतू असतो.

५) राजकीय हस्तक्षेप : बहुराष्ट्रीय कंपन्यांकडून वित्तीय आणि तांत्रिक शक्तीद्वारे त्यांची संख्या वाढविण्यासाठी विकसनशील देशावर राजकीय दबाव आणला जातो; त्यामुळे देशाचे स्वातंत्र्य आणि सार्वभौमत्व धोक्यात येण्याची शक्यता असते; म्हणून विविध देशाची सरकारे बहुराष्ट्रीय कंपन्यांवर बंधने आणण्यासाठी उपक्रमांवर कायदेशीर प्रशासकीय नियंत्रण आणतात.

६) सट्टेबाजीच्या व्यवहारात वाढ : बहुराष्ट्रीय कंपन्या रोखेरूपी गुंतवणुकीला प्राधान्य देतात; त्यामुळे शेअर्समध्ये सट्टेबाजाचा व्यापार वाढतो. शेअरबाजारात कृत्रिम भरभराट दाखविली जाते. शेअर्सच्या किमती कावेबाजपणे कमी–जास्त दाखविल्या जातात; तसेच मोठ्या गुंतवणुकदारांचा कल मोठ्या लाभाकडे असतो.

७) सामाजिक न्यायाला डावलणे : बहुराष्ट्रीय कंपन्यांचा हेतू जास्तीत जास्त नफा मिळविणे हा असतो; त्यामुळे सामाजिक सेवांच्या घटकांकडे पूर्णपणे दुर्लक्ष केले जाते. बहुराष्ट्रीय कंपन्या मुक्त बाजार पद्धतीत गुंतवणूक बाजाराच्या

मागणीनुसार जास्तीतजास्त नफा मिळण्याच्या दृष्टीने करतात.

८) सामाजिक जबाबदारी आणि व्यवसायाची नीती डावलणे : बहुराष्ट्रीय कंपन्या मुख्यत: नफा मिळविण्याकडे अधिक लक्ष देतात ते सामाजिक जबाबदारीचा विचारत करत नाहीत. तसेच बहुराष्ट्रीय कंपन्यांचा कल अयोग्य पद्धतीने फायदा घेण्याकडे असतो. भारतात नैसर्गिक साधनांना आणि वातावरणालासुद्धा ते जबाबदार आहेत. उदा. भोपाळ गॅस प्रकरण इत्यादी. बहुराष्ट्रीय कंपन्या देशाचा आर्थिक समतोल टिकवून ठेवू शकणार नाहीत.

ड) बहुराष्ट्रीय कंपन्यांचे विनियमन किंवा कायदा (Regulation of MNCs)

बहुराष्ट्रीय कंपन्यांचे विनियमन पुढीलप्रमाणे दिसून येते-

१) ठरावीक उद्योगात सहभाग : सरकार ठरावीक उद्योगात सहभागासाठी परवानगी देते. भारतात परकीय गुंतवणुकीला तात्त्विक मान्यता दिली जाते. परंतु वैयक्तिक मान्यतेबाबत प्रशासकीय निर्णय घेतला जातो.

२) आंतरराष्ट्रीय बाजाराचा मार्ग उपलब्ध : परकीय समभाग ५१% घेण्याची परवानगी दिली आहे. १९९१च्या नवीन औद्योगिक धोरणानुसार व्यापारी कंपन्यांनी प्रथमत: निर्यात उपक्रमावर भर दिला. व्यवसायासाठी व्यापारगृहे देशांतर्गत व्यापारासाठी आणि सरकारी निर्यातगृहांचा आयात-निर्यात धोरणात समावेश केला.

३) चालू आर्थिक सुधारणा : भारत सरकारने परकीय गुंतवणूक वाढविण्यासाठी अनेक पावले उचलली. त्यामध्ये परकीय गुंतवणूक अंमलबजावणी अधिकार (FIIA) ची स्थापना केली. त्याचबरोबर उद्योग मंत्रालय गुंतवणुकीसाठी तत्काळ मान्यता देते; तसेच देशांतर्गत प्रवाह प्रत्यक्षपणे होत असल्याने प्रकल्पांची मागणी यशस्वी होते.

४) परकीय उद्योगाचा विस्तार : गुंतवणुकदार (FIIs) वर्गातील परकीय संस्थांची निव्वळ उच्च वैयक्तिक गुंतवणुकीला सुरक्षितता किंवा संरक्षणासाठी भारतात विनिमय बोर्डाची (SEBI) स्थापना झाली.

५) म्युच्युअल फंडाला सर्वसाधारण परवानगी : मार्च १९९९ मध्ये भारताच्या मध्यवर्ती बँकेने म्युच्युअल फंड एककाची अनिवासी भारतीयांसाठी सर्वसाधारण परवानगी दिली; तसेच ओव्हरसिज कार्पोरेट बॉडीजला परवानगी दिली.

६) ॲन इन्श्युरन्स रेग्युलेटरी ॲण्ड डेव्हलपमेंट ॲक्ट (IRDA) : हा डिसेंबर १९९९ मध्ये लोकसभेत पास झाला. या कायद्याचे ध्येय खाजगी क्षेत्राच्या सहभागासाठी विमा क्षेत्राला परवानगी देणे हे होय. देशांतर्गत खाजगी विमा कंपन्यांत

एकूण २६% गुंतवणूक झाली.

७) स्वयंचलित मार्ग : क्षेत्रांच्या धोरणात सर्व परकीय (NRI) आणि गुंतवणुकदारांना स्वयंचलित मार्ग उपलब्ध झाला. ते १००% गुंतवणूक FDI/NRI/OCB गुंतवणूक करू शकतात. सार्वजनिक क्षेत्रातील कंपन्यांनासुद्धा निर्यातक्षम कंपन्यांसारखीच मान्यता देण्यात आली.

अशा रीतीने परकीय भांडवलाचे मोठ्या प्रमाणात आकर्षण निर्माण करणे आवश्यक आहे; त्यामुळे पायभूत सुविधांचा विकास; कामगार धोरणांचे शास्त्रीयीकरण, कार्यक्षमतेत सुधारणा, सततचा व्यापार, औद्योगिक शहरे, मुक्त स्थाने विकसित करणे इत्यादी शक्य होते. मुख्य उद्दिष्ट भारतीयांचे बहुविधीकरण करण्यासाठी येथे कौशल्य, श्रम, पायाभूत सुविधा, औषधोपचार सुधारण्याची गरज आहे; तरच भारत टर्न (To Turn) घेऊ शकतो. मेड इन इंडिया (Made in India) दर्जाचा मार्क आणि मूल्य जगात असेल तेव्हाच खऱ्या जागतिकीकरणाला अर्थ आहे.

७.४ परकीय चलन व्यवस्थापन कायदा (Foreign Exchange Management Act - FEMA)

आंतरराष्ट्रीय नाणेनिधीचा भारत संस्थापक देश असून सुरुवातीला भारताने स्थिर विनिमय दर पद्धती स्वीकारली. १९७४-७५मध्ये भारताचे चलन ब्रिटिश पौंडशी जोडण्यात आले. १९७१ मध्ये आंतरराष्ट्रीय निधी पुरस्कृत स्थिर चलन विनिमयदर पद्धत मोडकळीस आली असता अनेक विकसित अर्थव्यवस्थांनी लवचीक विनिमयदर पद्धतीचा स्वीकार केला; मात्र भारताने १९७५पर्यंत स्थिर विनिमय दर पद्धत चालू ठेवली होती. १९७५नंतर भारताचा ब्रिटनशी व्यापार कमी झाल्याने रुपया व पौंड यांचा संबंध रिझर्व बँकेने संपुष्टात आणून रुपयाचा संबंध भारीत टोपली चलनांशी (Weighted Basket Currencies) जोडला. १९९३ नंतर आर्थिक सुधारणांना अनुसरून रुपयाचा दर डॉलर्सची मागणी व पुरवठा यानुसार ठरविण्याच्या पद्धतीचा स्वीकार केला. थोडक्यात, १९९३ पासून भारताने लवचीक विनिमयदर चलन पद्धतीचा स्वीकार केला.

विनिमयदर नियंत्रणाचे काम भारत सरकारने रिझर्व्ह बँकेला दिलेले असून रुपया डॉलर यांच्या विनिमय दरातील चढ-उतारीवर रिझर्व बँक लक्ष ठेवून असते. वेळप्रसंगी सुयोग्य विनिमय चलनदर राखण्यासाठी हस्तक्षेप देखील करावा लागतो. परकीय चलन व्यवस्थापन कायदा येण्याअगोदर भारतात परकीय चलन विनिमय आणि

नियंत्रण कायदा १९७३ अस्तित्वात होता. त्यातील तरतुदी निर्यात व आयात व्यापार वाढविण्यासाठी पूरक नव्हत्या. अनेक नियंत्रणे व कागदपत्रांची पूर्तता त्यामुळे परकीय चलन व्यवहार व साठवणूक करणे जिकिरीचे होते. हा कायदा अर्थव्यवस्थेच्या आर्थिक विकासाला पोषक नव्हता. १९९३मध्ये द्वि विनिमय कर पद्धत संपुष्टात आणली गेली. १९९४मध्ये सुरुवातीला रुपया व्यापार खात्यावर रूपांतरित करण्यात आला. तद्नंतर चालू खात्यावर (व्यवहार तोलाच्या) परिवर्तनीय करण्यात आला असला तरी भांडवली खात्यावर, रुपया अद्यापही परिवर्तनीय करण्यात आलेला नाही. परकीय चलन व्यवस्थापन कायदा (FEMA) १९९८मध्ये संसदेत सादर करण्यात आला; चर्चेअंती १ जून २००० मध्ये तो स्वीकारण्यात येऊन अंमलबजावणीला सुरुवात झाली.

अ) फेमाची वैशिष्ट्ये (FEMA)

१) फेमा सेक्शन ३ खाली कोणत्याही व्यक्तीला परकीय चलन अथवा परकीय मालमत्ता/ प्रतिभूती बेकायदेशीर व्यक्तीला हस्तांतरित करता येणार नाही.

२) सेक्शन ४ खाली भारतातील कोणतीही व्यक्ती भारताबाहेर परकीय चलन मिळविणे, जमा करणे, वाढविणे, हस्तांतरित करणे, परकीय मालमत्ता, परकीय प्रतिभूती मिळविणे इत्यादी बाबी करू शकत नाही.

३) सेक्शन ५ अंतर्गत व्यापार तोलाच्या चालू खात्यावरील व्यवहार पूर्ततेसाठी कोणतीही व्यक्ती परकीय चलनांची विक्री व खरेदी कायदेशीर (परवाना प्राप्त) व्यक्ती अथवा संस्था (Authorised Person/Institution) करू शकते.

४) सेक्शन ६ खाली भांडवली खात्यावरील व्यवहार पूर्ततेसाठी कोणतीही व्यक्ती अथवा संस्था परकीय चलनाची विक्री व खरेदी कायदेशीर (परवाना प्राप्त) व्यक्तीकडून करू शकते. अर्थात अशा व्यवहारासाठी रिझर्व्ह बँकेची परवानगी असणे आवश्यक आहे. विशिष्ट हेतूसाठी व ठरावीक मर्यादेपर्यंत परकीय चलन खरेदी व विक्रीची परवानगी भांडवली खात्यावरील व्यवहारासाठी परवानगी दिली जाते.

५) सेक्शन ६ च्या उपकलमाखाली रिझर्व्ह बँक भारतातील व्यक्ती जी भारताबाहेर राहून भारतीय चलनात गुंतवणूक करते, साठा करते, स्थावर मालमत्तेत गुंतवणूक करते, अशा व्यवहाराचे नियंत्रण करण्याचा अधिकार आहे.

६) फेमा १९९८ अन्वये प्रत्येक भारतीय निर्यातदाराला माल आयात व निर्यातीचे

सविस्तर विवरण पत्र रिझर्व्ह बँकेला सादर करणे बंधनकारक करण्यात आले आहे. मिळविलेले परकीय चलन, मालाचे स्वरूप व मात्रा जाहीर करणे बंधनकारक करण्यात आले आहे.

७) सेक्शन ९ खाली फेमा कायद्यातून परकीय चलन मिळविणे व पाठविणे बाबतीची मुभा व सूट यांचे विवेचन केले आहे.

८) फेमा कायद्याच्या तरतुदींचा भंग करणाऱ्या व्यक्ती अथवा संस्थेला दंड (Penalty) भरावी लागेल. दंडाची रक्कम परकीय चलन वापराच्या दुप्पट भरावी लागते.

९) सेक्शन ४० अन्वये केंद्र सरकार फेमाची अंमलबजावणी, तरतुदी, काही काळ निलंबित करू शकते किंवा तरतुदी शिथिल करू शकते.

ब) फेमा कायद्याचे मूल्यमापन

नवीन आर्थिक धोरण १९९१ चा स्वीकार व तद्नंतरच्या अंमलबजावणीमुळे भारताकडे येणाऱ्या परकीय थेट गुंतवणुकीच्या आणि भाग भांडवल बाजारात येणारी पोर्ट फोलिओ गुंतवणुकीच्या वाढीमुळे भारताकडे परकीय चलनाचा साठा प्रचंड प्रमाणात वाढला आहे. अशा परिस्थितीत फेमाच्या तरतुदी व फेमाचे व्यवस्थापन याकडे बघण्याचा हेतू तितकाच कडक नाही. फेमा येण्याअगोदर फेरा (Foreign Exchange Regulation Act) च्या तरतुदी जाचक व कडक होत्या. फेमा कायद्यामुळे अर्थव्यवस्थेची गरज भागली गेली त्याशिवाय परकीय चलन व्यवहार, परकीय चलन प्रतिभूती यांच्या व्यवहाराला उत्तेजन देण्यात आले. बिगर अनिवासी भारतीयांच्या ठेवी स्वीकारणे, त्यांना आकर्षित करणे, सवलती देणे इत्यादी प्रलोभने देऊन परकीय चलनाचा ओघ भारतात येईल अशी व्यवस्था फेमा कायद्याने निर्माण करण्याचा प्रयत्न केला.

फेमा कायद्याच्या तरतूदी मोडल्या तर संबंधिताला वित्तीय स्वरूपात दंड भरावा लागतो; मात्र फेमा कायद्यामध्ये अटक केली जात होती. अंमलबजावणी संचालनालयाला परकीय चलन कायद्याचा भंग केला आहे असा संशय आला तरी चौकशीसाठी व्यक्तीला अटक केली जात होती. अनिवासी भारतीय व भारतातील अनिवासी भारतीय यांच्या होणाऱ्या परकीय चलन-व्यवहारातील बंधने फेमा कायद्याने शिथिल केली आहे. परकीय चलनाबाबतचे खटले, तक्रारी निवारण्यासाठी केंद्रसरकारने अपील प्राधिकरण निर्माण केले आहे. प्राधिकरणाच्या निर्णयाविरुद्ध उच्च न्यायालयात अपील करून दाद मागता येते.

७.५ भारतीय रुपयाची परिवर्तनीयता (Convertibility of Indian Rupee)

चलनाची मुक्तपरिवर्तनीयता संकल्पना : जेव्हा बाजारातील घडामोडीमुळे एका चलनाचे दुसऱ्या चलात मुक्त स्वरूपात होणारे परिवर्तन अडथळेरहित अथवा मर्यादेविना होते तेव्हा त्यास 'चलनाचे मुक्त परिवर्तन' असे म्हणतात. याबाबतीत अंशत: परिवर्तन, पूर्णत: परिवर्तन पद्धतीदेखील वापरल्या जातात. भारताने १९९३पासून रुपयाचे व्यापारखात्यावरील व्यवहारासाठी पूर्णत: परिवर्तन करण्यास मुभा दिली आहे. बाजारातील डॉलर्सच्या दरांनुसार खरेदी व विक्री करण्यास परवानगी दिली आहे. चालू खात्यावरील व्यवहार पूर्ततेसाठी डॉलर्सची खरेदी व विक्री करण्यास परवानगी असल्याने परकीय चलन नियंत्रण ही बाब व त्याबाबतची उपाययोजना चालू खात्यावरील व्यवहाराच्या बाबतीत कालबाह्य झाली आहे. १९९४ मध्ये चालू खात्यावरील परकीय चलन व्यवहाराच्या मर्यादा पूर्णपणे काढून टाकण्यात आल्या आहेत. उदा. परदेश पर्यटन, परकीय देशांत शिक्षण घेणे व त्यावरील खर्च, परकीय मनुष्यबळ वापरणे, अनिवासी भारतीयांच्या ठेवींवरील व्याज, लाभांश इत्यादी बाबतीत असणाऱ्या मर्यादा काढून टाकण्यात आल्या आहेत.

भांडवली खात्यावर रुपया परिवर्तनीय करणे म्हणजे भांडवली खात्यावरील व्यवहार पूर्ततेसाठी मुक्तपणे परकीय चलनाचा वापर तसेच परकीय चलनाचा अंत:प्रवाह आणि बाह्य प्रवाह यांवर नियंत्रण नसणे (No restriction on inflow and outflow of Foreign currency for capital account transactions). थोडक्यात, कोणतीही भारतीय व्यक्ती डॉलर्सची खरेदी व विक्री अथवा इतर परकीय चलन भांडवली खात्यावरील व्यवहारासाठी मुक्तपणे वापरू शकतात. उदा. कर्ज उभारणे, कर्ज फेडणे, गुंतवणूक करणे इत्यादी भांडवली स्वरूपाच्या व्यवहारासाठी परकीय चलन वापरास मुभा दिली जाते. १९९७मध्ये भारतात भांडवली खात्यावर रुपया परिवर्तनीय करण्याच्या शक्यतेसाठी कमिटी नेमण्यात आली होती. कमिटीने आपल्या अहवालात अटींची पूर्तता केल्यास २०००पासून भांडवली खात्यावर रुपया परिवर्तनीय केला जावा अशी शिफारस केली होती.

त्या मूळ अटी खालीलप्रमाणे-

१) राजकोषीय तूट आवाक्यात आणून सार्वजनिक कर्जभार कमी करणे.

२) ५% पेक्षा कमी महागाईचा दर सलग तीन वर्षे राखला जावा.

३) सशक्त वित्तीय व्यवस्था आणि बँकांच्या आर्थिक कामगिरीत चांगली सुधारणा.

४) वास्तव परकीय चलन विनिमयदर ५%च्या आसपास राखला जावा.

वरील पूर्व अटींची पूर्तता भारतीय अर्थव्यवस्था करू शकली नाही म्हणून भांडवलीखात्यावर रुपयाची परिवर्तनीयता हा विषय/बाब लोंबकळत राहिला आहे. ३१ जुलै २००६ मध्ये रिझर्व्ह बँकेचे माजी उप गव्हर्नर श्री. एस.एस. तारापोर यांचे अध्यक्षतेखाली रुपयाचे भांडवली खात्यावरील पूर्णत: परिवर्तन याची शक्यता पडताळून पाहण्यासाठी दुसऱ्यांदा समिति नेमण्यात आली.

रुपया भांडवली खात्यावर पूर्णत: परिवर्तनीय करण्यासाठी तीन समित्या नेमण्यात आल्या होत्या. मात्र, भारत सरकार व रिझर्व्ह बँक निर्णय घेऊ शकले नाही कारण १) बँकांना सार्वजनिक भांडवलाची अतिरिक्त गरज पडेल. २) चलनवाढीचा दर ५% पेक्षा कमी राखणे अवघड आव्हान. ३) राजकोषीय तूट GDTच्या ५% पेक्षा कमी राखणे देखील आव्हानात्मक. ४) देशी व परकीय कर्जाचा बोजा वाढण्याची भीती. ५) रुपया डॉलर्सचा विनिमयदर वाढण्याची शक्यता.

वरील सर्व भीतीयुक्त कारणामुळे भारत सरकारने भांडवली खात्यावर रुपया परिवर्तनीय करण्याचे टाळले आहे आणि ते योग्यच केले असे अनुमान काढता येईल.

सरावप्रश्न :

प्र. १. थोडक्यात उत्तरे लिहा (१०० शब्दांत)

१) 'सेझ' ही संज्ञा स्पष्ट करा.

२) सेझचे दोन फायदे कोणते ते सांगा.

३) बहुराष्ट्रीय कंपन्या म्हणजे काय?

४) परकीय चलन व्यवस्थापन कायदा लागू करण्याचे दोन उद्देश सांगा.

प्र. २. खालील प्रश्नांची २०० ते २५० शब्दांत उत्तरे लिहा.

१) आयात पर्यायीकरणाचा अर्थ सांगून ते का राबवावे लागते ते सांगा.

२) सेझ प्रकल्पामुळे भारताच्या निर्यात वाढीस चालना मिळाली आहे का?

३) बहुराष्ट्रीय कंपन्यांमुळे भारतीय अर्थव्यवस्थेस कोणते फायदे मिळतात?

४) भारतात बहुराष्ट्रीय कंपन्यांचे नियमन कसे केले जाते?

प्र. ३. सविस्तर उत्तरे लिहा. (४०० ते ५०० शब्दांत)

१) सेझ प्रकल्पामुळे कोणते तोटे होतात?

२) बहुराष्ट्रीय कंपन्यांचे महत्त्व भारतीय अर्थव्यवस्थेच्या संदर्भात स्पष्ट करा.

३) सेझ प्रकल्प वाढण्यासाठी भारत सरकारने करांमध्ये कोणकोणत्या सूट दिल्या आहेत?

४) परकीय चलन व्यवस्थापन कायद्यातील तरतुदींचा थोडक्यात आढावा घ्या.

५) बहुराष्ट्रीय कंपन्यांमुळे कोणकोणते तोटे होतात?

६) फेमा कायदा राबविण्यामागील भारत सरकारची भूमिका विशद करा.

प्र. ४. टिपा लिहा. (१०० शब्दांत)

१) सेझ प्रकल्प.

२) सेझ प्रकल्पासाठी लागणाऱ्या भूमी अधिग्रहणातील वादविवाद.

३) सेझची कामगिरी.

४) बहुराष्ट्रीय कंपन्यांची भारतातील कामगिरी.

८

प्रादेशिक आणि आंतरराष्ट्रीय सहकार्य

Regional and International Co-operation

८.१ **प्रास्ताविक** (Introduction)

८.१ प्रास्ताविक (Introduction)

'आंतरराष्ट्रीय नाणेनिधी' आणि 'गॅट' या दोन आंतरराष्ट्रीय संस्थांच्या कार्याबद्दल अर्धविकसित व विकसनशील देश समाधानी नव्हते. मुक्त व्यापार, जकातीचे दर कमी करणे, प्राधान्यक्रम नष्ट करणे, आयातीवरील बंधने शिथिल करणे, वस्तूंच्या किमती स्थिर ठेवणे, अर्धविकसित व विकसनशील देशांच्या वस्तूंना प्राधान्य देणे, याबाबत आंतरराष्ट्रीय संस्थांचे कार्य प्रभावी होऊ शकले नाही. या संस्थांनी केवळ विकसित देशांचे हित सांभाळण्यात लक्ष दिले. विकसित देश आणि विकसनशील यांच्यातील आर्थिक व सामाजिक दरी वाढत गेली, एकूणच आंतरराष्ट्रीय व्यापार व सहकार्ये

प्रक्रिया ठप्प झाली होती; म्हणून १९६४ मध्ये संयुक्त राष्ट्रसंघाने संयुक्त राष्ट्र संघटना व्यापार व विकास (UNCTAP) नावाची नवी संस्था सुरू केली. या संस्थेच्या अनेक वार्षिक चर्चा सभांमधून आंतरराष्ट्रीय व प्रादेशिक व्यापार वृद्धीचे प्रयत्न केले गेले. आजही आंतरराष्ट्रीय स्तरांवर तंत्रज्ञान, दळणवळण, राहणीमान, अन्नसुरक्षितता, दर्जा, संरक्षण आणि पायाभूत सुविधा याबाबत सहकार्य अपेक्षित आहे. विकसनशील देश आणि विकसित देश यांच्यात वरील बाबतीत प्रचंड तफावत असल्याने आंतरराष्ट्रीय सहकार्य व व्यापार वाढविणे गरजेचे आहे.

८.२ प्रादेशिक सहकार्यासाठी दक्षिण आशियाई संघटना (सार्क) (South Asian Association for Regional Co-operation - SAARC)

डिसेंबर १९८५ मध्ये दक्षिण आशियाई प्रादेशिक सहकार्य संघटनेची स्थापना झाली. या संघटनेत सात देश कायमस्वरूपी सदस्य आहेत. भारत, बांगला देश, पाकिस्तान, नेपाळ, श्रीलंका, भुतान मालदिव आणि अफगाणिस्तान या देशांचा समावेश होतो. 'सार्क' चे मुख्य ध्येय मानवी आणि भौतिक साधनसंपत्तीचा अधिकाधिक उपयोग करून सामाजिक आणि आर्थिक विकास साध्य करणे.

अ) उद्दिष्टे

सार्क संघटनेच्या चार्टर कलम I मध्ये पुढील उद्दिष्टे दिली आहेत-

१) दक्षिण आशियातील लोकांच्या सामाजिक आर्थिक कल्याणात सुधारणा करणे आणि त्यांच्या जीवनमानाचा दर्जा सुधारणे.

२) आर्थिक वाढीचा वेग वाढविणे, प्रदेशातील सामाजिक प्रगती आणि सांस्कृतिक विकास साधणे, सर्व व्यक्तींना आत्मसन्मानाने जगण्याची संधी देणे आणि त्याच्या क्षमतेचा पूर्णपणे उपयोग करून घेणे.

३) दक्षिण आशियातील देशांमध्ये सामुदायिकरीत्या आत्मनिर्भरता वाढवून ती बळकट करणे.

४) एकमेकांच्या समस्या समजावून घेऊन एकमेकांवरील विश्वास वाढविणे.

५) सभासद देशांच्या विकासाचा वेग वाढविण्यासाठी एकमेकांतील आर्थिक, सामाजिक, सांस्कृतिक, तांत्रिक आणि विज्ञान क्षेत्रातील सहकार्य वाढविणे.

६) समान हितसंबंधी प्रश्नांवर आंतरराष्ट्रीय मंचावर आपापसातील सहकार्य वाढविणे.

७) समान उद्दिष्ट आणि हेतू असलेल्या आंतरराष्ट्रीय आणि प्रादेशिक संघटनेबरोबर सहकार्य करणे.

ब) तत्त्वे

चार्टर (Charter) च्या नियम II मध्ये खालील तत्त्वांचा समावेश केला आहे.

१) संघटनेच्या आराखड्यामध्ये सहकार्य करण्यासंदर्भात म्हणजेच सार्वभौम समता, प्रादेशिक अबाधितता, राजकीय स्वातंत्र्य, इतर देशांच्या देशांतर्गत व्यवहारात अलिप्तता बाळगणे आणि एकमेकांचे फायदे पाहणे.

२) असे सहकार्य द्विपक्षीय किंवा अनेक पक्षीय बंधनाच्या विरोधी नसेल.

३) अशा सहकार्यात असंगततेबरोबर द्विपक्षीय आणि बहुपक्षीय बंधने नसतील.

सार्क देशांचे आर्थिक संबंध आणि व्यापारवाढीस मोठा वाव आहे. हे देश जागतिक व्यापारात इतर देशांबरोबर स्पर्धा करू शकतील. 'सार्कच्या सदस्य देशांनी अंतर्गत स्पर्धा नाकारली असून व्यापाराच्या शर्तीत सुधारणा केली आहे. बाजार धोरणात स्वत:ची ओळख विकसित करणे व व्यवहार करणे, आंतरप्रादेशिक व्यवहारात द्विपक्षीय शर्तीत विस्तार करणे,' ही महत्त्वाची तत्त्वे आहेत.

क) संघटनस्वरूप

'सार्क'च्या कार्यकारी मंडळाने 'उच्च धोरण' ठरविले आहे. त्यानुसार सभासद देशांच्या सरकारचा प्रमुख घटनेनुसार कार्यकारी मंडळावर विश्वास असतो. कार्यकारी मंडळाची बैठक दोन वर्षातून एकदा होते. विदेश व्यवहारमंत्री या समितीचे सभासद असतात. विदेश व्यापार सचिवांची स्थायी समिती असते.

ही समिती मागील कार्याचा आढावा घेऊन, नवीन योजना मंजूर करून, त्याची कार्यवाही करते. स्थायी समितीचे मुख्य कार्य म्हणजे-

१) सल्लामसलत आणि सहकार्यविषयक कार्यक्रम राबविणे.

२) आजूबाजूच्या प्रदेशात सहकार्य निर्माण करणे.

३) आंतरक्षेत्रियांना प्राधान्य देणे.

४) चलनविषयक अद्ययावतता ठेवणे.

५) स्थायी समिती, गरज असेल तेव्हा कार्यकारी मंडळाच्या मंत्र्यांना अहवाल सादर करते. त्याचा मुख्य हेतू अंमलबजावणी हा असतो. स्थायी समिती अंमलबजावणीसाठी एक समिती तयार करते. या कार्यक्रम समितीला स्थायी समिती मदत करते. या समितीत सभासद सरकारचे वरिष्ठ अधिकारी असतात.

कार्यक्रम समिती (Programme Committee) चे कार्य पुढीलप्रमाणे असते-

१) सचिवाच्या अंदाजपत्रकाची छाननी करणे.

२) सचिवांच्या वार्षिक अनुसूचीचे अंतिम स्वरूप तयार करणे.

३) स्थायी समितीला चालू उपक्रम नेमून देणे.

४) तांत्रिक समितीचा अहवाल आणि प्रादेशिक केंद्राच्या विश्लेषणाचा अभ्यास
करणे आणि पुढील कार्यवाहीसाठी स्थायी समितीकडे पाठविणे.

तांत्रिक समिती

या समितीमध्ये सदस्य देशांच्या प्रतिनिधींचा समावेश असतो. या समितीवर
सार्कच्या धोरणांची अंमलबजावणी, समन्वय आणि देखरेख ही जबाबदारी असते.
सभासद देशांच्यासाठी घटनेनुसार पुढील कार्ये केली जातात-

१) प्रतिनिधीच्या क्षेत्रात कार्यक्रम आणि प्रकल्पांची उभारणी करणे.

२) मुख्य प्रकल्पांची अंमलबजावणी करणे.

३) प्रकल्प कमिटीचा अहवाल स्थायी समितीला सादर करणे.

सार्कच्या तांत्रिक समितीचा संबंध – १) कृषी २) पर्यावरण ३) विज्ञान आणि
तंत्रज्ञान ४) दळणवळण ५) आरोग्य आणि लोकसंख्या ६) ग्रामीण विकास ७) पर्यटन
इत्यादींशी असतो.

ड) सार्क अधिमान्य व्यापार करार (SAARC - Prefrential Trading Agreement)

या करारावर कार्यकारी मंडळाच्या मंत्र्यांनी ११ एप्रिल १९९३मध्ये सह्या
केल्या.

अ) सार्क अधिमान्य व्यापार कराराची (SAPTA) उद्दिष्टे पुढीलप्रमाणे –

१) सार्कच्या सदस्य देशांचा हळूहळू व्यापारविस्तार करणे.

२) 'सार्क' देशातील अडथळे काढून टाकणे.

३) सदस्य देशात आर्थिक सहकार्य आणि अंतर्गत व्यापाराची स्थैर्याधिष्ठित
उभारणी करणे.

ब) SAPTA च्या प्रशासनाची तत्त्वे पुढीलप्रमाणे–

१) परस्पर समझोत्याच्या आधारे एकत्रित समानतेने सभासद देशांना फायदे मिळवून
देणे.

२) कराराप्रमाणे टप्प्याटप्प्याने सुधारणा, परस्पर सहकार्यातून तडजोडी करणे.
कच्चा माल आणि अर्धसिद्ध उत्पादित वस्तूंना अंतर्गत सवलत दिली जाते.

क) जकाती

जकातीत सवलत दिली जाते. जकाती तसेच जकातीशिवाय वेगळ्या मार्गाचा अवलंब केला जातो. जकातीवर उपाय योजण्याचे मार्ग म्हणजे-

१) निर्यातक्षेत्रात व्यापाराच्या सुविधा उपलब्ध करून देणे.

२) निर्यात पुरवठा, विमा आणि बाजाराची माहिती उपलब्ध करून देणे.

३) तांत्रिक मदत उपलब्ध करून देणे, उद्योगाची स्थापना, निर्यातीसाठी कृषी प्रकल्प उभारणे इत्यादी.

४) दीर्घकाळाचा करार करणे.

५) जकातीचे अडथळे दूर करणे, त्यासाठी प्रशुल्क मुक्त करणे, निर्यात वस्तूंना जकातीपासून सूट देणे इ.

ड) व्यवहारतोल

व्यवहारतोलाचा गंभीर प्रश्न निर्माण झाल्यास निर्यात वाढविण्यासाठी सवलत देणे.

सहभागी समिती करार आणि विभागणीच्या अंमलबजावणीचा आढावा घेणे. तसेच फायदे सर्व देशांना समान दिले जातील, दिलेल्या सवलती काढून घेणे किंवा त्यात बदल करण्यासाठी अंतर्गत सल्लामसलत करणे हे प्रत्येक तीन वर्षांनी केले जाते.

इ) सार्कवर टीका

व्यापाराच्या उदारीकरणामध्ये सार्क देशांची सुरुवात चांगली झाली. परंतु त्यांना अनेक समस्यांना तोंड द्यावे लागले.

१) काही वस्तूंबरोबर देशांतर्गत व्यापारात मोठ्या जकातीची सवलत पूर्ण करता आली नाही किंवा पोहोचली नाही.

२) ह्या प्रादेशिक संघाचा परकीय जागतिक व्यापारात अगदी लहान हिस्सा आहे. त्यामुळे संघटनेतील देशांचे इतर देशांबरोबर आयात-निर्यातीचे अधिक संबंध आहेत.

३) संघटनेतील सदस्य देशात दारिद्र्य, बेकारी, अतिरिक्त लोकसंख्या या समस्या आहेत; त्यामुळे परस्पर वित्तीय साहाय्य करणे कठीण आहे.

४) भारत आणि पाकिस्तान या दोन देशात राजकीय वैमनस्य असल्याने परस्परात विधायक सहकार्य निर्माण होणे कठीण आहे.

५) भारत हा आकाराने, आर्थिकदृष्ट्या, लोकसंख्येने इतर सदस्य देशांपेक्षा मोठा आहे. इतर सदस्य देशांना भारताच्या वर्चस्वाचे भय वाटते.

६) तांत्रिक समितीद्वारे वाहतूक, जमीन आणि जलवाहतूक सुविधा सदस्य देशात उपलब्ध झाली नाही; म्हणून सदस्य देशातील व्यापार विकसित झाला नाही.

७) सदस्य देशांची पतपुरवठ्याची साधने वेगवेगळी आहेत. तो एक महत्त्वाचा अडथळा देशांच्या व्यापाराच्या विकासाला निर्माण होतो.

८) वस्तूचा व्यापार बेकायदा आणि अव्यवहार्य असल्यास सदस्य देशांत व्यापारात अडथळे येतात.

सध्या 'सार्क' ही संघटना त्यांची उद्दिष्टे साध्य करण्यात महत्त्वपूर्णरीत्या प्रगती करण्यात अपयशी ठरली आहे. सदस्य देशांमधील संबंधाचे चांगले वातावरण राहिले नाही. सार्कचे भवितव्य अंधारमय वाटते.

ई) सार्क आणि भारत

भारताच्या पुढाकाराने स्थापन झालेल्या दक्षिण आशियाई देशांची संघटना (सार्क) ८ डिसेंबर १९८५ रोजी स्थापन झाली आहे. दक्षिण आशियाई देशांची अंतर्गत व्यापार वृद्धी व्हावी, विना अडथळ्याचा व्यापार व्हावा तसेच आर्थिक व सामाजिक प्रगती या गटातील राष्ट्रांची व्हावी; म्हणून सार्क गेली ३० वर्षे कार्यरत आहे. कोलंबो येथे भरलेल्या दहाव्या (१९९८) सार्क परिषदेत दक्षिण आशियाई मुक्त व्यापार करार करण्यात येऊन त्याची अंमलबजावणी १९९९ पासून सुरू झाली. भारताने केलेल्या मुक्त व्यापार अहवालाला श्रीलंकेने सकारात्मक प्रतिसाद दिल्याने भारताचा द्विपक्षीय मुक्त व्यापार श्रीलंकेशी सुरू झाला. या अगोदरच भारताचा द्विपक्षीय व्यापार नेपाळ आणि भूतानशी सुरू होता. खालील सारणी ८.१मध्ये भारताचा सार्क देशांशी होणाऱ्या व्यापाराचा आढावा घेतला आहे.

तक्ता क्र. ८.१ भारताचा सार्क देशांशी व्यापार

(कोटी रुपये)

देश	भारताची आयात		%	भारताची निर्यात		%
	२०१२-१३	२०१३-१४	बदल	२०१२-१३	२०१३-१४	बदल
१) श्रीलंका	३४०४	४०६४	१९.३८	२१६८८	२७६४४	२७.४६
२) नेपाळ	२९५८	३२०४	८.२८	१६८०६	२१७७०	२९.५३
३) बांगलादेश	३४६८	२९०३	१६.२९	२७९८३	३७४११	३३.६९
४) पाकिस्तान	२९४४	२६०७	११.४४	११२३३	१३८३३	२३.१४
५) अफगाणिस्तान	८६१	१२८८	४९.५९	२५६९	२८७९	१२.०६
६) भूतान	८९२	९१९	३.०२	१२६७	२१५५	७०.०८
७) मालदिव	३४	२४	२९.४१	१०६	६४३	५०६.६०

(स्रोत : आर्थिक पाहणी २०१४-१५, भारत सरकार, अर्थमंत्रालय)

भारताची सार्क देशांकडून होणारी आयात २०१३-१४ मध्ये १५००९ कोटी रुपयांची होती. मात्र, निर्यात १०६३३५ कोटी रुपयांची झाल्याने भारताला सार्क देशांमुळे ९१३२६ कोटी रुपयांचा फायदा झाला आहे. भारताच्या एकूण निर्यातीत व आयातीत सार्क देशांचा हिस्सा अनुक्रमे ५.६% व ०.५% २०१३-१४मध्ये होता. भारताला सार्क देशांना निर्यात वाढविण्यास वाव असून पाकिस्तान बरोबरचे संबंध सुरळीत झाल्यास आखाती देशाच्या मार्गाने होणारी निर्यात पाकिस्तानला सरळ पंजाबमार्गे करता येईल.

फ) सार्कचे मूल्यमापन व यश

सार्क ही जगातील सर्वांत लहान प्रादेशिक व्यापार संघटना असून सदस्य देशांच्या सामाजिक व आर्थिक विकासाला चालना देणे हे प्रमुख उद्दिष्ट आहे. १९९७मध्ये जागतिक वार्षिक व्यापाराच्या १०९ बिलीयन डॉलर्स इतका व्यापाराचा हिस्सा सार्क देशाचा होता. २०१३-१४ मध्ये हा वाटा झाला आहे. सार्क देशांच्या एकूण व्यापारात ६०% वाटा केवळ भारताचा असून उरलेल्या ४०% बाकी सदस्य देश आहेत. भारताचा २००० मध्ये सार्क देशांशी ७५०० कोटी रुपयांचा व्यापार होत होता. यांपैकी निर्यातीचे आकारमान ६१००कोटी रुपयांचे होते तर आयातीचे मूल्य केवळ १४०० कोटी रुपये होते.

सार्कचे यश : सार्क या व्यापार व सहकार्य संघटनेमुळे खालील प्रकारचे यश सदस्य देशांना प्राप्त झाले आहे-

१) सार्कची स्थापना होऊन व्यापारातील बंधने, जकाती आणि जकातेतर अडथळे कमी झाले शिवाय व्यापारवृद्धीसाठी अनेक सदस्य देशांनी सवलती जाहीर केल्या.

२) कृषी, दळणवळण, शिक्षण, सांस्कृतिक घटक, पर्यावरण, आरोग्य, लोकसंख्या, ग्रामीण विकास, विज्ञान व तंत्रज्ञान, पर्यावरण व वाहतूक इत्यादींसाठी तांत्रिक समित्यांची स्थापना करण्यात आली.

३) सदस्य देशातील दारिद्र्याचे प्रमाण कमी करण्यासाठी जागतिक बँक, युएनडीपी, एस्केपकडून आलेल्या निधीचे सदस्य देशामध्ये वाटप केले जाते.

४) सार्कने संकटसमयी अन्नधान्य टंचाईवर मात करता यावी व सदस्य देशांची अन्नसुरक्षितता वाढावी म्हणून २ लाख ४१ टन धान्याचा राखीव साठा निर्माण केला आहे.

५) सार्कच्या प्रयत्नातून कृषी माहिती केंद्र स्थापले आहे; तसेच सार्क विद्यापीठाची स्थापना करण्यात आली आहे. विज्ञान व तंत्रज्ञानाची देवाण-घेवाण होण्यासाठी केंद्रित माहितीकेंद्र निर्माण केले आहे. सार्कने सदस्य देशांच्या विकासासाठी सार्क विकास निधी व सार्क जपान विशेष निधी निर्माण केला आहे.

८.३ ब्रिक्स (Bricks)

ब्रिक्स हे नाव जगातील पाच उभारत्या अर्थव्यवस्थांच्या गटाला देण्यात आले आहे. यात प्रामुख्याने सहभागी असणारे देश ब्राझील, रशिया, भारत आणि दक्षिण आफ्रिका असून २००१ मध्ये गोल्डमन सॅचेच्या चेअरमन महाशमनी (जीम ओ नील) उच्चार केला. या गटाची सर्वसाधारण वैशिष्ट्ये अशी- १) भौगोलिकदृष्ट्या विस्तीर्ण देश २) अतिजलद विकासदर गाठणाऱ्या अर्थव्यवस्था ३) विकसनशील आणि नव्याने औद्योगिकीकरण झालेल्या अर्थव्यवस्था. २०१४ मध्ये या पाच ब्रिक्स देशांची लोकसंख्या ३ बिलीयन इतकी होती, ती जवळपास जगाच्या एकूण लोकसंख्येपैकी ४०% आहे. पाच देशांचे एकत्रित राष्ट्रीय उत्पन्न (GDP) १६.०३९ ट्रिलीमन अमेरिकन डॉलर्स असून जगाच्या एकूण GDPच्या २०% होते. या देशामधील एकूण परकीय चलन गंगाजळी ४ ट्रिलीयमन अमेरिकन डॉलर्स इतकी आहे. गोल्डमन रॅचे या संस्थेच्या आर्थिक पूर्वअनुमानान्वये २०५० साली चीन जगातील नंबर एक अर्थव्यवस्था होईल,

तर भारताचा क्रमांक तीन असेल. ब्राझील आणि रशिया अनुक्रमे ५व्या आणि ६व्या क्रमांकावर असतील. ब्रिक्स देशांच्या गटाने जागतिक स्तरावर नवीन जागतिक चलन गंगाजळी असावी असे सुतोवाच केले असून ते चलन वैविध्यपूर्ण स्थिर आणि भविष्याचा वेध घेणारे असावे, असे म्हटले आहे.

अ) ब्रिक्सची वाटचाल

ब्रिक्स देशांच्या आतापर्यंत ७ जागतिक परिषदा झाल्या आहेत. २०१२ मध्ये दिल्ली येथे भरलेल्या परिषदेत ब्रिक्स विकास बँक स्थापन करण्यावर चर्चा झाली होती. २०१४ मध्ये फोरटालिझा परिषदेत दोन वित्तीय संस्था स्थापन करण्यावर चर्चा झाली. १०० बिलीयन अमेरिकन डॉलर्सचा संकटकालीन राखीव व्यवस्थानिधी स्थापन करण्याचे ठरले. सदस्य देशांना उद्‌भवणाऱ्या आर्थिक अडचणींवर मात करणेसाठी या निधीची स्थापना करण्यात आली.

ब) ब्रिक्सची वैशिष्ट्ये

१) ब्रिक्सगट कायदेशीर आंतरराष्ट्रीय व्यवस्था व अस्तित्वात येण्यासाठी प्रयत्न करील. संयुक्त राष्ट्र संघटनेच्या परिषदेत सुधारणा करणेसाठी प्रयत्न करील.

२) ब्रिक्सगट दक्षिण-दक्षिण आराखडा तयार करून एकमेकांशी सहकार्य करील.

३) ब्रिक्सगट विकसित आणि विकसनशील देशांमध्ये दुवा म्हणून काम करेल. उदा. जागतिक व्यापार संघटना आणि ब्रिक्स गट योग्य कृषी धोरणे राबविण्यासाठी प्रयत्न करतील. युरोपियन संघ आणि अमेरिका कृषी माल उत्पादनासाठी त्यांच्या शेतकऱ्यांना भरघोस अनुदाने (Subsidies) देतात; त्यामुळे विकसनशील देशांच्या कृषी निर्यातीचा स्पर्धात्मक दर्जा व दर घसरतो. पर्यायाने विकसनशील देशांचे नुकसान होते ते होऊ नये म्हणून ब्रिक्स जागतिक व्यापार संघटनेवर दबाव निर्माण करील.

४) विकसनशील देशांना ब्रिक्स गटाकडून व्यापार, वातावरणातील बदल (Climate Change), निर्यात समस्या, औद्योगिक व उत्पादित वस्तूंचे उत्पादन इत्यादी होणाऱ्या वाटाघाटीत सहकार्य केले जाईल.

५) विकसनशील देश ब्रिक्स बँक आणि संकटकालीन राखीवनिधी या टप्प्याटप्प्याने आर्थिक भर घालून या संस्थांच्या सौदाशक्तीत वाढ करतील.

६) उद्योग परिषद, माहितीची देवाण-घेवाण, शैक्षणिक, सांस्कृतिक आणि पर्यावरण व्यवस्थापन इत्यादींबाबतीत सहकार्य होण्यासाठी व्यासपीठ निर्माण केले आहे.

७) जागतिक बँक आणि आंतरराष्ट्रीय नाणेनिधीच्या विकसित देश पूरक आर्थिक धोरणे व वाटचालीस समर्थपणे तोंड देण्यासाठी ब्रिक्स बँक स्थापन केली जाईल.

८) ब्रिक्स गट जागतिक स्तरावर मध्यम गटातील गरीब, विकसनशील देशांचे हित जपण्यासाठी कटीबद्ध राहील.

क) ब्रिक्स बँक

ब्रिक्स गटातील देशांमध्ये पायाभूत सुविधा निर्माण करणे व त्यासाठी लागणारे प्रचंड आर्थिक बळ उपलब्ध व्हावे; म्हणून मार्च २०१२च्या दिल्ली येथे भरलेल्या ब्रिक्स परिषदेत चर्चा झाली व त्या चर्चेचे फलित म्हणून ब्रिक्स बँकेची स्थापना करण्याचे निश्चित करण्यात आले. या संकल्पनेला जागतिक स्तरावर अनेक नामवंत अर्थतज्ज्ञांपैकी जोसेफ स्टिर्गल्टीझ आणि निकोलस स्टर्न या दोघांनी ब्रिक्स बँकेने जागतिक आव्हानांपैकी हरित तंत्रज्ञान राबविले जाण्यासाठी प्रयत्न करावेत. आर्थिक व राजकीय शक्ती म्हणून आंतरराष्ट्रीय विकासात भरीव कामगिरी ब्रिक्सकडून अपेक्षित आहे. १५ जुलै २०१४ रोजी सुरू झालेल्या ब्रिक्सच्या परिषदेत ब्रिक्टर बँक स्थापन करण्याची घोषणा झाली. ब्रिक्स बँकेचे भागभांडवल १०० बिलीयन अमेरिकन डॉलर्स इतके असून याव्यतिरिक्त १०० बिलीयन अमेरिकन डॉलर्स राखीव निधी म्हणून ठेवला जाईल. ब्रिक्सच्या गटातील देशांमध्ये व्यापार, संशोधन, निर्यात बाबतीत सहकार्य करण्याच्या करारावर सह्या करण्यात आल्या. बँकेचे मुख्यालय शांघाय, चीन निश्चित करण्यात आले मात्र पहिल्या अध्यक्षपदाचा मान भारताच्या श्री. के.व्ही. कामत यांना मिळाला. बँकेच्या संचालक मंडळाचे चेअरमन ब्राझीलचे असून विश्वस्त मंडळाचा कार्यकारी संचालक रशियाचा असेल.

बँकेची उद्दिष्टे

१) ब्रिक्स प्रामुख्याने सदस्य देशात पायाभूत सुविधा निर्माण करण्यासाठी कर्जपुरवठा करील त्यासाठी दरवर्षी ३४ बिलीयन डॉलर्स राखून ठेवण्यात आले.

२) ब्रिक्स बँकेची शाखा म्हणून विकास बँकेचे दक्षिण आफ्रिकेत विभागीय. केंद्र स्थापन करण्याचे ठरले.

३) ब्रिक्स बँकेचे सुरुवातीचे भांडवल ५० बिलीयन डॉलर्स इतके राहील. प्रत्येक देशाने १० बिलीयन डॉलर्स द्यावयाचे असून ते १०० बिलीयन डॉलर्सपर्यंत वाढविता येईल. कोणत्याही चार देशांच्या संमतीशिवाय सदस्य देश भांडवलाचा

वाटा वाढवू शकत नाही.

४)   नवीन देश ब्रिक्स बँकेचा सभासद होऊ शकतो; मात्र भाग भांडवल कोणत्याही
      परिस्थितीत ५५% पेक्षा खाली असणार नाही.

५)   संकटकालीन राखीवनिधी व्यवस्था : ब्रिक्स गटातील देशांना व्यवहारतोलामुळे
      निर्माण होणाऱ्या समस्येवर मात करण्यासाठी रोखता पुरविण्याचे तात्पुरते कार्य
      या निधींतर्गत करण्यात येणार आहे. जागतिक रोखतेच्या प्रश्नावर मात
      करणेसाठी या निधीची स्थापन करण्यात आली आहे. ब्रिक्स गटातील देशांच्या
      चलनाची किंमत कमी झाल्यास तात्पुरत्या स्वरूपात या निधीद्वारे मदत दिली
      जाईल. अमेरिकेच्या वित्तीय विस्तारवादी (Monetary Expausion) धोरणामुळे
      निर्माण होणारी आर्थिक अस्थिरता टाळण्यासाठी ह्या निधीमधून मदत दिली
      जाईल. हा निधीचे वसूलभाग भांडवल १० बिलीयन अमेरिकन डॉलर्स असणार
      असून प्रत्येक सदस्य देशाने २ बिलीयन डॉलर्सचा वाटा द्यावयाचा आहे.
      अतिरिक्त ४० बिलीयन डॉलर्स विनंती केल्यानंतर द्यावयाचे आहे. एकूण १००
      बिलीयन डॉलर्स इतके भागभांडवल असणार असून चीन ४१ बिलीयन डॉलर्स
      देईल तर ब्राझील, रशिया आणि भारत प्रत्येकी १८ बिलीयन डॉलर्स देईल.
      दक्षिण आफ्रिकेचा वाटा केवळ ५ बिलीयन डॉलर्सचा असेल. या निधीच्या
      कामकाजाला २०१६ मध्ये प्रारंभ होईल.

इ) ब्रिक्स गटातील असमानता

१)   चीनची अर्थव्यवस्था जगातील दोन नंबरची अर्थव्यवस्था असून ब्रिक्स गटातील
      सर्व अर्थव्यवस्था एकत्र मिळविल्या तरी चीनची अर्थव्यवस्था मोठी असल्याने
      या गटात चीनचे वर्चस्व असण्याची शक्यता असून ते इतर देशांना मारक ठरू
      शकते.

२)   चीनची राजकीय सुप्त इच्छा इतर देशांना मारक ठरू शकते.

३)   चीनने स्वत:च्या चलनाचे मूल्य (युआन) मुद्दामहून कमी ठेवून उभरत्या
      अर्थव्यवस्थांच्या निर्यातीला आव्हान निर्माण केले; परिणामी त्यांची निर्यात
      कमी झाली. याबाबत अनेक देशांच्या मध्यवर्ती बँकेने चीन बद्दल तक्रारी
      केल्या आहेत.

४)   ब्रिक्स गटातील देशांत अनेक प्रकारच्या शासनव्यवस्था कार्यरत आहेत.
      त्यामुळे ब्रिक्स हा आंतरराष्ट्रीय पातळीवरील औपचारिक गट म्हणून उदयाला

येण्यात अडचणी आहेत.

५) देशाच्या सुरक्षिततेबद्दल ब्रिक्स गट एक सुपर पॉवर म्हणून उदयाला येण्यात अनेक अडचणी आहेत.

६) ब्रिक्स गटातील देशांमध्ये अनेक बाबतीत साम्य नाही. चीनची अर्थव्यवस्था २८ पटीने दक्षिण आफ्रिकन अर्थव्यवस्थेपेक्षा मोठी आहे. भारतातील दरडोई उत्पन्न रशियाच्या दरडोई उत्पन्नापेक्षा एक दशांश पटीने कमी आहे.

अनेक बाबतीत असमानता असली तरी एक उभरती आर्थिक व्यवस्था म्हणून भविष्यात ब्रिक्स गटाकडे बघणे योग्य ठरेल. अमेरिका आणि युरोपीय संघातील देशांच्या साम्राज्यवादीधोरणांना विरोध करण्यासाठी ब्रिक्स गटाचा निश्चितच उपयोग होईल. विकसित देशांचे प्रतिनिधित्व करणाऱ्या व त्यांच्या वर्चस्वाखाली कार्य करणाऱ्या संस्थांपैकी आंतरराष्ट्रीय नाणेनिधी, जागतिक बँक आणि आंतरराष्ट्रीय विकास संघटना यांना काही प्रमाणात शह देण्याचे काम ब्रिक्स गट व ब्रिक्स बँक करेल असा आशावाद बाळगण्यास हरकत नसावी.

८.४ युरोपियन कॉमन मार्केट किंवा युरोपियन संघ (European Common Market - ECM)

युरोपियन आर्थिक समुदायाला (European Economic Community-ECM) किंवा युरोपियन समुदाय (EC) आणि आता युरोपियन संघ (European Union-EU) म्हणून ओळखला जातो. सध्या २७ देश सदस्य असून जागतिक व्यापाराच्या ४०% वाटा युरोपियन संघाचा आहे. ग्रेट ब्रिटनने १९७३ मध्ये या संघात प्रवेश केला.

EEC ची स्थापना बेल्जियम, फ्रान्स, संयुक्त सार्वभौम जर्मनी, इटाली, लेक्झिमबर्ग आणि नेदरलँड या सहा देशांनी केली. १९५७ मध्ये रोम (Rome) मध्ये सहमती किंवा तह (Treaty) होऊन १ जानेवारी १९५८ मध्ये स्थापना झाली. आता EEC मध्ये १५ सदस्य आहेत. EEC मध्ये सहभागी होण्यासाठी अटी म्हणजे– १) देश हा युरोपियन देश असावा. २) तो लोकशाही देश असावा.

अ) उद्दिष्टे

रोममधील १९५७ च्या सहमती किंवा तह (Treaty) कलम २ नुसार प्रत्येक सदस्य देशाच्या गरजेसाठी –

१) जकाती, कोटा काढून टाकणे आणि अंतर्गत समुदायामधील अडथळे दूर करणे.

२) जगात पूर्वीपासून त्यांच्या आयातीवर आंतरराष्ट्रीय जकाती होत्या. त्यावर सर्वसाधारणपणे युक्ती काढणे.

३) समुदायाच्या उत्पादन घटकांना मुक्त व्यापाराला मान्यता देणे.

४) सुसंगत कर आकारणे – शेती, वाहतूक, उद्योगातील स्पर्धा इत्यादी.

५) सदस्य देशांत सामाजिक व आर्थिक प्रगती साध्य करून रोजगाराची उच्चतम पातळी गाठण्याबरोबर समतोल आणि सर्व समावेश शाश्वत विकास साधणे.

EEC किंवा EC हा जगात आता मोठा बाजार झाला आहे. त्याचा जगातील व्यापारात ४०% व्यवहार होतो. आता सदस्य देशांचा परकीय व्यापारात ६०% पेक्षा जास्त हिस्सा आहे.

ब) EEC चे कार्य

EEC चे मुख्य कार्य पुढीलप्रमाणे सांगता येते–

१) सामान्य शेती धोरण (Common Agricultural Policy - CAP) : CAP नुसार 'ग्रीन रेट' प्रत्येक देशात आधार किंमत योग्य ठेवून राष्ट्रीय किंमत ठरवली जाते. शेतकऱ्यांना उत्पादनासाठी स्वातंत्र्य देणे, उत्पादनाचा दर्जा राखणे, शेती उत्पादनाचे मुक्त व्यवहार सदस्य देशात करणे. सुधारणांचे फायदे श्रीमंत शेतकऱ्यांना मिळतात. गरीब शेतकरी त्यापासून वंचित राहातो. साहाय्यभूत किमती उच्च पातळीवर निश्चित करणे. कमी किमतीचा फायदा ग्राहकांना मिळाला नाही. या धोरणामुळे काही उत्पादनाच्या उत्पन्नात आधिक्य निर्माण झाले. जसे दूध, दारू, मटण इत्यादी.

२) सामान्य मत्स्य धोरण : १९७१ पासून सदस्य देशांनी सामान्य मत्स्य धोरण अमलात आणण्यास सहमती दिली. हे धोरण अधिक तडजोडीचे आणि सदस्य देशांना सवलत देणारे ठरले. त्यामुळे व्यवहारात ते अयशस्वी ठरले.

३) युरोपियन चलनविषयक संघ (European Monetary Union- EMU): युरोपियन चलन संघाची स्थापना मार्च १९७९ मध्ये झाली.

त्याचे स्वरूप पुढीलप्रमाणे –

अ) विनिमय दर यंत्रणा (Exchange Rate Mechanism) : ERM सदस्य देशाच्या व्याजदर आणि वृद्धीवर नियंत्रण ठेवणे.

ब) युरोपियन चलन एकक (ECU) : ECU म्हणजे सेंट्रल बँक आणि सदस्य देशांमधील तडजोड होय. युरोपियन चलन एकक सदस्य देशांच्या सर्व चलनाचे एकत्रित (Basket) किंवा एकसारखे करणे. शासन ते दररोज जाहीर करते. १ जानेवारी

२००२ मध्ये युरो चलनाचा स्वीकार १२ देशांनी केला.

क) युरोपियन चलन सहकार्य निधी : या कायद्यानुसार चलन सहकार्यासाठी मध्यवर्ती बँक महत्त्वाचे काम करते. सदस्य देशांची 'मध्यवर्ती बँक' समाशोधन गृह आहे.

ड) युरोपियन गुंतवणूक बँक : EEC ची स्थापना सदस्य देशांच्या मागासलेल्या प्रदेशाच्या विकासासाठी कर्ज उपलब्ध करून देणे आणि कर्जवाढ किंवा मुदत मिळण्यासाठी खात्री देणे.

इ) युरोपियन सामाजिक निधी : EEC धोरणानुसार काही श्रमिकांचे काम सुटले असेल किंवा काम गेले असेल तर त्या बेरोजगार श्रमिकांना रोजगार मिळवून देण्याचे साहाय्य केले जाते. निधीची उपयोग व्यावसायिक प्रशिक्षणासाठी केला जातो. दारिद्र्यनिर्मूलन कार्यक्रमात उत्पन्न वाढविण्यासाठी प्रयत्न केला जातो.

फ) युरोपियन प्रादेशिक निधी : या निधीची स्थापना १९५८ मध्ये झाली. मागासलेल्या भागाचा विकास करण्यासाठी EEC द्वारे कर्ज उपलब्ध करून देणे. हे कर्ज उद्योगविकासासाठी, सेवा आणि पायाभूत सुविधांचा विकास करण्यासाठी होतो.

ज) घटक गतिशीलता : EEC चे ध्येय सदस्य देशांत भांडवलाबरोबर व्यक्तीच्या सेवांचे मुक्त व्यवहार करणे. EEC व्यक्तीच्या गतिशीलतेच्या वाढीस यशस्वी झाला.

४) सामान्य वाहतूक धोरण (Common Transport Policy) : अनेकविध वाहतूक सुविधा तसेच समुदायाच्या वाहतूक पद्धतीतील अडथळे दूर करणे व संघटन आणि नियंत्रण करणे, त्याच बरोबर समुदायाची कार्यक्षमता आणि परिणामकारकता वाढविणे.

५) ECM / EEC / EU चे मूल्यमापन : EEC ही वस्तू, सेवा, भांडवल आणि लोकांच्या मुक्त व्यवहार उभारणीत यशस्वी झाली. सामान्य धोरणाच्या स्थापनेत बाह्य व्यापारी धोरण आणि शेती क्षेत्राचा समावेश आहे. त्यामध्ये मोठा सामान्य बाजार निर्माण झाला आहे. गुंतवणुकीचे उच्च दर साध्य केले; चलन संघाने अमेरिकन डॉलरची मक्तेदारी बदलली आणि सदस्य देशांचे व्यवहारतोल मजबूत झाले.

EEC हा अतिशय चांगल्या प्रकारचा आर्थिक आणि राजकीय संघ स्थापन झाला पण अधिक यशस्वी झाला नाही. सदस्य देशांच्या सरकारांनी चलन आणि वित्तीय धोरणाचे उपाय स्वीकारले; ते सुसंगत नव्हते; तसेच सामान्य वाहतूक धोरण

यशस्वी झाले नाही. युरोपीय देश संघटित झाले नाहीत. देशाच्या धोरणामध्ये वेगवेगळी धोरणे असल्याने परिणामी काही व्यापाराची विभागणी झाली. परंतु व्यापारनिर्मितीवर मोठा परिणाम झाला. एकूण समुदाय व्यापार अल्पकाळात वाढला.

६) **भारत आणि युरोपियन संघ :** भारताने व्यापारी व आर्थिक सहकार्याचा करार युरोपियन संघाच्या २७ देशांबरोबर फार पूर्वीच केलेला आहे. १९७०-७१ मध्ये युरोपियन संघ देशांना भारताची निर्यात भारताच्या एकूण निर्यातीपैकी १८.४% होत होती, ती २००४-०७मध्ये २१.३% वर पोहचली तर २०१३-१४ मध्ये हे प्रमाण युरोपच्या मंदीमुळे १९% पर्यंत खाली आले. भारत युरोपियन संघाकडून आयात पूर्वीपासूनच करीत आला आहे. १९७०-७१ मध्ये युरोप संघाकडून येणाऱ्या आयातीचा हिस्सा भारताच्या एकूण आयातीत १९.६% होता, तो २००६-०७ मध्ये १८.३% येऊन २०१३-१४ मध्ये १८% पर्यंत स्थिरावला. भारत युरोपसंघाला निर्यात वाढवू शकतो मात्र बिगर जकात अडथळ्यांमुळे निर्यातदारांना अनेक अडचणींना तोंड द्यावे लागते. भारत युरोपसंघाला कृषी, मत्स्य, तयार कपडे, औद्योगिक व रासायनिक उत्पादीत वस्तू इ. मालाची निर्यात करतो. त्या मोबदल्यात आपण (भारत) युरोप संघाकडून विज्ञान तंत्रज्ञान, वीज उपकरणे, दूध भुकटी, बटर तेल, वित्तीय साहाय्य खते खरेदी करण्यासाठी इत्यादी मालाची आयात करतो. बहु वस्त्र, धागे करारानुसार (Multi Fiber Agreement) भारताकडून युरोपला वस्त्र धागे आणि तयार कपड्यांची निर्यात केली जाते. द्विअंगी करारान्वये भारत आणि युरोपसंघात वस्त्रांची निर्यात होते. युरोपसंघ भारताला पर्यावरण रक्षण, वीज व्यवस्थापन आणि नियोजन यासाठी भरीव मदत व तांत्रिक सहकार्य करीत आहे. भारताकडून येणाऱ्या वस्तू युरोपियन प्रमाण (European Standard) पाळणाऱ्या असाव्यात म्हणून भारत व युरोपियन संघाने करार केला आहे. भारत युरोपकडे महत्त्वाचा व्यापार भागीदार म्हणून पाहात आहे; तसेच प्रगत तंत्रज्ञान आयात करणेसाठी युरोपातल्या अनेक बहुराष्ट्रीय कंपन्यांना भारतात गुंतवणुकीसाठी परवानगी दिली आहे. परकीय कंपन्यांना भारतात प्रत्यक्ष गुंतवणूक करणेसाठी अनेक सवलती व प्रोत्साहनपर धोरणे राबविली जात आहेत.

क) युरो डॉलर बाजार किंवा युरो चलन बाजार (Euro-dollar Market and Euro Currency Market)

दुसऱ्या महायुद्धानंतर आंतरराष्ट्रीय आर्थिक क्षेत्रात महत्त्वपूर्ण विकास युरो डॉलर बाजाराचा झाला. बाजाराची वाढ जलद झाली. जलद वाढीने राष्ट्रीय चलन अधिकाराचे

आणि आंतरराष्ट्रीय चलन स्थैर्याच्या समस्या निर्माण झाल्या. आंतरराष्ट्रीय व्यापाराच्या वाढीमधील भक्कमपणा विभागला. अनेक देशांची आर्थिक आणि वाहतूक महामंडळे विभागली.

अर्थ

युरो डॉलर म्हणजे अमेरिकन डॉलरमध्ये मोजण्यात येणारी; परंतु युरोपात वापरात आणलेली आर्थिक संपत्ती आणि देणी होय. अमेरिकन डॉलर्सचे बाजारात वर्चस्व असून युरोपियन बाजारात आणि मुख्यत्वे लंडनच्या नाणेबाजारात केले जाणारे व्यवहार अमेरिकन डॉलरमध्ये केले जातात. व्यापार युरोप पुरताच मर्यादित राहिलेला नसल्याने युरो डॉलर्समधील केले जाणारे व्यवहार अधिक विस्तृत स्वरूपात केले जात आहेत. आज युरो डॉलरमध्ये केले जाणारे व्यवहार युरोप बाजाराव्यतिरिक्त इतर बाजारात आणि अमेरिकन डॉलरव्यतिरिक्त इतर चलनात केले जातात; म्हणून सध्या 'युरो डॉलर'ऐवजी 'युरो चलन' ही बाजार संज्ञा लोकप्रिय झाली. युरो चलन बनविण्यासाठी मागणी आणि पुरवठ्यात असलेले, ज्या चलनात विदेशी बँका जोखिमा स्वीकारण्यास आणि कर्ज देण्यास तयार असतात ते पात्र असतात. सध्या युरो चलन बाजारात अमेरिकन डॉलर्स, ब्रिटिश पौंड, युरो, फ्रान्स इत्यादी चलनाचे व्यवहार होतात.

अ) युरो चलन बाजाराची वैशिष्ट्ये (Features of Euro Currency Market)

युरो डॉलर किंवा युरो चलन बाजाराची महत्त्वाची वैशिष्ट्ये पुढीलप्रमाणे –

१) आंतरराष्ट्रीय बाजार : युरो डॉलर बाजारात ठेवी स्वीकारून डॉलरच्या शर्तीवर पतपुरवठा केला जातो. युरो डॉलर हा आंतरराष्ट्रीय बाजार आहे.

२) स्वतंत्र बाजार : हा बाजार सर्व प्रकारच्या बंधनापासून मुक्त असतो. त्यावर देशाच्या चलनव्यवस्थेच्या अधिकाऱ्यांचे नियंत्रण नसते.

३) अल्पकालीन बाजार : हा अल्पकालीन नाणेबाजार आहे; कारण एक दिवसापासून एक वर्षापर्यंत ठेवी स्वीकारून त्यावर व्याज दिले जाते. ते अल्पकालीन साधन आहे.

४) घाऊक बाजार : युरो डॉलर घाऊक बाजार आहे. युरो डॉलरची मोठ्या प्रमाणात देवाण-घेवाण होते. प्रत्येक व्यवहाराचे आकारमान एक मिलीयन अमेरिकन डॉलरच्या पुढचे आहे.

५) उच्च स्पर्धात्मक आणि संवेदनशील बाजार : युरो चलन बाजार अतिशय संवेदनशील असतो; कारण अल्पशा व्याजदरातील बदलामुळे चलनाच्या

मागणी पुरवठ्यात सहजतेने बदल घडून येतो.

६) आंतरबँक व्यापार : युरो डॉलर आंतरबँक बाजार आहे; कारण युरो बँक एक-दुसऱ्यांना युरो-चलन डॉलरमध्ये देण्या-घेण्याचे व्यवहार करते.

ब) युरो डॉलर बाजाराच्या वाढीस घटक सहभाग (Factor Contributing to the Growth of Euro-Dollar Market)

युरो डॉलरचा शोध १९२० च्या दशकापर्यंत जातो. तेव्हा अमेरिकन डॉलर्स बर्लिन आणि व्हिएन्नामध्ये स्थानिक चलनात रूपांतरित करून व्याज देण्यासाठी भरले जात. परंतु बाजाराच्या वाढीला सुरुवात १९५० च्या दशकाच्या अखेरीस झाली. १९५० च्या दशकानंतर ही वाढ वेगाने वाढली. १९७० च्या दशकात पेट्रोलच्या किमती वाढू लागल्याने 'पेट्रो डॉलर' अस्तित्वात येऊन त्यांचे महत्त्व वाढत गेले. बाजारवाढीस कारणीभूत ठरलेले महत्त्वाचे घटक पुढीलप्रमाणे -

१) सुएझ समस्या : स्टर्लिंग कर्जसुविधांवर बंधने आली. १९५६ मधील सुएझ समस्या काळात युरो डॉलर बाजाराची वाढ झाली. ब्रिटिश कंपन्या व्यापाऱ्यांच्या कर्ज मागण्या पुरविण्यासाठी पर्याय सापडला. अमेरिकेबाहेरील लोकांकडील डॉलरचा साठा या बँकांना उपयोगी ठरला.

२) विनिमय बंधनात शिथिलता आणि चलनाची परिवर्तनीयता : विनिमयामधील बंधने हळूहळू शिथिल करण्यात आली. बाजारात विनिमयदरात स्थैर्य आल्यामुळे पश्चिम युरोपियन देशांना त्यांच्या चलनाची परिवर्तनीयता करता आली. त्यामुळे युरो डॉलर बाजाराच्या वाढीस चालना मिळाली.

३) राजकीय घटक : अमेरिका आणि साम्यवादी देशातील शीत युद्धामुळे युरो-डॉलर बाजाराच्या वाढीस मदत झाली. रशिया आणि पूर्व युरोपीय सरकारांनी त्यांची डॉलरची शिल्लक रक्कम युरोपियन बँकांतून ठेवणे पसंत केले. विशेषत: ब्रिटिश आणि फ्रेंच; त्यामुळे युरो बाजारातील डॉलरच्या स्रोतात वाढ झाली.

४) अमेरिकेच्या व्यवहारतोल तूट : अमेरिकेच्या व्यवहारतोलातील तूट सातत्याने आणि मोठ्या प्रमाणात वाढत गेली. ज्या देशांचे अमेरिकेच्या व्यापारातील आधिक्य होते, अशा देशात अमेरिकन डॉलरचा ओघ सुरू झाला.

५) अमेरिकन मदतीचा प्रवाह मोठ्या स्वरूपात : युद्धानंतरच्या काळात पुनर्वसन आणि वित्तीय मदत मोठ्या प्रमाणात केली; त्यामुळे डॉलरची मोठी रक्कम युरो बँकेतून ट्रान्सफर झाली.

६) क्यू नियम : फ्रेडरल रिझर्व्ह सिस्टिमच्या नियमात अमेरिकन बँका जास्तीत

जास्त किती व्याज देऊ शकतात, हे सांगणारा नियम. या नियमानुसार ३० दिवसांपेक्षा कमी दिवसांच्या ठेवीवर व्याज देता येणार नाही. या नियमामुळे युरो डॉलर बाजाराच्या वाढीच्या वेगात भर पडली.

७) बँकिंगमधील सुधारणा : अमेरिका आणि युरोप बँकेत नवीन सुधारणा झाल्यामुळे अधिकाधिक ग्राहक आकर्षित होऊ लागले व युरोप बाजाराच्या वाढीला प्रोत्साहन मिळाले.

८) पेट्रो डॉलरचा पुरवठा : १९७३ पासून तेलाच्या किमती वाढल्या. निर्यातदार देशांचा तेल उत्पादनाचा तेल महसूल वाढला. पेट्रोलियम पदार्थांच्या किमती वाढल्याने पेट्रो डॉलर अस्तित्वात येऊन त्याचे महत्त्व वाढले.

९) बाजारातील सहभाग : सरकार, आंतरराष्ट्रीय संस्था, व्यापारी बँका, मध्यवर्ती बँका, बहुउद्देशीय कंपन्या, आयात-निर्यात पेढ्या, व्यापारी पेढ्या आणि व्यक्ती इत्यादींचा युरो चलन व्यवसायात सहभाग असतो.

क) युरो डॉलर बाजाराचे परिणाम (Effect of Euro Dollar Market)

युरो डॉलर आंतरराष्ट्रीय वित्तीय पद्धत जलद वाढत आहे. संपूर्ण जागतिक पातळीवर अल्प आणि मध्यम कालावधीतील कर्जासाठी महत्त्वाची भूमिका बजावत आहे. त्यामुळे भांडवलाची आंतरराष्ट्रीय गतिमानता वाढत आहे. युरो चलन बाजाराने व्याजाच्या उच्च दराने निधी आकर्षित केला आहे आणि कर्ज घेणाऱ्यांना आकर्षित केले आहे. युरो बँक देण्याघेण्याचे व्यवहार घाऊक स्वरूपात करते. अर्थव्यवस्थेच्या पातळीवर फायदेशीर आहे.

बाजारातील युरो-डॉलरचे परिणाम अनुकूल आणि प्रतिकूल दिसून येतात.

अनुकूल परिणाम

१) युरो-डॉलर बाजाराचा जलद विस्तार होत आहे; त्यामुळे आंतरराष्ट्रीय भांडवलाची गतिशीलता वाढली नाही; परंतु आंतरराष्ट्रीय देयतेची समस्या कमी होण्यास मदत झाली.

२) वित्तीय व्यवहार तोलातील तुटीसाठी कर्ज पुरवठा उपलब्ध होतो.

३) चलन बाजारावर आयातदार आणि निर्यातदार कर्जाच्या गरजेपोटी युरो-चलन बाजारावर अधिक अवलंबून राहू लागले आहेत.

४) व्यावसायिकांना अल्प काळाची कर्जे युरो बाजार उपलब्ध करून देते.

५) मध्यवर्ती बँकेकडचा अतिरिक्त निधी फायद्यासाठी – गुंतवणूक युरो – चलन बाजारात करता येते.

६) अनेक देशांतील व्यापारी बँकांना देशांतर्गत कर्ज उपलब्धी वाढविण्यासाठी निधीच्या गरजेनुसार पुरवठा केला जातो.

७) विकसनशील देशांनी युरो-चलन बाजाराच्या मदतीने आर्थिक विकासाचा वेग वाढविलेला आहे. जसे - दक्षिण कोरिया, ब्राझील, तैवान, मेक्सिको इत्यादी.

८) आंतरराष्ट्रीय भांडवल बाजाराला एकत्र आणण्याला मदत केली आहे.

प्रतिकूल परिणाम

१) युरो चलन बाजारातील झालेल्या स्फोटक वाढीमुळे त्यांची स्वत:ची आर्थिक धोरणे राबविताना गोंधळल्यासारखे होते.

२) युरो डॉलरचा सट्टयातील भांडवल व्यवहारामुळे वित्तीय अडथळा निर्माण झाला. त्याचा संपूर्ण आंतरराष्ट्रीय वित्तीय पद्धतीवर परिणाम झाला.

३) मिल्टन फ्रिडमन यांच्या मते, 'युरो डॉलर बाजारामुळे जगातील पैशांच्या पुरवठ्यात निश्चित वाढ झालेली आहे आणि जगातील किमतीची पातळी (डॉलर्सच्या सममूल्यात) वाढलेली आहे. अशी वाढ युरो डॉलर्स बाजाराअभावी झाली नसती.'

युरो डॉलर बाजाराचे वाढते महत्त्व, व्यवसायाचे जागतिकीकरण आणि जागतिक अर्थव्यवस्थेच्या एकत्रित वाढीसाठी या मर्यादा येतात.

सराव प्रश्न :

प्र. १. थोडक्यात उत्तरे लिहा. (१०० शब्दांत)

१) 'सार्क' संज्ञेचा अर्थ सांगा.

२) ब्रिक्स म्हणजे काय?

३) युरोपियन युनियन उदयास येण्याची दोन कारणे कोणती?

४) भारताचा सार्क देशांशी व्यापार.

प्र. २. खालील प्रश्नांची २०० ते २५० शब्दांत उत्तरे लिहा.

१) सार्कची उद्दिष्टे विशद करा.

२) ब्रिक्स या गटाची उद्दिष्टे सांगा.

३) युरोपयन युनियन संघ निर्माण होण्याचा आढावा द्या.

४) सार्कच्या कामगिरीचा आढावा घ्या.

प्र. ३. सविस्तर उत्तरे लिहा. (४०० ते ५०० शब्दांत)

१) सार्क आणि भारत याबाबत भाष्य करा.

२) ब्रिक्स गटाच्या वाटचालीचा आढावा घ्या.

३) युरोपियन युनियनच्या कार्याचा आढावा घ्या.

४) ब्रिक्सचे महत्त्व व भवितव्य यावर आपले मत थोडक्यात सांगा.

५) 'साप्ता' या सार्कच्या व्यापार गटाच्या कामगिरीचे मूल्यमापन करा.

प्र. ४. टिपा लिहा. (१०० शब्दांत)

१) सार्कची रचना.

२) ब्रिक्स देशांची आर्थिक कामगिरी.

३) ब्रिक्स बँक.

४) सार्क विद्यापीठ.

५) युरो-डॉलर बाजाराची वाटचाल.

पारिभाषिक शब्दावली

Abandance of Free Trade Policy – मुक्त व्यापार धोरणाचा त्याग
Asian Development Bank - एशियन विकास बँक
Balance of Payment - व्यवहार तोल
Balance of Trade - व्यापार तोल
Classical Theory - सनातन सिद्धान्त
Composition and Direction - रचना आणि दिशा
Distortions - विरूपण
European Economic Community - युरोपीय आर्थिक समुदाय
Equalization - समानता
Export Basket - निर्यात टोपली
Export Credit and Finance - निर्यात पत आणि वित्त
Export Incentives - निर्यात प्रेरक
Export Processing Zone - निर्यात प्रक्रिया क्षेत्र
Export Promotion - निर्यात प्रोत्साहन
Fallacious Arguments - फसवे युक्तिवाद
Foreign Direct Inrestment - परकीय प्रत्यक्ष गुंतवणूक
Fixed Exchange Rate - स्थिर विनिमय दर
Foreign Trade - परकीय व्यापार
Free Trade Policy - मुक्त व्यापार धोरण
Gains From Trade - व्यापारापासूनचे लाभ
International Development Association - आंतरराष्ट्रीय विकास असोसिएशन
International Finance Corporation - आंतरराष्ट्रीय वित्तीय संस्था
International Monetary Fund - आंतरराष्ट्रीय नाणेनिधी
Inter Industry Trade - आंतर उद्योग व्यापार

Inter Regional - आंतरप्रादेशिक

Intermediate Goods - मध्यम वस्तू

Leontief's Paradox - लिऑन्टिफचा विरोधाभास

Mineral Fuels - वंगण

Multinational Corporations - बहुराष्ट्रीय निगम कंपन्या

Net Barter - निव्वळ वस्तू

Organization for Economic Cooperation and Development - आर्थिक विकास आणि सहकार्य संघटना

Organization of Petroleum Exporting Countries - पेट्रोल निर्यात देशांची संघटना

Partial and Full Convertibility - रुपयाची अंशतः आणि पूर्णतः परिवर्तनीयता

Quotas - वाटा/कोटा

Ratiatory Tariffs - प्रत्याघाती जकाती

Special Economic Zone - विशेष आर्थिक क्षेत्र

Single Factoral Tram of Trade - एकघटकी व्यापारशर्ती

Stock - प्रतिभूती

Superiority - श्रेष्ठत्व

Tariffs - जकाती

Term of Trade - व्यापाराच्या शर्ती

The Case for Free Trade - मुक्त व्यापाराची बाजू

Theorem - प्रमेय

Theory of Absolute Cost Advantage - निरपेक्ष खर्च – लाभ सिद्धान्त

Theory of Comparative Cost - तुलनात्मक खर्च लाभ – सिद्धान्त

Transit Duty - संक्रमण शुल्क

World Bank - जागतिक बँक

World Trade Organization - जागतिक व्यापार संघटना

संदर्भसूची

१) अर्थसंवाद विविध अंक

२) कोळंबे रंजन, 'भारतीय अर्थव्यवस्था' भगीरथ प्रकाशन, पुणे (२०१४-१५)

३) गोखले रा. म., 'आधुनिक अर्थशास्त्राची मूलतत्त्वे', कॉन्टिनेन्टेल प्रकाशन, पुणे, (१९६१)

४) चव्हाण डॉ. एन. एल., 'आंतरराष्ट्रीय व्यापार आणि व्यवहार', प्रशांत पब्लिशर्स, जळगाव (२०१३)

५) ढमढेरे डॉ. एस. व्ही., 'आंतरराष्ट्रीय अर्थशास्त्र', डायमंड पब्लिकेशन्स, पुणे, (२०१०)

६) महाजन डॉ. धनश्री, 'आंतरराष्ट्रीय अर्थशास्त्र', विद्या बुक्स पब्लिशर्स, औरंगाबाद, (२०११)

७) योजना मासिक विविध अंक

८) रामखेलकर दामजी, 'भारतीय अर्थव्यवस्था', विद्या बुक्स पब्लिशर्स, औरंगाबाद, (२०१३)

9) Bhagwati J. 'Internationl Trade Selected Realing', Cambridge University Press Mass. (1981)

10) Datt, Mahajan, 'Indian Economy', S. Chand and Co. Ltd., New Delhi, (2015)

11) Economic Survery, 2014-15, Volume I and II

12) Kehan P. B., 'The International Economy', Cambridge University Press, London. (1994)

13) Kindlberger C.P., 'International Economics', R.D. Irwin Homewood, (1973)

14) Salvatore D. L. 'International Economics', Prentice-Hall, Upper Saddle River, N. J. (1997)